AF840002

யூதாஸ்

யூதாஸ்

வளன்

எழுத்து
பிரசுரம்

Title: Yudas
Author's Name: Valan

Published by Ezutthu Prachuram

Ezutthu Prachuram
(An imprint of Zero Degree Publishing)
No. 55(7), R Block, 6th Avenue,
Anna Nagar,
Chennai - 600 040

Website: www.zerodegreepublishing.com
E Mail id: zerodegreepublishing@gmail.com
Phone : 89250 61999

Ezutthu Prachuram First Edition: December 2021
ISBN: 978-93-91748-58-6
TITLE NO EP: 275

Rs. 290/-

Cover Design & Layout: Vijayan
Printed at Manipal Technologies, India.

சமர்ப்பணம்

உடன்பிறந்த சகோதரன் வினுவுக்கும்...
உடன்பிறவா சகோதரன் வினீத்துக்கும்...

முன்னுரை

ஒரு நாவலை நான் எழுதிவிட்டேன் என்பதை என்னால் இன்னும் நம்ப முடியவில்லை. ‘யூதாஸ்’ நாவலின் கரு ஒரு கனவை போல என்னுள் உதித்தது. நாவல் குறித்து எதையும் நான் இங்கு பேசப் போவதில்லை. ஆனால் இதை சாத்தியப் படுத்தியவர்களை பேரன்போடு நினைத்துப் பார்க்கிறேன். இதுவரை நான் யாராக இருக்கின்றேனோ அதற்கு முழுமுதற் காரணம் என் ஞானத் தந்தை சாரு நிவேதிதா மட்டுமே. தமிழரசி அறக்கட்டளை நடத்தும் நாவல் போட்டியைக் குறித்த அறிவிப்பை எனக்கு அவர் அனுப்பாமல் இருந்திருந்தால் இந்நாவல் வெளியாகியிருக்காது. ஏனெனில் எழுத்துலகுக்கு நான் புதியவன்; “கொஞ்சம் கொஞ்சமா எழுதிவிடு” என்று ஊக்குவித்தவர் அவர்தான். வாசகனாக சாருவின் நாவல்களுக்கு பல வருடங்கள் காத்திருந்து, நாவல் வந்ததும் கொண்டாடி வாசித்த என்னிடம் ஒவ்வொரு முறையும் “உன் நாவலை வாசிக்க ஆர்வமாக இருக்கிறேன்” என்று சொல்லி பதற்றத்தை ஏற்படுத்தினார். முறையாக இந்நாவலை அவருக்குத்தான் சமர்ப்பித்திருக்க வேண்டும். ஆனால் என் அத்தனைக்கும் காரணமாக இருப்பவருக்கு ஒரேயொரு நாவலை மட்டும் சமர்பித்தல் போதுமானதாக இருக்குமா? அவரை ஆரத் தழுவிக்கொள்வதைவிட என்ன செய்வதென்று தெரியவில்லை.

அடுத்ததாக இந்நாவல் வரக் காரணமாக இருந்த வினீத். அவனை இன்னும் சந்தித்தது கூட இல்லை. இசையின் மீதும் இலக்கியத்தின் மீதும் தீராத காதல் கொண்டிருக்கும் வினீத், நான் சோர்வுறும் போதெல்லாம் உற்சாகப்படுத்தி நாவல் நிறைவுறக் காரணமாக இருந்தான். அவனுக்கு என் வாழ்த்துகளும் அன்பும். நாவலை படித்துப் பிழைத்திருத்திக் கொடுத்த செல்லாவுக்கும் அவர்கள் வழியாக முகம் தெரியாத மிச்சிகன் தமிழ்ச்சங்க நண்பர்களுக்கும் என் நன்றியை தெரிவித்துக் கொள்கிறேன். பேராதரவாக இருக்கும் பெற்றோர்களுக்கும் நான் என்ன எழுதினாலும் கொண்டாடும் சகோதரனுக்கும் என் அன்பும் நன்றியும்.

நெஞ்சம் பேருவகையால் நிறைந்துள்ளது. இதற்கு மேலும் ‘யூதாஸ்’ குறித்து சொல்ல வேண்டுமென்றால், நல்லவர்கள் கெட்டவர்கள் என்று நம்மீது இடப்படும் அடையாளங்கள் அர்த்தமற்றவைகளாக இருக்கின்றன. எல்லோருக்குள்ளும் நன்மையும் தீமையும் சேர்ந்துதானே இருக்கின்றன? நம்மீது குத்தப்படும் முத்திரைகளை மீறி வாழ்க்கை இயங்கிக் கொண்டுதானே இருக்கிறது? ஏன் எப்போதும் நல்லவை அதிகார மையமாக உருகொள்கிறது? அதிகார வர்க்கத்தின் பக்கம் தீமைகள் இல்லையா? எந்த முன்முடிவுகளும் இல்லாமல் இந்நாவலின் மூலம் எளியவர்களின் பக்கம் நின்று பார்க்க முயன்றிருக்கிறேன். அவ்வளவுதான்.

- வளன்

அதீதமாகக் குடித்திருந்த எழுத்தாளன் தன் வசிப்பிடத்திற்கு அருகிலிருந்த கண்மாய்க்குக் காற்று வாங்கப் போனான். இதர தமிழ் எழுத்தாளர்களைப் போலவே தனிமை அவனையும் வாட்டி வதைத்தது. இந்தக் கண்மாயில் நடைப்பயிற்சிக்கு வரும் அழகிகளையும் காதலர்களையும் நோட்டமிட்டு ஒரு சிறுகதைத் தொகுப்பையே கொண்டு வந்துவிட்டான் என்றால் பார்த்துக்கொள்ளுங்கள்.

எழுத்தாளனுக்கும் கண்மாய்க்குமான உறவு அலாதியானது. மனம் சோர்வடையும் போதெல்லாம் அவனை இங்கு காணலாம். எப்போதுமே மனம் சோர்வுற்றிருந்ததால் பல வேளைகளில் கண்மாயையே சுற்றிக்கொண்டிருந்தான். அன்றைய கூடுதல் போதைக்குக் காரணம் அவனுடைய காதலியின் திருமணம்.

எழுத்தாளனுக்கு நிறைய காதலிகள் இருந்தார்கள். ஆனாலும் தன் முதல் சிறுகதைத் தொகுப்பை அவன் யாருக்குச் சமர்ப்பித்திருந்தானோ அவளுக்கு அன்று திருமணம். அந்தச் சோகத்திலிருந்து விடுபடவே குடித்திருந்தான். பாஸ்டனில் குளிரின் கொடுமை அன்று படு பயங்கரமாக இருந்தது. வயிற்றை நிறைத்திருந்த ஆல்கஹால், கதகதப்பைக் கொடுத்துக் கொண்டிருந்தது. குடியும் காதலும் இசையும்தான் எழுத்தாளனின் உயிராய் இருந்தது. எழுத்து எப்போதாவது வரும். காதலியின் கட்டளையின் பெயரில்தான் முதல் தொகுப்பைக் கொண்டு வந்தான். அவள் தரும் துயரத்திலிருந்து விடுபடுவதற்குக் குடியை விட எழுத்து மிகவும் உறுதுணையாக இருக்கும் என்று அந்தப்

போதையிலும் அவனுக்குத் தோன்றியது. அந்தக் கணத்திலிருந்து மனதுக்குள் ஆயிரமாயிரம் கதைகள் வந்து அலைமோதின. சம்பந்தமேயில்லாமல் வெள்ளிக்கிழமை பதின்மூன்றாம் தேதி ஞாபகத்துக்கு வந்தது.

அமெரிக்கர்களின் மூடநம்பிக்கைகளுள் இதுவுமொன்று. சில கட்டிடங்களில் லிஃப்ட்டில் 13 என்ற எண்ணைக் குறிப்பிடாமல் பன்னிரண்டுக்கு அடுத்து பதினான்கென்று எழுதியிருப்பார்கள். பதின்மூன்றாம் தேதி வெள்ளிக்கிழமை வந்ததால் பங்குச் சந்தை வீழ்ச்சியில் போன கதையெல்லாம் கூட நடந்திருக்கிறது.

“ஏண்டா, என்னடா அமெரிக்கா? பதிமூணுக்கு ஏண்டா இப்படி பயப்படுறீங்க...” என்று போதையின் உச்சத்தில் எழுத்தாளன் கத்திக்கொண்டிருந்தான். கண்மாயில் யாருமேயில்லை. நினைவறுந்து காதலியின் ஞாபகம் வந்தது.

“இந்நேரம் தாலியேறிருக்கும்... ஒத்தா... நல்லா செஞ்சுட்டுப் போய்ட்டா...” என்று இன்னொரு முறை கத்தினான். கிராப் கட்டிங்கில் ஒருவித நளினத்துடன் ஒருத்தி தூரமாக வந்து அமர்ந்ததைக் கவனித்தான். அவளிடம் சென்று பேச வேண்டும் என்று ஆசையாக இருந்தது. எல்லாம் குடி கொடுத்த தைரியம்.

குடிக்காமல் இருந்தால் அவ்வளவு பவ்யமாக இருப்பான் எழுத்தாளன். பார்ப்பவர்கள் யாவரும் ஒழுக்கசீலன் என்று பட்டம் கொடுத்து விடுவார்கள்.

வந்தமர்ந்தவள் வாயில் சிகரெட்டுடன் நீர்நிலையைப் பார்த்து அமைதியாகப் புகைத்துக்கொண்டிருந்தாள்.

“ஹாய்” என்ற வாக்கியத்துடன் தன்னை அறிமுகப்படுத்திக் கொண்ட எழுத்தாளன் அவளருகில் அமர்ந்தான்.

“என் பெயர் கியாரா” என்று தன்னை அறிமுகப்படுத்திக் கொண்டாள். வாயில் புகைவது கஞ்சா என்று பிறகு அவனுக்குப் புரிந்தது. கியாராவிடம் தன் காதல் காவியத்தைச் சொல்லிக்கொண்டிருந்தான். அவள் முகத்திலோ சிறிதும் கருணையில்லாமல் இருந்தது.

“நான் போரடிக்கிறேனா கியாரா?”

“மருந்துக்குக் கூட சுவாரசியமில்லாத கதை. இந்தா இதைக் கொஞ்சம் புகைத்துப் பார். கதைகளின் ஊற்றுகள் பெருக்கெடுக்கும்” என்றாள்.

ஏற்கனவே விஸ்கி, வோட்கா, டக்கீலாவுடன் கஞ்சாவின் புகையும் சேர்ந்து மண்டையை என்னென்னவோ செய்தது. அடுத்த நாள் தொண்டை வீங்கி கண்கள் சிவந்து அவன் எழுந்தபோது தாகம் எடுத்தது. கண்கள் சுழன்று தண்ணீரைத் தேடவும், தான் எங்கிருக்கிறோம் என்பதே அவனுக்குப் புரியவில்லை. நிச்சயமாகத் தன்னுடைய அறையல்ல என்பது மட்டும் தெரிந்தது.

அவனுடன் ஆடைகள் ஏதுமின்றி போர்வையில் சுற்றப்பட்டு ஒரு பெண் இருந்தாள். என்ன நடந்ததென்றே தெரியவில்லை. யோசித்துப் பார்த்தால் தலையைச் சுற்றுகிறது.

“குட் மார்னிங்.”

அழகி ஒருத்தியை அவ்வளவு அருகில் ஆடையின்றிப் பார்ப்பது அதுதான் அவனுக்கு முதல்முறை.

அளவான மார்பகங்களில் ரோஸ் நிறத்தில் முடிச்சுகள் போட்டது போல காம்புகள். வெள்ளையான தேகமானது இழுத்துக் கட்டியது போன்ற கச்சிதத்தில் மின்னியது. வளைவுகளும் நெளிவுகளும் முறையாக இருந்தன.

“எதுவும் ஞாபகம் இருக்கா?”

இல்லை என்று தலையாட்டினான்.

“நேற்று கண்மாயில் சந்தித்தோம். உனக்குப் போதை அதிகமானதால் என் ரூமுக்குக் கூட்டி வந்து விட்டேன். இது பாஸ்டன் காலேஜ்.”

“ஓ, சிரமத்துக்கு மன்னிக்கவும்.”

“அதெல்லாம் ஒன்றுமில்லை. ஐ எஞ்சாய்ட் யுவர் கம்பெனி. நேற்று நடந்ததை மட்டும் ஜூடிடம் சொல்லக் கூடாது. அதை நான் பார்த்துக் கொள்கிறேன். டேக் இட் இஸி, நோ ஸ்ட்ரிங்ஸ் அட்டச்ட். சரியா?”

“நான் எதுவும் அத்துமீறிவிட்டேனா?”

“இல்லை. நான் கொஞ்சம் எல்லை மீறிவிட்டேன்.”

தன் கால்சட்டை கீழிறங்கியிருப்பதை அப்போதுதான் அவன் கவனித்தான்.

“உன்னுடைய அந்த 13வது அப்போஸ்தலர் கதை நன்றாக இருந்தது. நீ அதை எழுதப்போகிறாயா?”

“13வது அப்போஸ்தலரா? அது என்ன கதை?”

அவள் சிரித்துக்கொண்டே, “அமெரிக்கர்கள் பதின்மூன்றாம் எண்ணை நினைத்து பயப்படுவதற்குக் காரணம் 13 யூதாஸைக் குறிக்கும் என்று சொன்னாயே?”

“ஓ அப்படியா?”

“யூதாஸ் சாகவில்லை. இருந்தாலும் யூதாஸுக்குப் பதிலாக மத்தியாஸைத் தேர்ந்தெடுத்தார்கள். ஆனாலும் யூதாஸ் தன்னை 13வது அப்போஸ்தலராக முன்னிறுத்தியதால் வரலாறெங்கும் பதின்மூன்று வெறுக்கப்பட்டது என்று சொன்னாயே?”

“நினைவில் இல்லை.”

அவளது செல்போனில் அழைப்பு வருகிறது. மறுமுனையில் கரகரத்த குரலில் ஒருவன் பேசினான்.

இவள் குழைவதும் நெளிவதும் மறுபக்கத்தில் காதலன் பேசுவதை உணர்த்தியது. எழுத்தாளனுக்கு ஏதேதோ ஞாபகம் வந்து நினைவில் யூதாஸ் மட்டும் தங்கினான். காதலியின் நினைவுகளைக் கடக்க யூதாஸை முன்வைத்து ஒரு நாவல் எழுத உத்வேகம் கொண்டான். ஆனால், கதையின் மையம்

பிடிபடாமலேயே இருந்தது. அவள் பேசி முடித்திருந்தாள்.

“எனக்கு ஒரு ஹெல்ப் வேணும்.”

“சொல்லு.”

“போதையில் நானுனக்குச் சொன்ன கதையை எனக்குச் சொல்ல முடியுமா?”

“நானும் வீட் எடுத்திருந்தேன். அதனால் எனக்கும் சரியா ஞாபகமில்லை. ரொம்ப ஷேலோவா ஞாபகம் இருக்கு.”

“ஒண்ணும் பிரச்சனையில்லை. எனக்குக் கொஞ்சம் கொஞ்சமா கதையச் சொல்லு நான் எழுதிடுவேன்.”

இருவரும் தங்கள் கைபேசி எண்ணைப் பரிமாறிக் கொண்டார்கள்.

“உன் பெயரென்ன?” என்று கேட்டவனிடம் சிரித்துக்கொண்டே “கியாரா” என்றாள்.

“உன்னுடன் பணியாற்றுவதில் சந்தோஷம். ஆனால் ஜூட் இருக்கும்போது என்னிடம் பேசாதே. அவன் கொஞ்சம் பொஸசிவ்.”

“யார் ஜூட்?”

“என் பாய் ஃப்ரண்ட்.”

எழுத்தாளனுக்கும் கியாராவுக்குமான பல உரையாடல்கள் வழி வந்ததுதான் யூதாஸ் என்னும் இந்நாவல். இக்கதையும் கதையில் வரும் பாத்திரங்களும் கற்பனையானவர்கள் என்ற சம்பிரதாய வாக்கியத்தைத் தனது புத்தகத்தில் அச்சிட அவனுக்கு விருப்பமில்லைதான், ஆனாலும், அதை அச்சிட்டேயாக வேண்டும். காரணம் அவனே நிஜமா கற்பனையா என்பது அவனுக்கே தெரியவில்லை.

1

அமெரிக்காவில் 'முதன் முதலாக' என்று எதையெதைச் சொல்கிறோமோ அவற்றுள் பல பாஸ்டன் நகரத்திலிருந்து தொடங்கியதாகவே இருக்கும். மேசசூசெட்ஸ் மாகாணத்தில் இருக்கும் பாஸ்டன் மிக அழகான நகரம் ஆகும். இங்கிருப்பவர்கள் பாஸ்டன் நகரத்தை ஒரு நண்பனாக உருவகித்துப் பேசுகிறார்கள். இங்கிலாந்திலிருந்து திருப்பயணிகள் என்றறியப்பட்ட மதத்தவரை 'மே ஃப்ளார்' சுமந்து வந்து தரையிறக்கியது இந்த நகரத்தில் தான். அவர்கள் இங்கு நிலவிய குளிரைத் தாக்குப் பிடித்து உயிர் வாழ உதவிய இந்நிலத்தின் பூர்வகுடிகளுக்கு நன்றி சொல்லிக் கொடுத்த பெரும் விருந்தின் நினைவாகவே இன்றும் 'தேங்கஸ் கிவ்விங்' கொண்டாடுகிறார்கள். எல்லாம் ஆரம்பித்தது இங்கிருந்துதான். அதனால்தான் இக்கதையையும் பாஸ்டனிலிருந்தே தொடங்கலாம் என்று நினைக்கிறேன். அதுபோகத் திருப்பயணிகள் இந்நிலத்தில் கால் பதிக்கப் பல நூற்றாண்டுகளுக்கு முன்னதாக இங்கு வந்த குடும்பத்தின் கதையைச் சொல்லப்போவதால் பாஸ்டனிலிருந்து கதையை ஆரம்பிப்பதுதான் சரியானதாக இருக்கும்.

பாஸ்டனின் இலையுதிர் கால மாலைப் பொழுதில் கியாரா தன் உடைமைகளைச் சுமந்து காமன்வெல்த் அவின்யூ வழியாக கென்மோர் நோக்கி நடந்து வந்து கொண்டிருந்தாள். கியாராவைப்

பார்க்கும் யாவரும் அவளைத் தென் அமெரிக்க வழித்தோன்றல் எனச் சொல்லமாட்டார்கள். பருவ நிலைக்கேற்ப அவளது தோலின் நிறம் மாறிக்கொண்டேயிருக்கும். கோடை காலத்தில் தொமினிக்கன் ரிபப்ளிக் பெண்களின் தாமிர நிறம் அவளுக்கு வரும். இலையுதிர் காலத்தில் மிகவும் ரம்மியமாக இருப்பாள். அவளுடைய வெளிறிய தலைமுடி கொஞ்சம் சிக்குப் பிடித்தது போல் தோற்றமளிக்கும். கடந்த ஐந்து வருடங்களாக கியாரா தெருவோரத்தில் வசித்து வருகிறாள். ஐந்து வருடங்களுக்கு முன்னர் அவளுடைய அப்பா மது அருந்திவிட்டு வீட்டுக்கு வரத் தடை போட்டார். ஆனால் கியாரா அவரை மதிக்கவேயில்லை. இவளுடைய அறையைத் திறந்தால் ஆல்கஹாலின் நெடி ஒரு நிமிடம் நம்மைத் தலை சுற்றச் செய்துவிடும். மது மட்டும் என்றால் பரவாயில்லை, கஞ்சாவை மேசசூசெட்சில் சட்டத்துக்குட்பட்டுப் பயன்படுத்தலாம் என்று சொன்னவுடன் கியாராவுக்கு கஞ்சாவின் மீதும் கொஞ்சம் மையல். இன்னொரு நாள் சுயநினைவிழந்து உறங்குகையில் கையில் ஊசிக் குத்திக் கொண்டதற்கான தடயங்களையும் கியாராவின் அப்பாவும் அம்மாவும் கண்ணீருடன் கவனித்துவிட்டார்கள். மகளின் இந்த வாழ்க்கை முறையைக் கொஞ்சம் கொஞ்சமாக மாற்ற நினைத்த அப்பா மதுவுக்கு வீட்டில் தடை என்றார். காரணம் மற்ற போதைப் பொருட்களை வீட்டில் வெளிப்படையாகக் கியாரா புழங்கவில்லை. வெளியில் சென்றால் கஞ்சா அல்லது ஊசி. அப்பாவின் தடையால் ஆத்திரமடைந்த கியாரா ஒரு நாள் தன் உடைமைகளை எடுத்துக்கொண்டு கிளம்பிவிட்டாள். அம்மா சென்று அழைத்தும் வரவில்லை. எல்லாரையும் விலக்கி வாழ ஆரம்பித்தாள். பள்ளிப் படிப்பை நிறைவு செய்துவிட்டு ஆட்டோமொபைல் கடையில் பணிபுரிந்த கியாராவுக்கு இப்போது போதை வஸ்துக்களுக்கு செலவு செய்ய மட்டும் பணம் வேண்டும். அதனால் என்றாவது கொஞ்சம் பெரிய தொகைக்கு பாஸ்டன் வரும் சுற்றுலாப் பயணிகளுக்கு 'சேவை' செய்து வந்தாள். ஐந்து வருடம் நன்றாகவே போனது. நிரம்பக் குடித்துவிட்டு யாரோ ஒருவனுக்கு ஐந்து நிமிட சந்தோஷம் தருவதொன்றும் பெரிய சிரமமில்லை. குளிர் காலத்தில் பணத்

தேவைக்கு சிலரிடம் யாசிப்பதும் உண்டு. வெகு சில முறை மட்டும் வழிப்பறி செய்திருக்கிறாள். இன்னும் காவலாளிகளிடம் சிக்கவில்லை.

இலையுதிர் காலத்தில் பாஸ்டன் பூங்காக்களில் குளிர் அதிகமாகும் என்பதால் இப்போது தன் எல்லா உடைமைகளையும் தூக்கிக்கொண்டு கென்மோர் பகுதிக்கு வந்துகொண்டிருந்தாள். கென்மோரை விலகி வாழும் மக்கள் சபிக்கப்பட்டவர்கள் என்ற நம்பிக்கை பாஸ்டனின் கென்மோர் வாசிகளுக்கு உண்டு. டௌன்டவுன் பாஸ்டன் நகரத்தின் இருதயம் என்றால், கென்மோர் மூளை என்று சொல்லலாம். அமெரிக்க வாழ்க்கையில் அடிப்படைத் தேவைகளுக்குத் தடை விதித்தாலும் எங்காவது விளையாட்டு நடந்துகொண்டிருந்தால் அமெரிக்கர்கள் அதைப் பார்த்து ரசித்து மட்டும் பல ஆண்டுகள் வாழ்வார்கள். அதிலும் பேஸ்பாலும் ஃபுட்பாலும் ஃபுட்பால் சாக்கர் அல்ல - பலருக்கு உயிரினும் மேலானதாகும். அப்படிப்பட்டவர்களுக்கு கென்மோர் சொர்க்கம். காரணம், இங்குதான் ஃபென்வே பார்க் இருக்கிறது. கென்மோரில் இறங்கினால் எங்கிலும் ரெட் சாக்ஸ் மற்றும் டீ-ஷர்டைப் பார்க்க முடியும். அதேபோல கென்மோரின் இன்னொரு அடையாளம் சிட்கோவின் பெரிய முக்கோணம்.

காமன்வெல்த் அவின்யூ வழியாக வந்துகொண்டிருந்த கியாரா சிட்கோவின் பெரிய சிவப்பு முக்கோணத்தைத் தூரத்திலிருந்தே பார்த்துவிட்டாள். ஆனால், அவளால் நடக்க முடியவில்லை. முதுகிலிருந்த பெரிய பை அழுத்தியதில் கொஞ்சம் குனிந்து நடந்தாள். இரண்டு கைகளிலும் இரண்டு பெரும் பைகளில் துணிகள் பிதுங்கி வழிந்துகொண்டிருந்தன. கடுமையான குளிர்காலத்துக்கான அறிகுறிகள் இப்போதே தெரிய ஆரம்பித்திருந்தன. மரங்கள் துளிர்ப்பதற்கான நம்பிக்கையுடன் இருந்தாலும் இலைகளின்றி மொட்டையாக இருந்தன. காற்று பெரும் சீற்றத்துடன் கியாரா நடந்த திசைக்கு எதிராக வீசிக் கொண்டிருந்தது. இன்னும் இருள் சூழவில்லை. ஆனால், ஒரு மந்தமான ஒளி மட்டும் அந்த மாலையில் எஞ்சியிருந்தது.

காற்றோ கையின் பாரமோ கியாராவை நடக்க முடியாமல் செய்யவில்லை. மாறாக வெகு நேரம் அடக்கியிருந்த சிறுநீர் உடனே வெளிவர அவளுக்குள் பாய்ந்துகொண்டிருந்தது. அவளுடைய அழுக்கு ஜீன்ஸிலிருந்து ஏற்கனவே பெரும் துர்நாற்றம் வீசிக்கொண்டிருந்தது. உடனே சிறுநீர் கழித்தாக வேண்டும். மக்கள் காமன்வெல்த் அவின்யூவின் மையத்திலிருந்த நெடிய பூங்காவில் நாய்களுடன் நடந்துகொண்டிருந்தார்கள். அங்கு எந்தப் புதரும் இல்லை. பூங்காவின் இரு மருங்கிலும் நெடிய ஓக் மரங்கள் மட்டும் இருந்தது. உணவகமோ காஃபி கடைக்கோ போகவேண்டுமென்றால் அருகிலிருக்கும் கென்மோருக்குத்தான் வரவேண்டும். உணவகங்களிலும் முன்பு போலக் கழிப்பறையை வீடற்றவர்கள் பயன்படுத்த அனுமதிப்பதில்லை. வாடிக்கையாளர்களுக்கு மட்டும், அதுவும் அவர்கள் கேட்டால் ஒருவர் வந்து கழிப்பறையைத் திறந்துவிடுவார். பயன்படுத்திய பின் உடனே பூட்டிவிடுவார்கள். கியாராவுக்குச் சிறுநீர் பெருக்கெடுத்து கண்களின் வழியே கசிவது போல இருந்தது. இன்னும் கொஞ்ச தூரம்தான் என்று ஏதோ சொல்லிக்கொண்டு நடந்துகொண்டிருந்தாள். குளிர்ந்த காற்று அவளை இன்னும் அவதியுறச் செய்தது. இப்போது அவள் தனக்குள் பாரமாக உணர்ந்தாள். அவள் நடையும் மாறியிருந்தது.

கென்மோருக்கு முன்பாக ஒரு சிறிய ஓடை அமைதியாக சாலையைக் கடந்து பாய்ந்துகொண்டிருந்தது. பெரும்பாலும் யாரும் அதைக் கவனித்திருக்க வாய்ப்பில்லை. காரணம்-பைத்தியக்காரத்தனமாக சாலையில் செல்லும் வாகனங்கள் அவ்வோடையைக் கவனிக்கவிடாது. கியாராவுக்கு அதனோரத்தில் சென்று சிறுநீர் கழித்துவிடத் தோன்றியது. உடனே பாலத்தின் அருகிலிருந்த சிறிய கான்க்ரீட் கட்டையில் உடைமைகளை வைத்துவிட்டு ஓடையின் கரைக்கு ஓடினாள். அங்கே எந்த மறைப்பும் இல்லை. காவலாளிகள் பார்த்தால் சிறை அல்லது பணம் கட்ட வேண்டும். அப்போதுதான் கியாரா அந்தப் பாலம் தாழ்ந்து செல்வதால் அடியில் ஒரு மறைவிடம் வருவதைக் கவனித்தாள். ஒரு வாத்தைப் போல்

காலைக் கொஞ்சம் அகட்டி அந்த மறைவுக்குள் சென்று நிதானமாக ஜீன்ஸை அவிழ்த்து சிறுநீர் கழிக்க ஆரம்பித்தாள். கொஞ்சம் வலித்தது. இருந்தாலும் அதன் இதத்தில் கண்கள் செருகி லயித்திருந்தாள். இன்னும் முடியவில்லை கொஞ்சம் சிந்தை தெளிந்து அருகில் பார்த்தபோது, சில மீட்டர் தூரத்தில் அந்தக் குகை போன்ற அமைப்பில் ஒருவன் வாசனை மெழுகுத் திரியுடன் கியாராவை மிரட்சியாகப் பார்த்துக்கொண்டிருந்தான். பகீரென்றிருந்தது அவளுக்கு. ஆனால் இனி எதையும் நிறுத்த முடியாது. தலை குனிந்து கடைசிச் சொட்டு வரை கழித்த திருப்தியில் எழுந்து ஜீன்ஸை அணிந்துகொண்டு மீண்டும் அவனைப் பார்த்தாள். பெரிய மருண்ட விழிகளுடன் ஒடுங்கிய இளைஞன் இன்னும் அவளைப் பார்த்துக்கொண்டிருந்தான். ஒரு யுவதி சிறுநீர் கழிப்பதைப் பார்க்கும் எந்தக் கூச்சமும் அவன் கண்களில் தெரியவில்லை. அவன் பயந்து தன்னை நோக்குகிறான் என்று கியாரா நினைத்து மெதுவாகப் பின் நகர்ந்தாள்.

அந்தப் பாலத்தின் கீழ்ப் பகுதிக்குள் நுழைவதற்கு சராசரி உயரம் கொண்டவர்கள் நன்றாக இடுப்பை வளைத்துதான் நுழைய வேண்டும். கியாராவும் அப்படித்தான் உள்ளே வந்தாள் இப்போது இவனைப் பார்த்த பதற்றத்தில் சற்று நிமிர்ந்து பின் நகர்கையில் ‘டங்கென’ மேற்கூரையில் இடித்துக்கொண்டாள். இப்போது உள்ளேயிருந்தவன் பதறி கியாராவிடம் பேச ஆரம்பித்தான்.

“பார்த்து மெதுவாக...” கியாராவுக்கு ஆச்சரியம். இவ்வளவு அந்நியமாகப் பார்த்தவன் இப்படிச் சொல்லியதில் அவளுக்கு இவன் மேல் கொஞ்சம் நம்பிக்கை வந்தது.

“மன்னிக்கவும். இங்குதான் நீங்கள் தங்கியிருக்கிறீர்களா? உங்களைப் பார்க்காமல் உங்கள் இடத்தை பயன்படுத்தியதற்காக மன்னிக்கவும்.”

“கவலை வேண்டாம் மேம். நான் இங்குதான் சில ஆண்டுகளாகத் தங்கியுள்ளேன். வெளியில் யாரிடமும்

சொல்லிவிடாதீர்கள். உங்களைக் கெஞ்சிக் கேட்டுக்கொள்கிறேன். இடித்துக்கொள்ளாமல் பத்திரமாகச் செல்லுங்கள்.”

கியாராவுக்கு அவன் பயந்ததன் காரணம் புரிந்தது. மெதுவாகக் குனிந்து பின் நகர்ந்து தன் உடைமைகளை எடுத்துக்கொண்டு கென்மோர் நோக்கி நடக்கத் துவங்கினாள். பெரும் பாரத்தை இறக்கிய களிப்புடன் கொஞ்சம் வேகமாக நடக்கத் துவங்கினாள். ஓடையின் மறுகரைக்கு அருகில் இன்னொரு பெரிய பாலம் பாஸ்டன் நகரத்தின் பிற முக்கியமான சாலைகளை இணைக்கும் இடம் என்பதால், கார்கள் மின்னல் வேகத்தில் சென்று கொண்டிருந்தன. இருள் மெதுவாகப் படரத் தொடங்கியது. மறுகரைக்கு வந்ததும் அந்த இளைஞனின் மறைவிடத்தைக் குனிந்து பார்த்தாள். மங்கலான மெழுகுத் திரியின் வெளிச்சம் மட்டும் சற்றுத் தடுமாறிக்கொண்டிருந்தது அவனை மறுகரையிலிருந்து பார்க்க முடியவில்லை. பின்னர் கியாரா தன் உடைமைகளை கென்மோர் ஸ்டேஷனின் ஓரத்தில் சாற்றிவிட்டு சாவகாசமாகச் சாய்ந்து உறங்கத் தொடங்கினாள். கனவில் மெழுகுத்திரியுடன் நின்ற இளைஞனின் மருண்ட பார்வை கியாராவை மிரட்டியவாறு இருந்தது.

2

அதிகாலையில் இயேசு எருசலேம் தேவாலயத்தின் முற்றத்தில் அமர்ந்திருந்தார். சூடான நாளுக்கான அறிகுறிகள் விடியலின் பிரகாசத்தில் தெரிந்தது. ஏதோ சிந்தனையில் ஆழ்ந்தவராக இயேசு அமர்ந்திருந்தார். ஆலய முற்றத்திலிருந்து எழுந்து, மெல்ல நடந்து, வெளி வளாகத்தில் மீண்டும் அமர்ந்தார். இன்னும் சரியாக விடிந்திருக்கவில்லை என்பதால் அவரால் இவ்வளவு அமைதியாக உட்கார்ந்திருக்க முடிந்தது. இல்லையென்றால் பெருங்கூட்டம் அவரை மொய்த்துக் கொண்டிருந்திருக்கும். வெளியில் வந்தமர்ந்தவர் தலையைக் குனிந்தவாறே கீழிருந்த புழுதியைப் பார்த்துக்கொண்டு அமர்ந்திருந்தார். அவ்வப்போது தலையைத் தூக்கி கோயிலின் முன்னிருந்த பிரம்மாண்ட வீதியைப் பார்த்தபடியாக இருந்தார். தெருவோரத்தில் பிச்சைக்காரர்களும் பல்வேறு ரோகிகளும் உறங்கிக்கொண்டிருந்தனர். ஒரு மனிதன் இளம் ஆட்டை இழுத்துக்கொண்டு கோயிலுக்குள் நுழைந்தான். அவன் மனைவி இடுப்பில் குழந்தையைத் தூக்கிக்கொண்டு ஓட்டமும் நடையுமாக அவனைப் பின்தொடர்ந்து சென்றாள். கணவன் இழுத்துச் சென்ற ஆடு மட்டும் இயேசுவைக் கண்டுகொண்டு அமைதியாகச் சென்றது. இயேசுவும் அதைப் பரிவுடன் பார்த்துக் கொண்டிருந்தார். ஆலய வளாகத்தில் நுழையும்முன் ஆடு கடைசியாகக் கதறியது. அப்போது மீண்டும் தலையைக்

குனிந்துகொண்டு வேறொரு சிந்தனையில் மூழ்கினார். அவரின் இந்த ஒவ்வொரு நகர்வையும் கூப்பிடு தொலைவிலிருந்து ஒரு இளைஞன் பார்த்துக்கொண்டு அமர்ந்திருந்தான். அவன் நன்றாகச் சலவை செய்யப்பட்ட வெண்ணிற நீண்ட அங்கியை அணிந்திருந்தான். அவனுக்கு வெகு சமீபத்தில் இயேசுவின் பதினொரு சீடர்கள் ஆளுக்கு ஒருபுறம் கால்களையும் கைகளையும் நீட்டி அயர்ந்து உறங்கிக்கொண்டிருந்தனர். அவரின் பன்னிரண்டாவது சீடர்தான் பதினொருவரிலிருந்து விலகி இயேசுவைப் பார்த்துக்கொண்டிருந்த இளைஞன். நீண்ட முடியும் நன்றாகச் செதுக்கப்பட்ட தாடியும் கொண்டிருந்தான். தனது தோற்றத்தை நல்ல முறையில் வைத்துக்கொள்வதில் கருத்தாக இருந்தான். அவனுக்கு இயேசுவின் வயதைவிட ஐந்து வயது குறைவாக இருக்க வேண்டும். நீண்ட முடிக்கு எண்ணெய் தடவி படியச் சீவியிருந்தான். தாடிக்கும் மீசைக்கும் எண்ணெய் கொஞ்சம் தடவியிருக்க வேண்டும். ஏனெனில் அதுவும் பொலிவாக இருந்தது. அதுமட்டுமல்லாமல் அவன் பரிமள தைலத்தை உபயோகிப்பது அவனிடமிருந்து வந்த நறுமணத்தில் தெரிந்தது. இயேசுவையும் இவனையும் அருகில் நிற்க வைத்தால் தோற்றத்தில் இவன் இயேசுவை விட அழகாக இருப்பதாகத் தோன்றும். கடைசியாகத் தேர்ந்து கொள்ளப்பட்டவன் இவன் தான். இவனே சீமோனின் மகனான யூதாஸ் கெரியோத். கெரியோத் நகரம் ஹெப்ரானுக்குத் தெற்கில் இருந்தது. அதுதான் யூதாஸின் பூர்வீக நகரம்.

வெளியில் அழகாகத் தெரிந்த யூதாஸ் உள்ளுக்குள் சுதந்திரத்தின் நிமித்தம் கொதித்துக்கொண்டிருந்தான். இயேசுவை, வாக்களிக்கப்பட்ட மெசியா என்று பலரும் கூறுவதைக் கேட்டு அவரைப் பார்க்க வேண்டும் என்று துடித்துக் கொண்டிருந்தான். ‘மெசியா ஒருவர் வருவார் அவர் தாவீது அரசனின் ஆட்சியை நல்குவார்’ என்ற தீர்க்க தரிசனத்தைக் கருத்தாகப் பின்பற்றி வந்தவர்களுள் யூதாஸின் குடும்பமும் ஒன்று. ஒவ்வொரு வருடமும் பாஸ்கா விருந்தில் எகிப்திலிருந்து மூதாதையர்களை வாக்களிக்கப்பட்ட தேசத்துக்கு அழைத்து வந்த கதையைக் குடும்பத்தின் பெரியவர் சொல்லி முடிக்கும்

போது, யூதாஸின் ரத்த நாளங்களில் மின்சாரம் பாய்ந்து உடலின் அத்தனை ரோமக் கால்களும் சிலிர்த்து நிற்கும். சிறுவனாக மற்றவர்களுடன் விளையாடும் போது தன்னை வாக்களிக்கப்பட்ட மெசியா என்று கருதி ரோமையர்களாக நடிக்கும் மற்ற சிறுவர்களுடன் சமர் புரிந்து வெற்றி பெறுவதாக விளையாடிக்கொண்டிருப்பான். யூதப் புனித நெறிகளையும் சட்டங்களையும் நன்கு கற்றறிந்த யூதாஸ் வாக்களிக்கப்பட்ட மெசியாவின் வருகைக்குக் காத்திருந்தான். சமயங்களில் பாலை நிலத்தில் சில நாட்கள் தவம் செய்யச் செல்லும் போது ஒருவேளை வாக்களிக்கப்பட்ட மெசியா தான்தானோ என்றுகூட யூதாஸுக்குத் தோன்றும். வேதங்கள் வாக்களித்த மெசியா பெத்லகேமிலிருந்து வருவார் என்பது அவனுக்கு நன்றாகத் தெரிந்திருந்தாலும், பெத்லகேம் யூதேய தேசத்தின் அடையாளமாக இருக்கலாம் என்பது அவன் எண்ணம். யூதாஸ் பிறப்பதற்குக் கொஞ்ச வருடங்களுக்கு முன்னரே மாசில்லாக் குழந்தைகளின் படுகொலை நிகழ்ந்திருந்தது. இளம் பருவத்தில் அவனது அம்மா அதை நினைவு கூர்ந்திருக்கிறார். அதனால் தன்னை அவன் தீர்க்கதரிசனமாக வாக்களிக்கப்பட்ட மெசியா என்று கருதியதில் ஆச்சரியமொன்றும் இல்லை. அவன் வயதையொத்தவர்கள் - அதாவது குழந்தைகள் படுகொலைக்குப் பிறகு பிறந்தவர்கள் - அனைவரும் ரகசியமாகத் தனக்குள் தங்களை மெசியாவாக நினைத்துக் கொண்டிருந்தார்கள். இந்தச் சூழலில்தான் நாசரேத்திலிருந்து வந்த இயேசுவின் பெயர் நாடெங்கும் பிரபலமடையத் தொடங்கியது. ஆனால் இயேசுவைப் பார்க்க வேண்டும் என்ற ஆவல் துளியும் யூதாஸிடம் இல்லை. காரணம் அப்போது நிலவிய வடக்கு-தெற்கு பிரச்சனையே.

வடக்கிலிருந்தவர்களைத் தெற்கில் இருந்தவர்கள் மதிப்பதேயில்லை. வடக்கிலிருந்த பகுதி கலிலேய தேசமென்றும், தெற்கே யூதேய தேசமென்றும் அறியப்பட்டது. இயேசு பிறந்தது தெற்கிலிருந்த பெத்லகேம் என்ற சிற்றூர். இங்கிருந்துதான் மெசியா தோன்றுவார் என்பது இறை வாக்கு. அதன்படியே நிகழ்ந்து குழந்தைகள் படுகொலைக்கு

முன்பாக எகிப்து தேசத்துக்கு இயேசுவின் குடும்பம் தப்பிச் சென்றது. கொலைகாரன் ஏரோதின் மறைவுக்குப் பிறகு எகிப்திலிருந்து திரும்பி வந்த குடும்பம், யூதேய தேசத்தில் வாழாமல் கலிலேய தேசத்தில் வாழ்ந்தார்கள். யூதேய யூதர்கள், கலிலேய யூதர்களின் வழிபாட்டை வாழ்க்கை முறையை விரும்பாதவர்கள். அதற்கேற்றாற் போல கலிலேயாவில் எதுவும் ராணுவ ஒழுங்கில் நடக்காமல் தன்னியல்பில் நடந்தார்கள். கலிலேயாவையும் யூதாஸையும் பிரித்த நகரம் சமாரியா. சமாரியர்களை யூதேயர்களும் கலிலேயர்களும் மதிப்பதில்லை. அவர்கள் முறையற்றுப் பிறந்தவர்கள் என்று எண்ணினார்கள். இந்தப் பின்னணியில்தான் ‘கலிலேயரான’ நாசரேத்து இயேசுவை ‘யூதேய’ கெரியோத் யூதாஸ் காண விரும்பவில்லை. இயேசுவைப் பற்றிக் கேள்விப்படும் போதெல்லாம் நாசரேத்திலிருந்து நல்லது ஏதாவது வருமா என்று தனக்குள் பகடியாகச் சொல்லிக் கொள்வான்.

இயேசுவின் உடனிருந்தவர்கள் யாவரும் பலசாலிகள் அல்ல; அவர்களில் பலர் எளிய மீனவர்கள். அதுபோக ரோமையர்களுக்குக் கைக்கூலியாக இருந்த வரி வசூலிப்பவர்களும் விபச்சாரிகள் என்று அறியப்பட்டவர்களும் அவரைப் பின்பற்றிச் சென்றார்கள். கலிலேயர்களுக்கும் யூதேயர்களுக்கும் இருந்த இன்னொரு பெரிய வேறுபாடு, கலிலேயர்களைக் கிரேக்கர்கள் ஆண்டு வந்தார்கள். யூதேயா, ரோமையர்களின் கட்டுப்பாட்டில் இருந்தது. இவ்விரு கலாச்சாரங்களின் கலப்பால் யூதப் பண்பாடுகளும் கலாச்சாரங்களும் கலக்கமடைந்தன. இயேசு இது எதைப் பற்றியும் கொஞ்சமும் கவலைப்பட்டதாகத் தெரியவில்லை. ஒரு மெசியாவுக்கான எந்த அடையாளங்களும் இயேசுவிடம் இல்லை. அவரின் ஆடையின் ஓரத்தைத் தொட்டால் குணமடைவதாகப் பலர் சொன்னார்கள். தீராத பிணிகள் எல்லாம் அவர் தொட்டவுடன் தீர்ந்ததாகச் சொன்னார்கள். ஆனால், அவை எதுவும் யூதாஸை ஈர்க்கவில்லை.

அன்றைய தினம் யூதாஸ் வழிபாடு செய்ய எருசலேம்

தேவாலயத்துக்கு வந்திருந்தான். திடீரென மக்களின் சலசலப்பைக் கேட்டு ஆலயத்தில் இருந்தவர்களும் வெளியில் ஓடிவந்து பார்க்க வந்தார்கள். இயேசு சிரித்த முகத்துடன் கூட்டத்தினரின் கரங்களைத் தொட்டுக்கொண்டு ஆலயத்துக்கு வெளியில் சற்று உயர்ந்த இடத்தில் நின்று அவர்களை நோக்கி ஏதோ பேசிக்கொண்டிருந்தார். என்ன சொன்னார் என்பதை யூதாஸ் கவனிக்கவில்லை. ஆனால் அப்போதுதான் முதல் முறை இயேசுவை இவ்வளவு அருகில் பார்க்கிறான். அவரின் கணீர் குரலைக் கேட்டதும் கூட்டம் முழுவதும் அமைதியானது. அவரின் கர அசைவிலும் புருவத்தைத் தூக்கிப் பேசிய விதத்திலும் அனைவரும் ஈர்க்கப்பட்டுச் செவிமடுத்தார்கள். கூட்டத்தை விலக்கி வந்த பரிசேயர்கள் சிலர் அவரிடம் ஏதோ சொல்ல சற்று குனிந்து வலக்கையை வலது காது மடலின் பின்னால் தடுப்பைப் போலக் குவித்து அவர்கள் சொல்வதைக் கேட்டார்கள்.

“ஏன் இவ்வளவு கூட்டத்தைக் கூட்டியிருக்கிறீர்கள்? இது உங்களுக்குத்தான் ஆபத்தாக முடியும். தயவு செய்து இங்கிருந்து போய்விடுங்கள். மன்னர் உங்களைக் கொலை செய்யத் தேடிக் கொண்டிருக்கிறார். ஏற்கனவே அவர் யோவானின் தலையை வெட்டிக் கொன்றுவிட்டார். அது தெரிந்தும் எப்படி உங்களால் எருசலேமுக்கு வர முடிந்தது?”

ஜனத்திரளும் சீடர்களும் அப்படியே ஸ்தம்பித்து நின்றார்கள். இயேசு இந்தச் சூழ்நிலைக்கு எப்படி வினையாற்றுவார் என்பதைப் பார்க்க ஆர்வமானான். இயேசுவும் சில நொடிகள் மௌனமாக நின்றார். பரிசேயர்கள் சொன்ன யோவான் மக்கள் மத்தியில் பெரிய இறைவாக்கினர் என்று அறியப்பட்டவர். மன்னன் ஏரோது தன் சகோதரன் மனைவியைத் தன்னுடையவளாக்கி வைத்திருந்தான். யோவான் இதை வன்மையாகக் கண்டித்தார். எனவே யோவானைச் சிறைபிடித்து மட்டும் வைத்திருந்தான். காரணம் தான் செய்வது தவறென்று அவனுக்கு நன்றாகவே தெரிந்திருந்தது. தன் பிறந்த நாளில் விருந்தினர்கள் முன் நடனமாடிய தன் சகோதரனின் மகளின்

விருப்பத்தை நிறைவேற்றுவதாக வாக்களித்தான். அந்தச் சிறுமி தன் தாயின் விருப்பப்படி யோவானின் தலையை ஒரு தட்டில் வைத்துத் தரக் கேட்டாள். விருந்தினர்கள் முன் வாக்கைக் காப்பாற்ற நினைத்த ஏரோது, யோவானின் தலையைக் கொண்டுவரப் பணித்தான். இப்படித்தான் திருமுழுக்கு கொடுத்து வந்த யோவான் கொல்லப்பட்டார். அவருக்கு அடுத்து மக்களைப் பெரிதும் கவர்ந்த இறைவாக்கினராக இயேசு இருந்ததால், மன்னன் ஏரோது இவரையும் பார்க்க ரகசியமாக விரும்பினான். ஆனால் இயேசுவும் சிறைபிடிக்கப்பட்டால்? இயேசுவையும் கொன்றுவிட்டால்? எனவே தான் இயேசுவை மிரட்டும் பொருட்டு பரிசேயர்கள் மன்னரின் பெயரைப் பயன்படுத்தினார்கள். சில வினாடி மௌனம் கலைத்த இயேசு உரத்த குரலில் பரிசேயர்களிடம் பேசினார்.

“இன்னும் இரண்டு நாளைக்கு இங்கே எருசலேமில்தான் இருப்பேனென்று அந்த நரியிடம் போய்ச் சொல்லுங்கள். இங்கேயிருந்து மக்களை நான் குணப்படுத்துவேன். அதற்குப் பிறகு மற்ற ஊர்களுக்குச் செல்லுவேன்.”

ஏரோதை நரி என்று இயேசு குறிப்பிட்டதைக் கேட்டு கூட்டத்தில் பலர் ஆர்ப்பரித்தார்கள். பரிசேயர்கள் ஆச்சரியத்துடன் திரும்பிச் சென்றார்கள். இதைக் கேட்ட யூதாஸுக்கு இயேசுவின் மீது பெரிய நம்பிக்கை வந்தது. யூதாஸ் தன் மனதுக்குள்ளாக ஏசாயாவின் இறைவாக்கை நினைவு கூர்ந்தான்.

“பார்வையற்றவர்கள் பார்வை பெறுகின்றனர். நடக்க இயலாதவர்கள் நடக்கின்றனர். சிறைபட்டோர் விடுதலையடைகின்றனர். ஆண்டவர் தரும் அருள் தரும் ஆண்டை முழக்கமிட்டு அறிவிக்க அவர் என்னை அனுப்பினார்.”

இயேசுதான் மெசியா என்பதை அந்த நிமிடத்திலிருந்து முழுமையாக நம்பினான். எருசலேமுக்கு வந்தவன் அதன் பின் வீட்டுக்குச் செல்லவில்லை. இயேசுவைச் சந்தித்த நாளிலிருந்து அவர் பின்னால் இரண்டு நாள்கள் எதுவும் சொல்லாமல் நடந்துகொண்டிருந்தான். அவர் செய்யும்

அற்புதங்களும் அவர் பேசிய வார்த்தைகளும் யூதாஸுக்கு வேறொரு தளத்தில் தெளிவாகப் புரிந்தது. ரோமையர்களை ஒழித்து சீக்கிரம் ஆண்டவரின் ஆட்சியை இவர் வழங்குவார் என்பதை உண்மையாக நம்பினான்.

எருசலேமிலிருந்து நடந்து இரண்டு நாள் பயணத்தில் இயேசு மீண்டும் கலிலேயா வந்திருந்தார். திபேரியக் கடல் என்றழைக்கப்பட்ட பெரிய ஏரியின் அருகில் இயேசு வந்து கொண்டிருந்தபோது திடீரென நின்று திரும்பிப் பார்த்தார். சீடர்களும் மக்களும் கூட்டமாக இருந்ததால் தன் பாதங்களை ஊன்றி எக்கி பின்னால் நின்றிருந்த யூதாஸைப் பார்த்தார். யூதாஸுக்கு உடலில் ஒரு சிலிர்ப்பு. பின் யூதாஸின் பக்கம் கையை நீட்டி முன்வரச் சொன்னார். பயத்துடன் அவனும் முன்சென்றான்.

"நீ என்னை இரண்டு நாளாகப் பின்தொடர்ந்து வருகிறாய். என்னுடனே வந்துவிட உனக்கு விருப்பமா?"

"ரபி, உங்களுக்கு விருப்பமானால் நான் வருகிறேன்."

இயேசுவின் முகம் சிரித்து மலர்கிறது. அவ்வளவு வசீகரப் புன்னகையை யூதாஸ் இதுவரையில் பார்த்ததில்லை.

"என்னுடன் வரவேண்டுமென்றால் உன் குடும்பம் உடைமை எல்லாவற்றையும் விட்டுவிட்டல்லவா வரவேண்டும்?"

யூதாஸ் அங்கிருந்தவர்களைச் சுற்றிப் பார்க்கிறான்.

"இவர்களுக்கு நீங்கள் சொல்லும் குடும்பம் உடைமைகள் இல்லையா என்ன? இவர்கள் வரவில்லையா? வழிபாட்டுக்காக இரண்டு மாற்று உடைகளுடன் வந்தேன். நீங்கள் அனுமதித்தால் இதை மட்டும் வைத்துக் கொள்ள அனுமதியுங்கள். இஸ்ரயேலின் விடுதலைக்காக நான் என் உயிரையும் விடத் தயாராக இருக்கிறேன்."

இயேசு மௌனமாகச் சிரித்துக் கொண்டிருக்கிறார். பின் யூதாஸை நோக்கி, "என் கோப்பையில் நிரம்பியிருக்கும் திராட்சை

ரசத்தின் கடைசித் துளி நீ. உன்னால்தான் என் கோப்பை முழுமையடைகிறது.” பின் கையை யூதாஸிடம் நீட்டுகிறார். யூதாஸ் அதை இறுகப் பிடித்தபோது வெதுவெதுப்பாக இருந்தது. பின் மற்றவர்கள் பக்கம் திரும்பி அறிமுகப்படுத்தும் தொனியில், “கெரியோத் நகரைச் சார்ந்த சீமோனின் மகனான யூதாஸ்!” எல்லோரும் ஆர்ப்பரிக்கிறார்கள். “நீ என் நம்பிக்கைக்குரிய நண்பன். நம்முடைய உலக காரியங்களை இனி நீதான் நிர்வகிக்க வேண்டும்.” இயேசு சொல்லிக்கொண்டிருக்கும் போது வயதில் பெரியவராய் இருந்த ஒரு சீடர் பண முடிப்பை யூதாஸிடம் கொடுக்கிறார். கொடுக்கும்போதே தம்மை பேதுரு என்று அறிமுகப்படுத்திக்கொள்கிறார். பின் ஏனைய சீடர்களும் தங்களை அறிமுகப்படுத்திக்கொள்கிறார்கள்.

பேதுரு மட்டும் இயேசுவை அணுகி, “ரபி, நாம் அனைவரும் கலிலேயர்களாய் இருக்க யூதேயனான யூதாஸைத் தேர்ந்து கொண்டது ஏன்?” என்று வினவினார். பதிலேதும் சொல்லாமல் இயேசு மௌனப் புன்னகையைப் பேதுருவுக்குக் கொடுத்தார். திபேரியக் கடலின் குளிர்ந்த காற்று அவர்கள் முகத்தில் படிந்திருந்த வியர்வையைத் துடைத்துக்கொண்டிருந்தது. நீர்வாத்துகள் சில சப்தமிட்டுப் பறந்து விரிந்து கிடந்த தண்ணீரில் தொப்பென்று குதித்து நீந்திக்கொண்டிருந்தன.

★★★

யூதாஸ் இன்னும் இயேசுவைப் பார்த்துக்கொண்டிருந்தான். சீடர்கள் யாரும் இன்னும் எழுந்துகொள்ளவில்லை. பதினொரு சீடர்களில் இளையவனாய் இருந்த யோவான் வாயைச் சற்றுத் திறந்து தலையைப் பக்கவாட்டில் சாய்த்து தூங்கியதில் எச்சில் வடிந்துகொண்டிருந்தது. பேதுரு மென்மையாக யாருக்கும் தொந்தரவு தராத குறட்டையுடன் தூங்கிக் கொண்டிருந்தார். முதல் நாள் ஒலிவ மலையில் ஏறி இறங்கிய களைப்பு. சீடர்களைப் பார்த்துவிட்டு, தன் மேலங்கியிலிருந்த தூசைத் தட்டிவிட்டுக் கொண்டிருந்தான்.

ஆலயத்தின் வளாகத்தில் ஏதோ சர்ச்சை ஏற்பட்டிருக்க

வேண்டும். கரகரத்த குரலில் சில ஆண்கள் வசைமொழியைப் பிரயோகித்துக்கொண்டிருந்தார்கள். யூதாஸ் அந்தப் பக்கம் திரும்பிப் பார்த்துவிட்டு இயேசுவைப் பார்த்தான். எந்தச் சத்தமும் கேட்டிராதவரைப் போல தரையைக் கிளறிக்கொண்டு அமர்ந்திருந்தார். இப்போது ஒரு கூட்டம் ஒரு பெண்ணின் தலைமுடியைப் பிடித்திழுத்துக்கொண்டு ஆலயத்தை நோக்கி வருகிறது. அவர்களின் கூச்சலில் பதறி எழுந்த பேதுரு மற்றவர்களையும் எழுப்புகிறார். சோம்பல் முறிக்க நேரமின்றிக் கூட்டம் இயேசுவை நெருங்க விடாமல் வேகமாக இயேசுவிடம் சென்று நிற்கிறார்கள். கூட்டத்தில் பெண்ணின் தலைமுடியைப் பிடித்திருந்த பெரியவர் ஒருவர் அவளை இயேசுவின் முன் தள்ளிவிடுகிறார். இயேசு அவ்வளவு பெரிய கூட்டத்தைக் கண்டுகொள்ளாமல் இன்னும் தரையை நோக்கியிருக்கிறார்.

“இவள் விபச்சாரத்தில் ஈடுபட்டபோது கையும் களவுமாக அகப்பட்டவள். நம் சட்டப்படி இவளைக் கல்லால் அடித்துக் கொல்ல வேண்டும். நீ என்ன சொல்கிறாய்?”

எரிச்சலுடன் கேட்ட பெரியவருக்கு இயேசு எந்தவொரு பதிலும் சொல்லவில்லை. கூட்டத்தினருக்குப் பெரிய ஆச்சரியம். இப்போது மேலும் இருவர் அதே குற்றச்சாட்டைச் சொல்கிறார்கள். இப்போதும் அவரெந்த பதிலும் சொல்லவில்லை. இப்போது யூதாஸ், இயேசுவைத் தொட்டு அவர் நிமிர்ந்ததும் நிலைமையை விளக்கிச் சொல்கிறார். எதுவும் சொல்லாமல் இயேசு மீண்டும் தரையில் ஏதோ எழுதத் தொடங்கினார். யூதாஸ் அவர் எழுதியதை வாசிக்கத் தலையைச் சாய்த்து நிற்கிறான். எபிரேயத்தில் ‘உங்களில் பாவம் செய்யாதவன் இவள் மீது முதல் கல்லை எறியட்டும்’ என்று எழுதியிருந்தார். யூதாஸுக்கு ஆச்சரியம் தாங்கவில்லை. ஒருவேளை இயேசு கல்லால் அடிக்கலாம் என்று சொல்லியிருந்தால் இதுவரை அவர் பேசியதனைத்தும் வெற்றுப் பிதற்றல்கள் என்று பரப்பப்பட்டிருக்கும். அவர் நாடு கடத்தப்பட்டிருக்கவும் வாய்ப்பிருக்கிறது. கல்லால் அடிக்க வேண்டாம் என்று சொன்னால் மீண்டும் மதத்துக்கு எதிரானவர்

என்று முத்திரையிடப்பட்டுக் கொல்லப்படலாம். ஆனால், இயேசு எழுதிய அவ்வொற்றை வாக்கியத்தில் எல்லாம் அடங்கிவிட்டதே. இன்னும் அவ்வெழுத்துகளை நோக்கியிருந்த யூதாஸின் அங்கியைப் பிடித்திழுத்து, “இதை அவர்களிடம் சொல்லி அவர்களை அனுப்பி வை” என்று மட்டும் சொல்லி எதையும் கவனிக்காமல் மீண்டும் சிந்தனை வயப்படத் தொடங்கினார். யூதாஸ் கூட்டத்தினரைப் பார்த்து, சற்றே கடுமையான தொனியில் இயேசு எழுதியதைச் சொன்னான்.

“உங்களில் பாவம் செய்யாதவன் இவள் மேல் முதல் கல்லை எறியட்டும்.”

சொன்னதோடு நில்லாமல் கீழிருந்து கல்லை எடுத்து அங்கிருந்த முதியவர்களிடம் நீட்டினான். அவர்கள் அதை வாங்க மறுத்துவிட்டனர்.

கூட்டம் கலைந்தவுடன் அந்தப் பெண் இயேசுவுடன் தனிமையில் குமுறியழுது பேசிக்கொண்டிருந்ததைப் பார்த்தான். நீதியின் பக்கம் நிற்கும்போது இரக்கம் இல்லாமல் போய்விடுகிறது. இரக்கம் கொண்டு எதையும் அணுகினால் நீதி வளைக்கப்பட்டு விடுகிறது. இயேசுதான் உண்மையான மெசியாவா என்ற சந்தேகம் மீண்டும் யூதாஸுக்குள் வந்தது. மெசியாதானே முதல் கல்லை இந்த விபச்சாரியின் மீது வீசியிருக்க வேண்டும்? இவளோ அழுதுகொண்டிருக்கிறாள். அவர் கண்களைத் துடைத்துவிட்டுக்கொண்டிருக்கிறார். குழப்பத்துடன் மற்ற சீடர்களுடன் சேர்ந்து அந்த நாளுக்கான உணவுத் தேவையைக் குறித்துப் பேசிக்கொண்டிருந்தான்.

3

கென்மோர் ரயில் நிலையத்தின் மிதமான வெதுவெதுப்பில் கியாராவுக்குத் தூக்கம் வெகு இயல்பாக வந்தது. நிலையத்தின் கடைசி இருக்கையின் அடியில் உடைமைகளை வைத்து அதன்மீது சாய்ந்தபடி தூங்கிக்கொண்டிருந்தாள். ரயில்கள் பத்து நிமிடத்துக்கு ஒருமுறை வந்து சென்று கொண்டிருந்தது. அதற்கான அறிவிப்புகள் ஆங்கிலத்திலும் எஸ்பஞோலிலும் மாறி மாறி வந்தவண்ணம் இருந்தன. இன்னும் ஒருமணி நேரத்தில் எல்லாம் ஓய்ந்து நிசப்தமாகிவிடும். மீண்டும் அதிகாலையில் எல்லாம் பரபரப்பாக நான்கு மணி நேரம் பாக்கியிருந்தது.

ஒரு வெள்ளை இளைஞன் நிலையத்துக்குள் வந்தான். பொதுவாக இவனுடைய தோற்றத்திலிருக்கும் யாரும் பொது ரயிலைப் பயன்படுத்துவதில்லை. இரண்டு சாத்தியங்களால் அவன் அங்கு வந்திருக்க வேண்டும்: அவனுடைய விலையுயர்ந்த கார் வழியில் எங்காவது பழுதாகியிருக்க வேண்டும். அல்லது அன்றைய இரவில் நண்பர்களுடன் பெரும் விருந்து இருந்திருக்கும். விருந்தில் மது அருந்தினால் கார் ஓட்டாமல் இப்படி ரயிலில் ஏறுவது பொதுவான வழக்கம். ரயில் வர இன்னும் எட்டு நிமிடங்கள் இருந்தன. அங்குமிங்கும் நடந்தவன் நிலையத்தின் அழுக்கான இடங்களை முகச்சுளிப்புடன் பார்த்தான். நிலையத்தின் கடைசியில் அமைதியாக உறங்கிக்கொண்டிருந்த

கியாராவிடம் பூனை நடையிட்டு வந்தான். அழுக்குத் துணிகள் சூழ்ந்திருந்தாலும் அவள் முகம் இன்னும் பொலிவாய் இருந்தது. அவளைத் தொட்டுப் பார்க்க ஆசை வந்தது அவனுக்கு. ஆனால் தொட்டு, தான் அழுக்காகிவிட்டால்? எனவே சாய்ந்து உறங்கிய அவள் பின்புறம் தன் ஷுவால் மெல்லமாகத் தடவினான். கியாரா தூக்கக் கலக்கத்தில் புட்டத்தை இன்னும் கொஞ்சம் உயர்த்த இவனும் ஷுவால் இன்னும் உள்நுழைத்துத் தடவினான்.

வெடுக்கென விழித்த கியாரா தன்னருகில் ஒருவன் இருப்பதை அறிந்து செய்வதறியாது திகைத்தாள். அவனும் அவளுக்கோர் அசட்டுச் சிரிப்பைத் தர, கோபம் தலைக்கேறி அவனைப் பார்த்து மகா பாதகமான ஒரு வசைமொழியை வீசியெறிந்தாள். அது அங்கிருந்த சிலருக்குத் தெளிவாகக் கேட்டிருக்கும். செய்வதறியாது வேகமாகத் திரும்பி வந்த இளைஞன், வந்த ரயிலில் ஏறினான். அவனை எல்லோரும் வேறு மாதிரியாகப் பார்த்துக்கொண்டே வருவதாக அவனுக்குத் தோன்றியது. ரயில் கென்மோரை விட்டுக் கிளம்பிய போது ப்ளாட்ஃபார்மிலிருந்த கியாராவைப் பார்த்தான். அவள் தன் இருக்கையில் இருந்ததைப் பார்த்து தனது நடுவிரலை உயர்த்திக் காட்டிக் கொண்டிருந்தாள். அதைக் கவனித்த இரண்டு பயணிகள் களுக்கென்று சிரித்துவிட்டார்கள். ரயில் கென்மோரைத் தாண்டியதும் அவன் தன் அலைபேசியிலிருந்து 911 ஐ அழைத்தான். கொஞ்ச நேரத்தில் கென்மோர் நிலையம் வந்த இரண்டு போலீஸ்காரர்கள் கியாராவை ரயில் நிலையத்திலிருந்து விரட்டினார்கள்.

குளிர்காலம் தொடங்கும் முன்னரே குளிரின் தாக்கம் அதிகரித்துக்கொண்டிருந்தது. இடையிடையே மழை தூறி காலநிலையை மோசமடையச் செய்துகொண்டிருந்தது. நியூ இங்கிலாந்தின் பருவநிலை எப்போதும் இப்படித்தான். மனிதர்களின் மனநிலையைப் போல் காலநிலைகளும் அவ்வப்போது மாறிக்கொண்டே இருக்கும். கென்மோரின் அத்தனை பரபரப்புகளும் அடங்கி இருளோடு மௌனமும்

கவிந்திருந்தது. கியாராவுக்குக் குளிர் நடுங்கியது. பையிலிருந்து குளிர் சட்டையை எடுத்து மாட்டிக்கொண்டாள். அந்தக் குளிருக்குக் கொஞ்சம் பிராந்தியோ விஸ்கியோ அருந்தினால் நன்றாக இருக்கும் என்று எப்போதோ வாங்கி வைத்த மது புட்டியைத் தன் துணிக் குவியலில் தேடிக் கொண்டிருந்தாள். மால்பரோ சிகரெட் கிடைத்ததேயன்றி மது புட்டி கிடைக்கவில்லை. தேடித் தேடி பையின் அடியாழம் வரை சென்றதில் கையில் ஏதோ தட்டுப்பட சிரமப்பட்டு உருவி எடுக்கிறாள். தேடிய மது பாட்டில் கிடைத்ததில் பெரும் திருப்தி. ஆனால், அதில் சில துளிகள் மட்டுமே மது இருந்தது. பிராந்தியா விஸ்கியா என்று தெரியவில்லை. பாட்டிலைத் திறந்து முகர்ந்துப் பார்க்கிறாள். பிராந்தி என்பதை உறுதிப்படுத்திக் கொண்டு அத்துளிகளைக் குடித்து முடித்து பாட்டிலை விட்டெறிகிறாள். சிகரெட்டை வாயில் வைத்து லைட்டரை இயக்க தீப்பொறிகள் கிளம்பியதே அன்றி சிகரெட்டைப் பற்ற வைக்க முடியவில்லை. எரிச்சலில் 'ஃபக்' என்று சத்தமாகக் கத்தினாள். அது போதாதென்று இன்னும் சத்தமாக 'ஃபக்' என்றாள். அவளுக்கு மிகச் சமீபத்தில் தன் லைட்டரை இயக்கி அவளுக்கான நெருப்பை வழங்கினான். ஆச்சரியத்துடன் சிகரெட்டைப் பற்ற வைத்துக்கொண்டு அவனை அடையாளம் கண்டுகொண்டாள். அவன் பாலத்துக்கடியில் வாழும் இளைஞன்தான். நன்றி சொல்லி ஆழமாகப் புகையை உள்ளிழுத்து சிகரெட்டைப் புகைத்து முடித்தாள். சிகரெட் முடியும் வரை இருவரும் பேசிக் கொள்ளவில்லை. கியாராதான் உரையாடலை ஆரம்பித்தாள்.

"இந்த நேரத்தில் இங்கு என்ன செய்துகொண்டிருக்கிறாய்?"

"இரவுணவு வாங்கிக்கொண்டு நண்பன் ஒருவன் கொடுத்த பாட்டில்களை வாங்கிக் கொண்டு வருகிறேன்."

செவன்-லெவனில் வாங்கிய சில சான்விச்களும் பர்கர்களும் காகிதங்களில் மடிக்கப்பட்டிருப்பதையும் ஒரு பெரிய பாட்டில் மேக்கர்ஸ் மார்க் விஸ்கியையும் பார்த்தாள். மேக்கர்ஸ் மார்க்கின் மூடியில் இருந்த சிவந்த அரக்கு முத்திரை இன்னும்

உடைக்கப்பட்டிருக்கவில்லை. கூடவே கங்காரு படமிட்ட பெரிய பாட்டில் ஒயினும் இருந்ததை கியாரா கவனிக்கத் தவறவில்லை. அறிமுகமில்லாத ஒருவனிடம் எப்படி ஒரு பாட்டிலைக் கேட்பது? கியாராவுக்குத் தயக்கமாக இருந்தது. வேறொருவனாக இருந்தால் கியாரா கண்ணுக்குக் கீழ் பலமாக ஒரு குத்துவிட்டு எல்லாவற்றையும் கவர்ந்துவிட்டு ஓடியிருப்பாள். ஆனால் இவன் பார்க்க மிகவும் நல்லவனாக இருந்தான். அவன் பார்வையில் ஒரு மருட்சியிருந்தாலும் அவன் நல்லவன் என்பது அப்பட்டமாகத் தெரிந்தது. இன்னொரு காரணம் இவனும் இவளைப் போல் ஒரு வீடற்றவன். எப்படியாவது குடிக்க வேண்டும் என்றிருந்த கியாரா செயற்கைப் புன்னகையுடன் தன்னை அறிமுகப்படுத்திக்கொண்டாள்.

“என் பெயர் ஜூட். ஜூட் கீசு.”

அவனை இத்தாலியிலிருந்து வந்தவன் என்று கியாரா நினைத்துக்கொண்டாள். அவள் நினைத்ததற்குக் காரணம் அவன் நல்ல உயரமாகவும் அடர்த்தியான கரும்பழுப்பு நிறக் கேசத்தையும் கொண்டிருந்தான். பார்ப்பதற்குக் கொஞ்சம் ஒடுங்கிய தேகமென்றாலும் ஆரோக்கியமாக இருந்தான். கிழிந்த ஒரு பழைய கோட்டை குளிர் சட்டையாக அணிந்திருந்தான். முதலில் சந்தித்தபோதிருந்த கண்களின் மருட்சி இன்னமும் இருந்தது.

“கியாரா, நீ எங்கே தங்கியிருக்கிறாய்? ஏன் இந்நேரத்தில் இங்கே இப்படித் தனியாக நின்றுகொண்டிருக்கிறாய்?”

கென்மோர் ரயில் நிலையத்தில் தங்கச் சென்ற தனக்கு நடந்ததைச் சொல்லி முடித்தாள். அவர்கள் அமர்ந்திருந்த இருக்கைக்கு அருகிலிருந்த புதருக்கு அருகில் முயலொன்று தாவிக் குதித்து மறைந்தது.

“உனக்கு எப்படியாவது நான் உதவ முடிந்தால் சந்தோஷமடைவேன். தவறாக எடுத்துக் கொள்ளாதே. உன் இடத்தில் யாராக இருந்தாலும் இப்படித்தான் கேட்டிருப்பேன்.”

கியாராவின் வயிறு கர்கர்ரெனச் சத்தமிட்டது ஜூடுக்குக் கேட்டது. தன் பையிலிருந்து ஹேம் அன் சீஸ் சான்விச்சை எடுத்து அவளிடம் நீட்டினான். பாதி சான்விச் சாப்பிட்டுக் கொண்டிருக்கும்போதே நல்ல குளிர் என்று சொல்லி மதுவை எதிர்பார்த்த அவளுக்கு, தன் பையிலிருந்து எடுத்த பேப்பர் கப்பில் மேக்கர்ஸ் மார்க் போர்பனை பாதி நிறைத்துக் கொடுத்தான். ஒரே மடக்கில் அவ்வளவு போர்பனையும் உறிஞ்சிவிட்டு அவனிடம் கப்பைக் கொடுத்தாள். அதிர்ச்சி எதையும் காட்டாமல் மீண்டும் கப்பை நிறைத்து தனக்கும் கொஞ்சம் ஊற்றிக்கொண்டு அமர்ந்தான்.

"நான் சொல்கிறேன் என்று வருத்தப்படாதே, உனக்கு ஏதேனும் தங்குமிடமும் வேலையும் ஏற்பாடு செய்து தரவா? உன்னைப் போன்ற இளம் பெண்கள் தெருவோரத்தில் தங்குவதில் இருக்கும் சிரமம் எனக்குத் தெரியும்."

"மிஸ்டர் கீசு! உங்கள் அக்கறைக்கு நன்றி. இது என்னுடைய விருப்பம். உங்களிடம் சிரமமாக இருப்பதாகச் சொன்னேனா? போர்பன் கொடுத்ததற்காக உரிமை எடுத்துக் கொள்ளாதீர்கள்!"

கியாரா சொன்னது ஜூடுக்குப் புரிந்தாலும் போர்பனின் போதையில் அவளுக்கு நா குழறியது. ஜூட் எதுவும் சொல்லாமல் தன் போர்பனை கொஞ்சம் கொஞ்சமாகக் குடித்துக்கொண்டிருந்தான். அடுத்த சுற்று போர்பனுக்காகக் கியாரா தன் கப்பை நீட்டுகையில் முதல் சுற்று போர்பனைக் குடித்து முடித்து இருவரின் கப்பையும் நிறைத்தான் ஜூட். கியாரா போதையின் உச்சியில் இருந்தாள். மூன்றாவது சுற்றை ஒரே மடக்கில் குடித்து முடித்தவள் எழுந்து நின்று சத்தமாகக் கத்தத் துவங்கினாள்.

"Eat Drink Fuck, Eat Drink Fuck, Eat Drink Fuck..."

பின் சிகரெட்டைப் பற்ற வைத்துக் கொண்டு இன்னும் சத்தமாகக் கத்திக்கொண்டு ஆடத் துவங்கினாள்.

"Smoke Smoke Fuck, Smoke Smoke Fuck, Smoke Smoke Fuck... Eat

Drink Fuck, Eat Drink Fuck...”

அதே போதையில் ஜூடின் அருகிலமர்ந்து பேச ஆரம்பித்தாள். அழுக்குத் துணி வியர்வை நெடியுடன் போர்பனின் மணமும் சேர்ந்து ஜூடைக் கொஞ்சம் சங்கடப்படுத்தியிருக்கும். ஆனால் அவன் நிலையும் அப்படித்தான் இருந்தது என்பதால் முகம் சுளிக்காமல் பேசினான். கியாராவுக்குக் கண்கள் தானாக மேல் நோக்கிச் செருகியது. அதனோடு அவள் பேசுகையில் வாயும் ஒரு பக்கமாக இழுத்து வார்த்தைகள் தடுமாறி வந்தன. ஆனால் ஜூட் சரியாகப் புரிந்துகொண்டு பதிலளித்தான்.

“மிஸ்டர் கீ...சு... எனக்கு உதவுவதாகச் சொன்னீர்கள்? நீங்கள் என்ன பெரிய தொழிலதிபரா? நீங்களும் பாலத்துக்கடியில் சாக்கடையோரத்தில் அல்லவா இருக்கிறீர்கள்?”

“ஆம்! இரண்டு வருடமாக அங்குதான் தங்கியிருக்கிறேன். இந்த வருடம் எப்படியும் வேலை கிடைத்துவிடும். வேலை கிடைத்துவிட்டால் வீடு கிடைத்துவிடும்.”

“அதைத்தான் நான் கேட்கிறேன். உங்களால் உதவ முடியாத நிலையில் எப்படி எனக்கு உதவுவீர்கள்?”

“என் நண்பர்கள் வழியாக உதவுவேன். அவர்கள்தான் எனக்கு இந்த உணவையும் மது பாட்டிலையும் கொடுத்தார்கள். ஹார்ட்வர்ட் சதுக்கத்துக்கு அருகில் நாங்கள் மாதத்துக்கு இருமுறை கூடுவோம். ஒருவருக்கொருவர் எங்கள் மத நம்பிக்கைகளைப் பகிர்ந்துகொள்வோம். நாங்கள் எல்லோரும் வெவ்வேறு மத நம்பிக்கைகளைச் சார்ந்தவர்கள். அந்நிய நிலத்தில் எங்கள் விசுவாசத்தைக் காத்துக்கொள்வதில் உள்ள சவால்களைப் பகிர்ந்துகொண்டு திரும்புவோம். என் நண்பர்களில் சிலர் யூதர்கள்; சிலர் இஸ்லாமியர்கள்; இரண்டு இந்து நண்பர்கள்; ஒரேயொரு கத்தோலிக்க கிறிஸ்துவன். அவன் தான் எனக்கு இந்த உணவுகளையும் மதுவையும் கொடுத்தது.”

கியாராவின் முகம் கொஞ்சம் வாடியிருந்தது. போதையின் தடுமாற்றத்தை மீறி அவள் கண்களில் ஓர் எரிச்சல் தகித்தது.

மதங்களைப் பற்றி அறியாத மனிதர்களிடம் பேசுவது எப்போதும் நல்ல அனுபவங்களைத் தந்துவிடாது. அதற்காக மதங்களைப் பற்றிப் பேசக் கூடாது என்பதில்லை. இது சுதந்திர நாடு. எவரும் எதைப் பற்றி வேண்டுமானாலும் பேசலாம். ஆனால், அது மற்றவர்களின் சுதந்திரத்துக்கு இடையூறாக இருக்கக் கூடாது. மதங்களின் பொதுவான அம்சம் தன்னுடைய நம்பிக்கைகளை மட்டுமே சரி என்று கருதுவதுதான். எனவே மதம் சார்ந்த உரையாடல்களில் இங்கே கவனமாக இருக்க வேண்டும். ஜூட் தனக்குத் தெரியாமல் கியாராவின் அந்தரங்கம் ஒன்றை மேற்கண்ட உரையாடலில் நெருடிவிட்டான். அவள் கண்கள் இப்போது இன்னும் கொஞ்சம் சிவந்திருந்தன.

“நீ எந்த மதத்தைச் சார்ந்தவன்?”

கியாராவின் கேள்வி மிகத் தெளிவாக இருந்தது. ஜூடின் பதிலுக்கு எதிர்பார்க்காமல் ஒரு சிகரெட்டைப் பற்ற வைத்து நுரையீரல் மட்டுமல்லாது முழு உடலும் புகையால் நிரம்பும் அளவுக்கு புகையை உள்ளிழுத்தாள்.

“நான் கிறிஸ்துவன்.”

அவனது பதிலும் அவள் வாயிலிருந்து புகையும் ஒன்றாக வெளி வந்தது. அவனது பதிலின் முடிவில் தன் வாய்க்குள் இரண்டு விரலை நுழைத்து வாந்தியெடுக்க ஆரம்பித்தாள் கியாரா. மதுவால் தளும்பிக்கொண்டிருந்த அவளுக்கு வாந்தியெடுப்பதில் சிரமமாக இல்லை. ஜீரணமாகாத ஏதேதோ வாந்தியாக வந்து விழுந்தது. பெரும் துர்நாற்றம் அச்சூழலை கலக்கமுறச் செய்தது. ஜூடுக்கு எதுவும் புரியவில்லை. வயிற்றிலிருந்த யாவும் காலியான பின்னும் அவள் திணறிக் கொண்டிருந்தாள். வயிற்றைப் பிடித்துக்கொண்டு துடிதுடித்து அழுதாள்.

“கியாரா என்ன ஆனது? நான் உதவட்டுமா?” கேட்டுக்கொண்டு நெருங்கிய ஜூடை, பெண் சிங்கத்தைப் போல சடாரெனத் தாக்கினாள் கியாரா. அவன் முகத்தில் மூன்று நகக் கீறல்கள் எரிச்சலைத் தந்தன. மீண்டும் கியாராவை நெருங்க முனைந்த

போது சத்தமாகக் கத்த ஆரம்பித்தாள்.

“பன்றிக்குப் பிறந்தவனே, கிட்ட வராதே. கிறிஸ்தவ நாயே. உன் உடலில் புழு பிடிக்கட்டும். ச்சீ, நீ கொடுத்த மதுவை வெளியில் கக்கியிருக்கிறேன். எடுத்துச் சாப்பிடு. எதுவும் என்னுள்ளே தங்கியிருந்தால் நாளை என் மலத்தில் வரும் அதையும் உனக்குத் தருகிறேன். சாப்பிடு.”

போதையும் தலைச் சுற்றலும் ஒன்றுசேர்ந்து அவளைப் பைத்தியமாக்கியது. நெருங்கி வர முனைந்த ஜூடைத் தொடர்ந்து தாக்கினாள். இயலாத நிலையில் மயக்கமுற்றுக் கீழே சாய்ந்தபோது, அவளை மெல்லத் தூக்கிக்கொண்டு பாலத்தை நோக்கி நடந்தான். ஏசாயா இறைவாக்கினரின் பாடலை அவ்விரவின் நிசப்தத்தைக் கலைக்காமல் மெல்லப் பாடிக்கொண்டே கியாராவைத் தன் படுக்கையில் படுக்க வைத்தான்.

I, the Lord of sea and sky
I have heard my people cry
All who dwell in dark and sin
My hand will save
I who made the stars of night
I will make their darkness bright
Who will bear my light to them?
Whom shall I send?
Here I am, Lord
Is it I, Lord?
I have heard You calling in the night
I will go, Lord
If You lead me
I will hold Your people in my heart
I, the Lord of wind and flame
I will tend the poor and lame
I will set a feast for them

My hand will save
Finest bread I will provide
'Til their hearts be satisfied
I will give my life to them
Whom shall I send?
Here I am, Lord
Is it I, Lord?
I have heard You calling in the night
I will go, Lord
If You lead me
I will hold Your people in my heart
I will hold Your people in my heart.

4

யூதேயப் பகுதிகளின் ரோமை ஆளுநராகப் பிலாத்து ஆட்சியதிகாரம் எடுத்த சில நாள்களில், எருசலேமுக்கு அருகில் நடந்த கலவரத்தில் ரோமை வீரர்கள் சிலர் யூதக் கிளர்ச்சியாளர்களால் கொல்லப்பட்டனர். இந்தக் கலகத்தைத் தலைமையேற்று நடத்தியது பரபாஸ். பரபாஸ் தன்னை யூத விடுதலையின் எழுச்சி நாயகனாகக் காட்டிக்கொண்டான். இயேசுவின் போதனைகளுக்கு நேரெதிராக இருந்தது பரபாஸின் செயல்பாடுகள். ஒரு கன்னத்தில் அறைந்தால் மறு கன்னத்தைக் காட்டு என இயேசு போதித்து வந்தார். பரபாஸோ குன்றுகளில் மறைந்து ரோமை வீரர்களுக்கு எதிராக இளைஞர்களைத் திரட்டிப் போர் பயிற்சி அளித்து வந்தான். இயேசுவின் போதனைகளில் நம்பிக்கையிழந்த இளைஞர்கள் சிலர், பரபாஸுடன் சேர்ந்து யூத விடுதலைக்குத் தயாரானார்கள். இயேசுவுடன் இருந்தவர்கள் மனம் மாறிய விபச்சாரிகளும் வரி வசூலிப்பவர்களும்தான். ஆனால் பரபாஸுடன் நகரின் முக்கியமான செல்வந்தர்கள் இருந்தார்கள். இவர்களுக்கான ஆயுதங்களைத் தயாரிப்பதில் தங்கள் செல்வங்களைக் கொடுத்து உதவினார்கள்.

ஒருமுறை சந்தையில் உணவுப் பொருட்களை வாங்கச் சென்ற யூதாஸை சிலர் வழி மறித்து இயேசுவைப் பற்றித் துருவித்

துருவி விசாரித்தார்கள். முறையான பதில் தராத யூதாஸை எருசலேமின் இருண்ட சந்துகள் வழி இழுத்துச் சென்று மறைவிடத்தில் தள்ளினார்கள். அங்கே புஜங்கள் விரிந்த உயரமான ஒருவனை யூதாஸ் பார்த்தான். முகத்தில் சில தழும்புகளுடன் கடைந்தெடுத்த மூக்குடன் இருந்த அவன் யூதாஸிடம் மீண்டும் இயேசுவைப் பற்றி விசாரித்தான்.

"என்னிடம் கேள்வி கேட்கும் நீ யார் என்பதைச் சொன்னால், நான் உனக்கு இயேசுவைப் பற்றிக் கூறுகிறேன்." என்றான் யூதாஸ்.

"என் பெயர் பரபாஸ்."

"பரபாஸ்? எந்த பரபாஸ்?"

"நான் என்னை எந்தக் குறிப்பிட்ட குடும்பப் பின்புலத்திலோ நகரத்துடனோ இணைத்துக்கொள்ள விரும்பவில்லை. நீங்கள் கேள்விப்பட்ட கிளர்ச்சியாளன் நான்தான்."

"உனக்கு ஏன் இயேசுவைக் குறித்துச் சொல்ல வேண்டும்?"

"உங்களை அந்த மனிதருடன் நான் பார்த்திருக்கிறேன். மக்கள் யாவரும் அவரை மெசியா என்கிறார்கள். எனக்குக் குழப்பமாக இருக்கிறது."

"இயேசுதான் மெசியா என்பதை நானும் நம்புகிறேன்."

"உங்கள் நம்பிக்கையை வைத்து யூத இனத்தின் விடுதலையை உறுதிப்படுத்த முடியுமா? நம்பிக்கைகள் கேள்விக்குள்ளாக்கப்பட வேண்டும். உங்கள் வேர்கள் அசைக்கப்படவில்லை என்றால் எங்கிருந்து உறுதி வரும்? மக்களில் பெரும்பாலானோர் அவரை மெசியா என்று நம்புகிறார்கள். அவர் உண்மையாகவே மெசியாவா என்பதுதான் என் கேள்வி."

பரபாஸுக்கு இந்தச் சந்தேகம் வரக் காரணம் சில தினங்களுக்கு முன்பாக தேவாலயத்துக்கு வந்த இயேசு அதன் வெளிப் பிராகாரத்தில் அமைக்கப்பட்டிருந்த கடைகளை அடித்து

உடைத்தெறிந்தார். கோவிலுக்குக் காணிக்கை செலுத்த வருபவர்கள் சில்லறை மாற்ற அங்கு நிறைய கடைகள் இருந்தன. குறிப்பிட்ட தொகையைப் பிடித்துக்கொண்டு சில்லறைகள் வழங்குவார்கள். அவர்கள் கடை வைத்துக் கொள்ள கோவில் நிர்வாகத்துக்கு வரி செலுத்தி வந்தார்கள். அதேபோல கோவிலின் பலிக்காக ஆடுகளும் கன்றுக் குட்டிகளும் கோவிலின் வெளிப்பிராகாரத்தில் விற்கப்பட்டன. வெளியில் கிடைக்கும் விலையை விடப் பல மடங்கு உயர்வாக இருந்தது. அவர்களும் தங்கள் வருமானத்தில் ஒரு பகுதியைக் கோவிலின் வளர்ச்சிக்குக் கொடுத்ததால் யாரும் அவர்களை எந்தக் கேள்வியும் கேட்கவில்லை. ஆடுகளையோ கன்றுக் குட்டிகளையோ வாங்க வசதியில்லாத ஏழைகள் பலி கொடுக்க அங்கு புறாக்களும் விற்கப்பட்டன. காட்டுப் புறாக்களையும் மாடப் புறாக்களையும் அகன்ற கூண்டுகளில் அடைத்து அதிக விலைக்கு விற்று வந்தார்கள். பக்தியுடன் பிரார்த்தனை செய்ய வரும் எவருக்கும் அவை இடையூறாக இருந்தன. பரபாஸ் அவர்களுக்கான பாடத்தைக் கற்றுக்கொடுக்க வந்த நேரத்தில் நேரெதிரில் ஒரே கூச்சலும் குழப்பமுமாக இருந்தது. இயேசு அங்கிருந்தவர்களின் மேஜைகளைக் கவிழ்த்துவிட்டு ஆடுகளையும் புறாக்களையும் அவிழ்த்து விட்டிருந்தார். தடுக்க முயன்ற கடைக்காரர்களை முரட்டுத்தனமாகத் தள்ளிவிட்டு அருகிலிருந்த கயிற்றை முறுக்கி விளாசிக்கொண்டிருந்தார். பரபாஸுக்கு ஆச்சரியம் கலந்த திகைப்பு. அமைதியை மட்டுமே போதித்த இயேசு அப்படி நடந்துகொண்டதை முதல் முறையாகப் பார்க்கிறான். இவர்தான் உண்மையான மெசியா என்று நினைத்த சமயம் இயேசு சத்தமாக 'என் அப்பாவின் வீட்டை திருடர்களின் பதுங்கிடமாக மாற்றாதீர்கள்!' என்று கத்திக்கொண்டிருந்தார். அங்குதான் சந்தேகம் ஆரம்பித்தது பரபாஸுக்கு. எல்லாம் வல்ல கடவுளை எப்படியொரு தனி மனிதன் அப்பா என்று விளிக்க முடியும்? இது தேவ நிந்தனை அல்லவா? இதற்காக இவரைக் கல்லால் அடித்துக் கொல்ல முடியும். தன் சந்தேகத்தை எல்லாம் யூதாஸிடம் சொல்லி முடித்தபோது, யூதாஸ் மௌனமாக நின்றிருந்தான்.

ஏனென்றால் இது பரபாஸின் சந்தேகம் மட்டுமன்று நிறைய மக்களின் சந்தேகமாக இருந்தது. யோவானின் சீடர்கள் இறை வேண்டுதல் செய்வது போல எங்களுக்கும் கற்றுக்கொடுங்கள் என்று சீடர்கள் சிலர் கேட்டுக்கொண்டபோது ‘அப்பா’ என்று கடவுளை அழைக்கக் கற்றுக் கொடுத்தார். சீடர்கள் சிலரும் முகம் சுளித்தார்கள். இந்த அப்பா-மகன் உறவைக் குறித்து அதிக முறை இப்போது பேசிக்கொண்டிருப்பதும் யூதாஸின் நினைவுக்கு வந்தது. இரவெல்லாம் அவர் தூங்காமல் மரத்தினடியிலும் பாறைகளிலும் சாய்ந்துகொண்டு வானத்தை நோக்கி ‘அப்பா அப்பா’ என்று பிதற்றிக்கொண்டிருந்ததை யாக்கோபு ஒருமுறை கூறியதும் நினைவுக்கு வந்தது. இப்போது நகரின் பெரும் கிளர்ச்சியாளன் தன்னுடைய சந்தேகத்தைக் கேட்கிறான். என்ன சொல்வதென்று மனதுக்குள் தடுமாறிக் கொண்டிருந்தான். பரபாஸின் கண்களில் தெரிந்த குழப்பத்தில் விடுதலையுணர்வு கொப்பளித்துக்கொண்டிருந்தது. எதன் பொருட்டும் தவறான பதிலைத் தந்துவிடக்கூடாது என்பதில் கருத்தாக இருந்தான் யூதாஸ்.

“பரபாஸ், நமது இந்த உரையாடல் அடுத்து எங்கு நகரும் என்பதிலே ஆர்வமாக இருக்கிறேன்.”

“இயேசுதான் உண்மையான மெசியா என்றால் நாங்கள் இயேசுவுடன் இணைந்துகொள்ளத் தயாராக இருக்கிறோம். இங்கிருப்பவர்கள் யாவரும் நம் தேசத்துக்காகத் தங்கள் உயிரையும் துச்சமாக நினைப்பவர்கள். இயேசு இறந்தவர்களை உயிர்த்தெழச் செய்வார் என்பதை நாங்கள் கேள்விப்பட்டோம். யோசித்துப் பார் யூதாஸ், எங்கள் வீரமும் இயேசுவின் ஆற்றலும் ஒன்றிணைந்தால் யாராலும் தோற்கடிக்க முடியாத பெரும் படையைக் கட்டி அமைக்க முடியும்.”

இயேசு ஏன் இத்தனை நாள்கள் நம்மைக் காத்திருக்கச் செய்ய வேண்டும் என்ற எண்ணம் யூதாஸுக்கு உதித்தது. வெற்றி வீரராக இயேசு, தாவீதின் அரியணையில் அமரும்போது வெறிகொண்டு ரோமையர்களைத் துரத்துவது போன்றும் அவர்கள் பின்னங்கால்கள் பிடறியில் பட ஓடும் காட்சிகளும்

வந்து போனது. தன்னைக் கட்டுப்படுத்திக்கொண்ட யூதாஸ், பரபாஸிடம் இயேசுவிடம் இதைக் குறித்துப் பேசுவதாகக் கூறினான்.

“யூதாஸ், நல்ல செய்தியுடன் உன்னை இரண்டு நாளில் எதிர்பார்க்கிறேன். நமக்கான நேரம் குறைவானது. புதிய ஆளுநர் பிலாத்துவுக்கு நாம் யாரென்று காட்ட தக்கதொரு சமயத்தை எதிர்பார்த்துக் கொண்டிருக்கிறோம். இரண்டு நாளில் நீ வரவில்லையெனில், மூன்றாம் நாள் எருசலேமில் நடந்த கிளர்ச்சியில் ரோமை ஆளுநர் கொல்லப்பட்ட செய்தியும் அதன் பிறகு யூதேயர்களின் விடுதலையும் உனக்கு வந்து சேரும். வெற்றியில் நீயும் பங்குகொள்ள சீக்கிரம் இயேசுவிடம் பேசு. உன் வரவை எதிர்நோக்கியிருக்கிறோம்.”

தலையை மட்டும் ஆட்டிவிட்டு அங்கிருந்து நகர்ந்தான்.

ஹெர்மான் குன்றின் அருகில் யோர்தான் ஆறு பாய்ந்துகொண்டிருந்தது. இயேசு அங்குதான் எப்போதும் தங்குவார் என்பது யூதாஸுக்குத் தெரியும். அதுமட்டுமல்ல இயேசுவின் ஒவ்வொரு அசைவுகளுக்கும் யூதாஸுக்கு அர்த்தம் புரியும். பரபாஸைச் சந்தித்த அதே நாள் மாலையில் ஹெர்மான் மலையடிவாரத்துக்கு யூதாஸ் வந்தான். மாலை வெயில் எல்லோரையும் கண்களைக் கூசச் செய்தது. வெயிலுக்கு முகம் காட்டிக் கண்களை மூடி இயேசு ஒரு பாறையில் தன் கைகளைத் தலைக்குக் கொடுத்துப் படுத்திருந்தார். யூதாஸ் வருவதைச் சீடர்கள் கவனித்துத் தங்களுக்குள் பேசிக்கொள்ள ஆரம்பித்தார்கள். இயேசு எழுந்து தூரத்தில் வரும் யூதாஸைப் பார்த்துக்கொண்டிருந்தார். யூதாஸுக்குப் பக்கவாட்டில் பெரும் பை ஒன்று தொங்கிக்கொண்டிருந்தது. அதில் அவர்களுக்குத் தேவையான பல பொருட்கள் இருந்தன. மாற்று உடைகளும் காலணிகளும் போக, உண்பதற்குக் கொஞ்சம் புளிக்காத அப்பங்களும் உலர்ந்த மீன்களையும் வாங்கி வந்திருந்தான்.

ஆர்வமாக இயேசு அவனை வரவேற்று பையை அவிழ்த்து அப்பங்களில் ஒன்றைப் பிட்டுச் சாப்பிடத் தொடங்கினார்.

யூதாஸுக்குப் பரபாஸ் சொன்ன விஷயத்தை உடனே சொல்லி இயேசுவையும் மற்றவர்களைப் பரபாஸுடன் இணைத்து இனவெழுச்சிப் போராட்டத்தில் பங்கெடுக்கத் துடித்துக் கொண்டிருந்தான்.

சீமோன் வேகமாக வந்து இயேசுவின் அருகில் அமர்ந்தான். இந்த சீமோன் இயேசுவிடம் வரும் முன்பு தீவிரவாத அமைப்பு ஒன்றில் இருந்தான். அவர்கள் தங்களைக் 'கேனாய்' என்று அழைத்துக் கொண்டார்கள். அதற்குப் பொருள் 'இறைவன் மீது தீராத ஆர்வமுடையவர்கள்'. இயேசுவின் போதனைகளில் ஈர்க்கப்பட்ட சீமோன், இஸ்ரேலின் விடுதலை இயேசுவிடமிருந்துதான் வரும் என்று நம்பி அவருடன் பயணிக்க ஆரம்பித்தான்.

"ரபி, நாங்கள் ஏங்கிக்கொண்டிருக்கும் இஸ்ரேலின் விடுதலை எப்போது வரும்? அல்லது நீங்கள் போதிக்கும் விண்ணரசு எப்போது உதிக்கும்?"

"சீமோன் விண்ணரசு என்பது 'இதோ இப்போது வரும் அதோ வருகிறது' என்று எதிர்பார்க்கப்படுவதல்ல. இதோ அது இங்கே இருக்கிறது. நம்முள் அது செயலாற்றுகிறது."

"என் அறியாமையைப் பொறுத்தருள்க. நாம் ஒற்றுமையுடன் இருக்கிறோம். ஆனால் அங்கே எளிய மக்கள் வேதனைப்படுவது உங்களுக்குப் புரியவில்லையா? வர இருப்பவர் நீங்கள் என்றால் ஏன் இன்னமும் தாமதம் செய்கிறீர்கள்?"

எதுவும் சொல்லாமல் இயேசு இன்னொரு துண்டு அப்பத்தைச் சாப்பிட்டுக்கொண்டிருந்தார். யூதாஸ் பேச நினைத்ததைச் சீமோன் பேசியதால் யூதாஸுக்கு உள்ளூர மகிழ்ச்சி. யூதாஸ் பேச எத்தனிக்கையில் மௌனம் கலைத்த இயேசு, "என்னை யார் என்று இந்த மக்கள் சொல்கிறார்கள்?" என்று கேட்டார்.

யாக்கோபு தனது கைகளை உயர்த்தி, "தலை வெட்டிக் கொல்லப்பட்ட யோவான் உயிர்பெற்று வந்துவிட்டதாக மக்கள் சிலர் உங்களைப் பற்றிப் பேசிக்கொண்டிருந்ததைக் கேட்டேன்" என்றார்.

இன்னொருவர் தூரத்திலிருந்து ஏதோ சொல்ல இயேசுவுக்குக் கேட்கவில்லை என்று சைகை செய்ய எழுந்து சற்றே நெருங்கி, “நீங்கள் எலியா இறைவாக்கினர் என்று சிலர் சொல்கிறார்கள்” என்றார்.

திதீம் இயேசுவின் பக்கம் திரும்பி, “ஆமோஸ் அல்லது இதர தீர்க்கதரிசிகளில் ஒருவர் என்று சொல்கிறார்கள்” என்றார்.

“மற்றவர்களின் கருத்து இருக்கட்டும், நீங்கள் என்னை யார் என்று நினைக்கிறீர்கள்?”

இயேசுவின் இந்தக் கடினமான கேள்விக்கு யூதாஸ் மட்டும் மெசியா என்று மெதுவாகச் சொல்லிக்கொண்டிருந்தான். அருகிலிருந்த பேதுரு யூதாஸின் பதிலைக் கேட்டு இயேசுவிடம், “நீர் மெசியா! வாழும் கடவுளின் மகன்!” என்று பதிலுரைத்தார். இயேசு பேதுருவின் அருகில் சென்று, “பேதுரு, இதை உனக்கு வெளிப்படுத்தியவர் என் தந்தையே!” என்று சொல்லிவிட்டு எதுவும் சொல்லாமல் யூதாஸைப் பார்த்துக்கொண்டிருந்தார். யூதாஸின் பதிலைக் கேட்டு, தான் கூறியதாகச் சொன்னதை இயேசு கண்டுபிடித்துவிட்டாரோ என்ற சந்தேகத்துடன் இருவரையும் மாறி மாறிப் பார்த்துக்கொண்டிருந்தார் பேதுரு. எல்லாவற்றையும் சொல்லிவிட வேண்டும் என்று பரபரத்துக் கொண்டிருந்தான் யூதாஸ். “இன்றிரவு இங்கேயே தங்குவோம் நாளை எருசலேம் செல்வோம். என் நேரம் நெருங்கிவிட்டது” என்று இயேசு சொல்லிக்கொண்டிருந்தார்.

யூதாஸை அழைத்த இயேசு சீடர்களிடமிருந்து விலகிச் சென்று பேச ஆரம்பித்தார். “அனைத்தையும் நானறிவேன். உனக்கு என் மீது நம்பிக்கை இருக்கிறதா?” என்று வினவினார். “நம்பிக்கையில்லாமல் நான் உங்களுடன் வருவேனா? நம்புகிறேன் ரபி. ஆனால் விடுதலைக்கான எங்கள் ஆர்வத்தை நீங்கள் புரிந்துகொள்ளவில்லையோ என்று தோன்றுகிறது. நம்மிடம் போதுமான படையில்லை. பன்னிரண்டு பேரை வைத்துக் கொண்டு விடுதலைக்காகப் போராடுவது தற்கொலைக்குச் சமம். கொஞ்சம் அவர்களைத் திரும்பிப் பாருங்கள்...” முதியவரான

பேதுரு சோம்பல் முறித்துக்கொண்டிருந்த யோவானிடம் கண்டிக்கும் தொனியில் ஏதோ சொல்லிக்கொண்டிருந்தார். மற்றவர்கள் செய்வதற்கு ஒன்றுமில்லாமல் படுத்துக்கொண்டும் பேசியவாறே இருந்தார்கள். இயேசு அனைவரையும் ஒருமுறைப் பார்த்துவிட்டு யூதாஸிடம் திரும்பி, “என்னை நீ நம்புகிறாயா இல்லையா?” என்று கேட்டதும், தலையை மட்டும் ஆட்டிய யூதாஸைத் தோழமையுடன் அணைத்துக்கொண்டு சீடர்களிடம் திரும்பினார்.

விடியலில் எருசலேம் நோக்கி நடக்க ஆரம்பித்தார்கள். திதீம் இயேசுவிடம் தயங்கி நின்று, “உம்மைக் கொலை செய்யத் தேடிக் கொண்டிருக்கும் இச்சூழலில் எருசலேம் செல்வது சரியானதா?” எனக் கேட்டார். இயேசு அவருக்குப் பதிலளிக்காமல் பேதுருவை நோக்கி, “நம்மிடம் எத்தனை வாள்கள் இருக்கின்றன?” என்று கேட்டார். பேதுரு தன்னுடைய வாளைத் தொட்டுக் காண்பித்து, “என்னிடம் ஒன்றும் யாக்கோபிடம் ஒன்றுமிருக்கிறது” என்று சொன்னார். “அது போதும்” என்று சொல்லிக்கொண்டு நடக்க ஆரம்பித்தார்கள். திதீமுக்கு சரியான பதில் கிடைக்காததால் எரிச்சலில் மற்ற அனைவரிடமும், “வாருங்கள் எருசலேம் நோக்கிச் செல்வோம், இந்த மனிதருடன் சேர்ந்து சாவோம்” என்றுரைத்தவாறே கோபத்துடன் நடக்க ஆரம்பித்தார்.

சற்று உயரமான இடத்தில் நின்றுகொண்டு தூரத்திலிருந்த எருசலேம் நகரத்தை இயேசுவும் சீடர்களும் பார்த்துக் கொண்டிருந்தனர். சூரியன் எருசலேமின் புறநகரிலிருந்து புறப்பட்டு மேலெழுந்து கொண்டிருந்தது. நகரம் இன்னும் சரியாக விழித்திருக்கவில்லை. ஆனால், துயிலெழும்ப ஆயத்தமாகிக் கொண்டிருப்பதற்கான எல்லா ஒலிகளும் வந்து கொண்டிருந்தன. நகரின் மையத்தில் எழில் மிகுந்த தேவாலயம் நின்று கொண்டிருந்தது. சாலமோன் கட்டிய ஆலயத்தின் அழகு கொஞ்சமும் இல்லையெனினும் உன்னதரின் ஆலயத்தைக் காண்பது மனதுக்குக் கிளர்ச்சியாக இருந்தது.

ஒரு பெருமூச்சுக்குப் பின் இயேசு தனது வழியைத் தொடர்ந்தார்.

யூதாஸ் ஆலயத்தின் அழகில் மயங்கி எருசலேமின் அழகைப் பாடும் திருப்பாடலை மற்றவர்கள் கேட்கும்படி சொல்ல ஆரம்பித்தான். “ஆண்டவரது இல்லத்திற்குப் போவோம்”, என்ற அழைப்பை நான் கேட்டபோது அகம் மகிழ்ந்தேன். எருசலேமே! இதோ நாங்கள் அடியெடுத்து உன் வாயில்களில் நிற்கிறோம்.” உணர்ச்சிவயப்படாமல் அடுத்த வரிகளை உச்சரிக்கும் முன் சுற்றி இருந்தவர்களைப் பார்த்துக்கொண்டே தொடர்ந்தான், “எருசலேம் செம்மையாக ஒன்றிணைக்கப்பட்ட நகராகும். ஆண்டவரின் திருக்குலத்தார் அங்கே செல்கின்றனர்; இஸ்ரேல் மக்களுக்கு இட்ட கட்டளைகளுக்கிணங்க ஆண்டவரது பெயருக்கு அவர்கள் நன்றி செலுத்தச் செல்வார்கள்.” இப்போது பேதுரு உணர்ச்சிப் பெருக்குற்றவராக, “அங்கே நீதி வழங்க அரியணைகள் இருக்கின்றன. அவை தாவீதின் வீட்டாரின் அரியணைகள். எருசலேமில் சலோம் நிலைத்திருக்கும்படி வேண்டிக் கொள்ளுங்கள்” என்று முடித்தார். இப்போது யூதாஸ் தன் கரங்களை விரித்து எருசலேமை அணைத்துக் கொள்வது போல் சத்தமாகத் தொடர்ந்தான், “உன்னை விரும்புவோர் வளமுடன் வாழ்வார்களாக! உன் கோட்டைகளுக்குள் அமைதி நிலவுவதாக! உன் மாளிகைகளில் நல்வாழ்வு இருப்பதாக! உன்னுள் சமாதானம் நிலவுவதாக!” என்று நான் என் சகோதரர் சார்பிலும் எனது நண்பர் சார்பிலும் உன்னை வாழ்த்துகின்றேன். நம் கடவுளாகிய ஆண்டவரின் இல்லம் இங்கே இருப்பதால் உன்னில் நலம் பெருகும்படி நான் மன்றாடுகிறேன்.”

எல்லாவற்றையும் கவனித்துக்கொண்டு நடந்த இயேசு அமைதியாக நின்று எருசலேமை நோக்கி, “ஓ எருசலேம், எருசலேம், இறைவாக்கினர்களைக் கொல்லும் நகரமே, உன்னிடம் அனுப்பப்படுவோரைக் கல்லால் எறியும் நகரமே! கோழி தனது குஞ்சுகளை ஒன்று சேர்ப்பது உன்னையும் என் சிறகின் கீழ் சேர்க்க எத்தனை முறை முயன்றிருப்பேன்” அவரின் குரலில் ஒலித்த சோகம் கண்களில் நீராக வடிந்துகொண்டிருந்தது. இம்முறை தாம் கொல்லப்படுவோம் என்று தெரிந்தே இயேசு எருசலேம் வந்திருந்தார். இயேசுவின் வார்த்தைகளைக் கேட்ட அத்தனைச் சீடர்களுக்கும் வயிற்றுக்குள் ஏதோ செய்தது. நகரில்

மக்கள் அனைவரும் பாஸ்கா திருவிழாவிற்காகக் கூடியிருந்ததால் புறநகரில் கூடாரமெழுப்பியிருந்த பயணிகளுடன் தங்கினார்கள்.

பரபாஸ் சொன்ன இரண்டு நாள்களில் ஒருநாள் முற்றிலுமாக முடிந்திருந்தது. இயேசுவும் எருசலேம் வந்திருந்தது யூதாஸுக்கு மேலும் மகிழ்ச்சியைக் கொடுத்தது. ஆனால், பரபாஸ் யூதாஸைச் சந்தித்த அதே நாளில் ஆளுநர் பிலாத்துவால் கைது செய்யப்பட்டதையோ பரபாஸுடன் கைது செய்யப்பட்ட புரட்சியாளர்கள் சிலுவையில் அறையப்பட்டதையோ யூதாஸ் அறிந்திருக்கவில்லை.

5

முதல் நாளிரவு குடித்த ஒயினும் போர்பனும் கியாராவை எழுந்திருக்க விடவில்லை. அவள் கண்களை விழித்துப் பார்த்த போது தலைக்கு மிக அருகில் கூரைச் சுவர் இருந்தது. மதுவின் மயக்கமாக இருக்கலாம் என்று மீண்டும் ஒருமுறை கண்களைக் கசக்கிப் பார்த்தாள். இப்போதும் அதேபோல இருந்தது. எந்தப் பதற்றமும் இல்லாமல் பக்கவாட்டில் திரும்பிப் படுத்து மீண்டும் உறங்க முற்பட்டாள். சாலையில் வாகனங்கள் விர்விர்ரென பறந்துகொண்டிருந்ததால் முன்பு போல் தூங்க முடியவில்லை. விழித்தெழுந்த போது கூரைச் சுவர் தலையில் முட்டியது. தலையைத் தேய்த்துக்கொண்டு சுற்றியிருந்த கந்தல் துணிகளையும் சற்று அருகில் பைசாந்திய பாணியில் வரையப்பட்டிருந்த புனிதர் ஒருவரின் (அல்லது இயேசுவாக இருக்கலாம்) படத்தின் முன் மெழுகுத் திரி எரிந்துகொண்டிருந்தது. அந்த மெழுகுத் திரி அரையடி உயரமிருந்த கண்ணாடி உருளையில் எரிந்துகொண்டிருந்தது. மெழுகின் எரிந்த வாசனை அருகிலிருந்த தண்ணீரிலிருந்து வந்த வாடைகளை அகற்றியது. இரவு நடந்த கூத்துகள் அனைத்தும் நினைவுக்கு வர, தான் ஜூடின் பாலத்துக்கடியில் இருப்பதை உணர்ந்து ஜூடைத் தேடினாள். அங்கு அவளைத் தவிர இரண்டு காட்டு வாத்துகள் இடுப்பையாட்டி தண்ணீரில் இறங்கத் தயாராகிக் கொண்டிருந்தன. சாம்பல் நிற உடலில் கறுப்பு

படர்ந்திருந்த அவை காதல் ஜோடிகளாக இருக்கலாம். ஆனால் பால் பேதமற்று அச்சு வார்த்தது போல இருந்தன. அதை உற்று நோக்கிக் கொண்டிருந்த கியாராவுக்குத் தலை சுற்றி வாந்தி வருவது போன்ற உணர்வு ஏற்பட்டது. மனதுக்குள் இனிமேல் குடிக்கவே கூடாது என்ற வழக்கமான வார்த்தைகளுடன் வாந்தியெடுக்க எழுந்து தண்ணீரின் அருகில் குத்துக்காலிட்டு அமர்ந்து சிரமப்பட்டுக் கொண்டிருந்தாள். திடீரென வாத்துகள் குதூகலத்துடன் அவற்றின் இறக்கைகளை அசைத்துத் தங்கள் கரகரத்த குரலில் கத்தத் தொடங்கின. அதைத் தொடர்ந்து அமைதியாக இருக்கும்படி வாயில் விரல் வைத்துக்கொண்டு ஜூட் நுழைந்தான். கியாரா தன் சிரமங்களை மறைத்து மேலெழுந்து படுத்திருந்த காங்க்ரீட் கட்டையில் அமர ஏறினாள். தலையில் முட்டிக்கொள்ளாமல் இருக்க எச்சரிப்பதற்கு ஜூட் வாயெடுத்தபோது இடித்துக்கொண்டாள். அதைக் கண்டு கொள்ளாதது போலக் காட்டிக் கொண்டான் ஜூட். வாத்துகள் இப்போது அமைதியாகியிருந்தன. ஆனால் சரியாக ஜூடுக்குப் பின்னால் வரிசைகட்டி அவன் செல்லுமிடமெல்லாம் பின் தொடர்ந்தன.

“நான் இங்கிருப்பதை இவற்றைத் தவிர யாருக்கும் தெரியாது. நான் இருப்பதைக் காட்டிக் கொடுக்கப் போவதும் இவைதான். அதனால் தினமும் இவ்வாத்துகளுக்கு லஞ்சம் கொடுத்துக் கொண்டிருக்கிறேன்.”

தன் கையிலிருந்த பையிலிருந்து எங்கிருந்தோ சேகரித்த ரொட்டித் துண்டுகளை கியாராவிடம் காண்பித்துவிட்டு வாத்துகளிடம் போட்டான். அலகுகள் தரையில் உரசும் ஒலியுடன் ரொட்டிகளை வெடுக்வெடுக்கென விழுங்கிக் கொண்டிருந்தன. கியாரா அவற்றை அமைதியாகப் பார்த்துக் கொண்டிருந்தாள்.

“எனக்குப் பறவைகளை மிகவும் பிடிக்கும். உனக்குத் தெரியுமா? பறவைகளும் கிறிஸ்துவர்களும் மட்டும்தான் இரண்டு முறை பிறக்கிறார்கள்?”

கியாரா எதுவும் சொல்லாமல் அவனைப் பார்த்துக் கொண்டிருந்தாள். இரவு அவளிடமிருந்த மூர்க்கம் இப்போதில்லை. தயங்கியவாறே மீண்டும் ஜூட் பேச ஆரம்பித்தான்.

“உனக்குக் கிறிஸ்துவர்களைப் பிடிக்காதா? இரவு நீ நடந்து கொண்டது பயங்கரமாக இருந்தது. எனக்கும் கிறிஸ்துவர்களை அதுவும் கத்தோலிக்கர்களைப் பிடிக்காமல் இருந்தது. ஆனால் என்றுமே வெறுப்பு ஆபத்தானது. கடந்த பத்து வருடங்களில் மிகவும் சிரமப்பட்டு அதிலிருந்து வெளிவந்துவிட்டேன். நீ என்னிடம் அதைப் பற்றிப் பேச வேண்டுமானாலும் பேசலாம்” என்றான்.

கியாரா எந்தப் பதிலும் தராமல் வெறித்து நோக்கிக் கொண்டிருந்தாள். வாத்துகள் இரண்டாம் முறை ரொட்டிகள் கேட்டுப் பெருங்குரலெடுத்துக் கத்தின. “ஷ்ஷ்ஷ்” என்று சொல்லிக்கொண்டு மீதமிருந்த ரொட்டிகளை அவை முன் இறைத்துவிட்டு பையை மடித்து அங்கிருந்த ஒரு பிளவில் நுழைத்து வைத்தான்.

“நானும் கத்தோலிக்கக் கிறிஸ்துவள் தான். எங்கள் குடும்பம் பாரம்பரியமாகக் கிறிஸ்துவத்தைக் கடைப்பிடித்து வருகிறது. ஆனால், நான் அதைக் கடைபிடிப்பதை நிறுத்தி பத்து வருடங்களாகின்றன.” கியாரா சொன்னபோது அவளருகில் அமர்ந்து கவனிக்க ஆரம்பித்தான்.

“எங்கள் தாத்தா குடும்பம் தொமினிக்கன் ரிபப்ளிக்கிலிருந்து பாஸ்டனுக்கு வந்தது. சிரமப்பட்டு என் அம்மாவைத் தாத்தாவின் குடும்பம் வறுமை தெரியாமல் வளர்த்தெடுத்தார்கள். அம்மாவின் பெயர் பத்ரிஷியா. த்ரிஷா என்று எல்லோரும் கூப்பிடுவார்கள். பார்ட்டிக்குச் சென்ற இடத்தில் அல்பெர்ட்டோவைச் சந்தித்தார்கள். அல்பெர்ட்டோதான் என் அப்பா என்று அம்மா கூறினாள். அல்லது அப்படித்தான் நான் நம்பிக்கொண்டிருக்கிறேன். அல்லது அப்படித்தான் என் சான்றிதழ்களில் பதியப்பட்டுள்ளது. அப்பா புவர்த்தோ

ரீகோவிலிருந்து வந்தவர்கள். எனக்கு விவரம் தெரிந்த பிறகு அல்லது அம்மாவின் நண்பர் மாற்குஸ் அடிக்கடி வீட்டுக்கு வந்து சென்ற பிறகு அப்பா எங்களை விட்டுப் பிரிந்து சென்றார். எனது பதின்ம வயதில் இனிமேல் இவர்தான் உன் அப்பா என்று அம்மா குறைந்தது ஐந்து பேரையாவது அல்லது அதற்கு மேலாகவும் இருக்கலாம் நினைவில் நின்றவர்கள் ஐந்து பேர்தான் எனக்கு அறிமுகப்படுத்தி இருக்கிறாள். படிப்பில் கவனம் செல்லவில்லை. பதினைந்து வயதில் உலகம் புது மாதிரியாகத் தெரிய ஆரம்பித்தது. அம்மா சேனிட்டரி நேப்கின்களை எப்படிப் பயன்படுத்த வேண்டும் என்று சொல்லிக் கொடுத்தாள். என்னைச் சுற்றி எப்போதும் நண்பர்கள் இருக்கத் தொடங்கினார்கள். அடுத்த இரண்டு வருடங்களுக்குள்ளாகவே கொக்கெயின் தொடங்கி இருக்கும் அத்தனை போதைப் பொருட்களும் எனக்குப் பழக்கமாயின.

ஒருநாள் கையிருப்பாக ஏதுமில்லை. எப்போதும் வைத்திருக்கும் சின்ன பிராந்தி பாட்டில்களும் காலியாகிருந்தன. வீட்டுக்கு அருகிலிருந்த லிக்கர் ஸ்டோரில் புகுந்து அவசரமாகக் கைக்குக் கிடைத்த ஒரு பாட்டிலை எடுத்து வேகமாகக் குடிக்க ஆரம்பித்துவிட்டேன். கடைக்காரருக்கு என்ன செய்வதென்று தெரியவில்லை.

“ஹேய், நீ கியாரா தானே? இன்னும் உனக்கு இருபத்தொரு வயது நிரம்பவில்லையே? உன் அம்மாவுக்கு இது தெரியுமா?”

மெல்லப் பேச்சுக் கொடுத்தபடியே என்னருகில் வந்தார். முரட்டு வெள்ளை உருவம். பெரிதான புஜங்கள். கையில் கொடூரமான உருவம் பச்சை குத்தப்பட்டிருந்தது.

“ஸார், நீங்கள் கொஞ்சம் தள்ளி நில்லுங்கள். அருகில் வராதீர்கள். மதுவுக்கான பணத்தை இன்னும் ஒரு வாரத்தில் தந்து விடுகிறேன். அம்மாவிடம் சொல்லாதீர்கள். ப்ளீஸ்!”

கேட்காமல் அருகில் வந்து கொண்டிருந்தார். வேறு வழியில்லாமல் அவரை அன்று தாக்க வேண்டியதாகிவிட்டது. கையிலிருந்த பாட்டிலை அவர் மீது விட்டெறிந்தேன்.

நெற்றியில் பட்டு இரத்தம் வழிய ஆரம்பித்தது. கொஞ்சமும் அவருக்கு நேரம் கொடுக்காமல் கையை மடக்கி சரியாகக் கண்ணுக்குக் கீழே குத்து விட்டேன். அங்கிருந்த சதை கிழிந்து இரத்தம் கொட்டியது. இரத்தம் பார்த்ததும் எனக்கும் கொஞ்சம் கலக்கமாகவே இருந்தது. ஆனால் அவரின் ஈன முனகல் எனக்குள் ஒரு கிளர்ச்சியைக் கொடுத்தது. அவரைச் சாய்த்து நெஞ்சில் அமர்ந்து மூக்கில் வேக வேகமாகக் குத்திக் கொண்டிருந்தேன்.

அந்தச் சமயம் யாரும் கடையில் இல்லாதது எனக்கு வசதியாக இருந்தது. கொஞ்ச நேரத்துக்குள் கடையின் கதவு திறக்கும் சப்தம் கேட்டு ஏதும் நடக்காதது போல வேகமாகக் கடையைவிட்டு வெளியே வந்துவிட்டேன். வெளியே வந்ததும் தான் எனக்குள் பயம் தொற்றிக்கொண்டது. போலீஸில் சொல்லிவிட்டால் என்னாவது? நான் வீட்டுக்கு வேகமாக நடந்துகொண்டிருக்கும்போதே சைரன் ஒலிகள் கேட்க ஆரம்பித்தன. ஆனால் காவலர்கள் வேறெங்கோ சென்று கொண்டிருந்தார்கள். அன்றைய இரவு முழுவதும் தூக்கம் வரவில்லை. இரவு வீடு திரும்பிய அம்மா வேகமாக என்னை வெளியே இழுத்து லிக்கர் கடைக்குக் கொண்டு வந்தாள். அடிவாங்கிய ஆசாமியின் முகமெங்கும் பிளாஸ்திரிகள் ஒட்டியிருந்தன.

“உனக்காகத்தான் விடுகிறேன் த்ரிஷா... இல்லையென்றால் எப்போதோ 911 அழைத்திருப்பேன். நம் பழக்கத்திற்காக விடுகிறேன். இவள் என் கடையில் புகுந்து விஸ்கியைக் குடிக்கிறாள் என்று வேறு யாருக்காவது தெரிந்தால் என் கடையின் உரிமம் போய்விடும்.”

“சாரி ரோனி, இனிமேல் இப்படி நடக்காது.”

வலிந்து திணிக்கப்பட்ட சிரிப்புடன் அம்மா குழைந்து கொண்டிருந்தாள். அவளின் பிளவுகள் வழக்கத்துக்கு அதிகமாகத் தன் இருப்பைக் காட்டிக் கொண்டிருந்ததையும் நான் அப்போதுதான் கவனித்தேன்.

“அதுவும் எப்படிக் குடித்தாள் தெரியுமா? இப்படி... இப்படி...” நான் குடித்தது போன்று பாவனை செய்து கொண்டிருந்தான். “ஜேமிஸனை இப்படிக் குடித்ததை நான் இதுவரை பார்த்ததில்லை. தாகமெடுத்த பொட்ட நாய்!” கடைசியாகச் சொன்ன வசை எனக்குக் கேட்டது அம்மாவுக்குப் புரிந்திருக்காது. மீண்டும் வழிந்து சிரித்து என்னிடம் திரும்பி மன்னிப்பு கேள் என்று கட்டளையிட்டாள். மன்னிப்பு கேட்டுவிட்டு நாங்கள் வீடு திரும்பினோம்.

அந்த வாரம் ஞாயிறு திருப்பலிக்கு நாங்கள் இருவரும் சென்றோம். வழக்கமாக இது நடக்காது. ஆனால் அந்த வாரம் கொஞ்சம் மன நிம்மதிக்காகச் சென்றோம். சர்ச்சுக்குச் செல்வது எனக்குப் பிடிக்காது. முக்கியமான காரணம், அங்கு வரும் வெள்ளைக் கிழவிகள் தாங்கள் ஏதோ வானத்திலிருந்து குதித்து வந்தவர்கள் போல நடந்துகொள்வார்கள். இரண்டாவது அங்கு என்ன நடக்கிறது என்று எனக்குப் புரியாது. தாத்தா பாட்டி உயிருடன் இருந்த வரை வாராவாரம் சரியாகத் திருப்பலிக்குச் சென்றுவிடுவார்கள். திருப்பலியில் ஃபாதர் அப்பத்தைத் தூக்கிக் காட்டும் சமயம் பாட்டி உணர்ச்சி வசப்பட்டு “சான்-த்தா மரியா, சான்-த்தா மரியா” என்று சொல்லிக் கண்ணீர்விட்டு அழுவார்கள். பாட்டி சொல்லும் இன்னொரு சொல் ‘கொர்தேரோ தேயோஸ்’. எனக்கு ஒன்றும் புரியாது. அந்த வாரம் சர்ச் சென்ற போதெல்லாம் எனக்கு அது நினைவுக்கு வந்தது. இந்த முறை அம்மா முழங்காலிட்டுக் கண்ணீருடன் ஏதோ வேண்டிக்கொண்டிருந்தாள். எங்களுக்கு அருகில் ஒரு செருமல் சத்தம். யாரென்று பார்த்தால் மிடுக்கான உடையணிந்த ஒரு குடும்பம் எங்களுக்கு அருகில் நின்று கொண்டிருந்தார்கள். நான் கவனிக்காதது போல இருக்கவும் மீண்டும் செருமினார் குடும்பத் தலைவர். நாங்கள் இருந்த தேவாலயம் நகரில் மிகப் பெரிய தேவாலயம். சுமார் 1000 பேர் அமரலாம். திருப்பலி இன்னும் ஆரம்பிக்கவில்லை. சுமார் ஐம்பது நபர்களே நிரம்பியிருப்போம். எதற்காக இந்தச் செருமல் என்று எனக்கு இன்னும் புரியாமல் இருந்தது. அம்மா இன்னும் வேண்டுதலில் இருந்தாள். வேகமாக கோட் சூட்

அணிந்த இன்னொருவர் இந்தக் குடும்பத்தினரிடம் வரவும் குடும்பத் தலைவரும் அவரும் மெதுவான குரலில் ஏதோ பேசிக்கொண்டார்கள். பின்னர் சூட் அணிந்தவர் என்னை எழுந்திருக்கச் சொல்லி விரலசைத்தார். நான் அம்மாவை எழுப்பிக் கொண்டு சூட் அணிந்தவரைப் பின்தொடர்ந்தேன். வேறொரு இருக்கையில் அமர வைத்துவிட்டு “அது அவர்கள் வழக்கமாக உட்காரும் இடம், சிரமத்துக்கு மன்னிக்கவும்" என்று சொல்லிவிட்டுப் போனார்.

இந்த மாதிரியான காரணங்களுக்காக மட்டுமே நான் சர்ச்சிற்குப் போவதில்லை. ரெவரன்ட் ஜான் ஹான்லென் திருப்பலியை நிறைவேற்றுவார் என்ற அறிவிப்புடன் திருப்பலி ஆரம்பமானது. ஃபாதர் ஜான் கம்பீரமாக சர்ச் நடுவில் நடந்து வந்து பலி பீடத்தில் திருப்பலியை ஆரம்பித்தார். நெடிய உருவம் நீண்ட மூக்கு, ஆள் பார்ப்பதற்கு வசீகரமாக இருந்தார். சொர்க்கத்திலிருந்து வந்தவர் போன்று நடந்துகொண்டதுதான் எனக்கு அந்நியமாக இருந்தது. அன்றைய வாசகங்கள் குறித்து ஆற்றிய மறையுரையில் சில பகுதிகள் இப்போதும் எனக்கு நினைவில் இருக்கின்றன. காரணம் என் அம்மா அந்த மறையுரையைக் கேட்டு முழுதுமாக மனம் மாறிவிட்டாள். ஓ மனம் மாற்றம் என்றென்றும் வேதனைக்குரியது! மன மாற்றங்களை நான் மனதார வெறுக்கிறேன். தனி மனித மனமாற்றங்களில் எனக்குக் குற்றச்சாட்டுகள் இல்லை. ஆனால் மனமாற்றம் உடனிருப்பவர்களின் நிம்மதியையும் மற்றனைத்தையும் பலியாகக் கேட்கிறது என்பதுதான் பிரச்சினை. ஒருவேளை என் அம்மா மனம் மாறாமல் இருந்திருந்தால் என் வாழ்க்கை வேறு மாதிரியாக இருந்திருக்கும். மனம் மாறிய என் அம்மாவால்தான் அத்தனை துயரங்களையும் வேதனைகளையும் நான் சந்திக்க நேர்ந்தது. ஃபாதர் ஜானின் மிகப் பெரிய பக்தையாக மாறிவிட்டாள் என் அம்மா. அந்தத் திருப்பலி முடிந்து வீடு திரும்பியதும் வீட்டின் ஜன்னல்கள் அனைத்தையும் திறந்து வீட்டில் இருக்கும் தீய ஆவிகளை விரட்டுவதாக வீட்டின் நடுவில் மண்டியிட்டு ஜபம் செய்ய ஆரம்பித்தாள். கற்பனை செய்து பாருங்கள். அது ஒரு பிப்ரவரி

மாத ஞாயிற்றுக்கிழமை. வீட்டின் முதல் ஜன்னல் திறக்கப்பட்ட மறுநிமிடம் வீடு முழுவதும் குளிர் நிறைந்துவிட்டது. ஜபத்தின் நடுவில் குளிர் பொறுக்க முடியாமல் நான் தும்மிக் கொண்டிருந்தேன். ஆனால் என் அம்மா இன்னும் சத்தமாக ஜபிக்க ஆரம்பித்தாள். குளிரில் விறைத்துவிடுவேன் என்ற நிலையில் அம்மா ஜன்னல்களை அடைத்து கொதிக்கக் கொதிக்க சூப் பரிமாறினாள். சாப்பிட்டுக்கொண்டிருக்கும் போது தான் இனி எந்த தீய பழக்கங்களையும் செய்யப் போவதில்லை என்று பிரதிக்ஞை எடுத்தாள். இப்படி திடீர் மனமாற்றத்துக்குள்ளானவர்கள் பெரிய பெரிய தீவிரவாத இயக்கத்தில் பயிற்சி பெற்றவர்களைவிட பயங்கரமானவர்கள் என்று உங்களுக்குத் தெரியுமா? சொன்னது மட்டுமில்லாமல் எனக்கும் பலவித கட்டுப்பாடுகள் விதித்தாள். தினமும் ஃபாதர் ஜானைச் சந்திப்பதை எங்களின் தலையாய கடமையாக வைத்து அவரைச் சந்திக்க ஆரம்பித்தோம்.

தொடக்கத்தில் ஃபாதர் ஜான் அம்மாவுடன் தனியாக ஒன்று அல்லது ஒன்றரை மணி நேரம் தனிமையில் உரையாடுவார். என்ன பேசிக்கொண்டிருந்தீர்கள் என்று அம்மாவிடம் கேட்டால் ஸ்பிரிச்சுவல் டைரக்ஷன் என்பாள். சமயங்களில் ஃபாதர் ஜானுக்கு எங்கள் வீட்டிலிருந்து உணவு தயாராகிச் செல்லும். சில சமயம் ஃபாதர் எங்கள் வீட்டுக்கு வருவார். என்னை என் அறையில் அமர்த்திவிட்டு அம்மாவும் ஃபாதரும் வெகுநேரம் உரையாடிக்கொண்டிருப்பார்கள். ஒருமுறை அம்மா ஃபாதருக்கு மிக நெருக்கத்தில் அமர்ந்திருப்பதையும் ஃபாதரின் கரங்கள் அம்மா உடலெங்கும் ஊர்ந்துகொண்டிருந்ததையும் தெரியாமல் பார்த்துவிட்டேன். என்னுடைய திடீர் வருகையை உணர்ந்த ஃபாதரும் அம்மாவும் “*Praise the Lord, Praise the Lord*” என்றும் “*Thank you Holy Spirit, Thank you Holy Spirit*” என்றும் கத்தத் தொடங்கிவிட்டார்கள்.

அடுத்த நாள் நான் அம்மாவுடன் ஃபாதரின் இருப்பிடத்துக்குச் சென்றேன். கொஞ்சம் வித்தியாசமாக ஃபாதர் ஜான் என்னைப் பற்றி விசாரிக்கத் தொடங்கினார். பின் அம்மா

அருகிலிருக்கும் போதே என்னையழைத்துத் தன் மடியில் அமர்த்திக் கொண்டார். எனக்கு சங்கோஜமாக இருந்தது. ஆனால், என் அம்மா தன் பார்வையால் மிரட்டினாள். நானும் இயல்பாக இருக்க முயன்றேன். கொஞ்ச நேரத்தில் நான் உட்கார்ந்த இடத்தில் ஏதோ ஊர்வது போன்ற உணர்வு. ஃபாதரின் கைகள் மேஜையில் இருந்தன. இருந்தாலும் ஊர்தல் இன்னும் நிற்கவில்லை. சரியாகச் சொன்னால் ஏதோ நெளிவது போன்ற உணர்வு. முன்பு தயங்கித் தயங்கி நெளிந்தது இப்போது வெகு இயல்பாக நெளிந்து கொண்டிருந்தது. எனக்கு எதுவும் சொல்ல இயலவில்லை. வீட்டுக்குச் செல்ல வேண்டிய நேரம் தன் மூச்சுக் காற்று என் மேல்படும் இடைவெளியில் "உனக்குப் பிடித்திருந்தது என நினைக்கிறேன்" என்று ஃபாதர் சொன்னார். எனக்கு அதன் அர்த்தம் புரியவில்லை. அடுத்தடுத்த சந்திப்புகளில் தன் இடுப்புக்குக் கீழ் என் கைகளை அவர் வைத்துக் கொள்வார். பிடிக்கவில்லை என்றால் கண்களை மூடிக்கொள் என்று சொல்வார். அம்மாவிடம் சொல்லத் தயக்கமாக இருந்தது.

கொஞ்ச நாளில் அம்மாவையும் என்னையும் நகரிலிருந்த ஒரு ரெஸ்டாரெண்ட்டுக்கு ஃபாதர் அழைத்துச் சென்றிருந்தார். அம்மா குடிப்பதை நிறுத்தியிருந்ததால் அவளைக் குடிக்கச் சொல்லி வற்புறுத்திக்கொண்டிருந்தார். நான் அவருக்கு அருகிலும் அம்மா எங்களுக்கு எதிரிலும் அமர்ந்திருந்தாள். என்னைத் திரும்பிப் பார்த்து, "உனக்கு இருபத்தோரு வயதானாலும் உன்னையும் கேட்பேன். அதுவரை பொறுமையாக இருக்கவேண்டும்" என்றார். பின்னர் எனக்கு ஜின்ஞர் ஏல் வாங்கிக் கொடுத்துவிட்டு வலுக்கட்டாயமாக அம்மாவுக்கு ஏதோ ஒரு காக்டெயில் வாங்கிக் கொடுத்தார். நான் சிசி பெல் மினிஸ்கர்ட் அணிந்திருந்தேன். இரண்டு காக்டெயிலுக்குப் பிறகு ஃபாதர் என் கால்களுக்கு இடையில் கைகளை வைக்க ஆரம்பித்தார். எனக்கு என்னென்னமோ செய்தது. ஒரு பக்கம் கூச்சம். மறுபக்கம் குற்றவுணர்ச்சி. என் தலைக்குள் ஏதேதோ ஊர்வது போன்ற உணர்வு. என் பேண்டி நனைந்துவிட்டது. ஃபாதர் அதை விலக்கிப் புதிதாக முளைத்திருந்த ரோமங்களை

வருடிக்கொண்டிருந்தார். என் கண்கள் சொக்கி எதிரில் இருந்த அம்மாவைத் தேடினேன். கொஞ்ச நேரத்தில் அங்கு என்ன நடக்கிறதென்று தெரியவில்லை. அம்மாவைக் காணவில்லை. ஃபாதர் இன்னும் கொஞ்சம் முன்னேறுகையில் அவர் கைகளை இறுகப் பற்றிக் கொண்டேன். "அம்மாவைத் தேடுகிறாயா? என்று கேட்டார். கண்ணீர் வடிய ஆம் என்று தலையாட்டினேன். மேஜையின் துணியை மேலே சற்றுத் தூக்கிக் காட்டினார். அம்மா ஃபாதரின் கால்களுக்கு இடையில் வாயில் எதையோ வைத்துக் கொண்டு இயங்கிக்கொண்டிருந்தாள். ஆயிரம் தேனீக்கள் ஒன்றாக என் தலைக்குள் பறந்து கொட்டிக் கொண்டிருந்தன. மெல்ல அருகில் வந்த ஃபாதர் "பயப்படாதே! உன் அம்மாவுக்கு எல்லாம் தெரியும். நீ அவளிடமே பயிற்சி எடுத்துக் கொள்ளலாம்" என்று சொல்லிச் சிரிக்க ஆரம்பித்தார்.

ஒவ்வொரு ஞாயிற்றுக்கிழமையும் வண்ண வண்ணப் பட்டாடைகள் உடுத்தி திருப்பலியில் போதிக்கும் ஃபாதர் ஜான் ஹான்லெனா இது என்று எனக்குச் சந்தேகமாக இருந்தது. அதன் பிறகு சரியாக ஒன்றரை வருடங்கள் என் அம்மாவின் துணையுடன் நரக வேதனைகள் அனுபவித்தேன். இருபது வயதுக்குள் எனக்கு இரண்டு கருக் கலைப்புகள் ஃபாதர் ஜான் ஹான்லெனால் நிகழ்ந்துள்ளன. ஏதோ நேச்சுரல் ஃபேமிலி பிளானிங் என்று இருக்கிறதாமே? அதனால் ஒவ்வொரு முறையும் காண்டம் பயன்படுத்துவதில்லை. கத்தோலிக்க மதத்தில் காண்டம் பயன்படுத்த அனுமதி இல்லையாம். எனவே ஒவ்வொரு இரவும்..."

கண்ணீர்விட்டு அழுதுகொண்டிருந்த கியாராவுக்கு எப்படி ஆறுதல் சொல்வதென்று தெரியாமல் ஜூட் தடுமாறிக் கொண்டிருந்தான். வாத்துகளும் களைப்படைந்து கழுத்தை மடக்கி தன் அலகுகளை இறக்கைக்குள் பொதிந்தவாறு அமர்ந்திருந்தன. கண்ணீரைத் துடைத்துக் கொண்டு கியாரா தொடர்ந்தாள்.

"பின் நடந்ததெல்லாம் உங்களுக்குத் தெரியும் என்று நினைக்கிறேன். பாஸ்டன் நகரம் பிடோஃபீலியாவின் மையம்

என்பது தெரியவந்தது. பல நூறு பேர் கைது செய்யப்பட்டார்கள். ஃபாதர் ஜானும் அதிலொருவர். அம்மாவுக்குப் பேரதிர்ச்சி. அதற்குள் அப்பா (ஆல்பெர்ட்டோ) அம்மாவிடம் திரும்பி வந்தார். இந்த முறை அப்பா திரும்பி வந்ததற்கு இரண்டு காரணங்கள்: அவருடைய தற்போதைய மனைவிக்கு இவர் மீது ஆர்வம் குறைந்துவிட்டதால் வேறொருவரோடு தொடர்பு ஏற்பட்டு விவாகரத்து கோரியிருந்தார். இரண்டாவது என் அம்மாவுக்கும் ஃபாதர் ஜானுக்கும் ஏற்பட்ட தொடர்பை அப்பா அறிந்திருந்ததாலும் பாதிரியார்கள் பலர் ஒழுக்கக் கேடான சம்பவங்களில் சிக்கியதால் அவர்களிடமிருந்து பல மில்லியன் டாலர்களை இழப்பீடாக வாங்க முடியும் என்பதாலும் எங்களிடம் திரும்பி வந்திருந்தார். ஃபாதர் ஜான் என்னை உபயோகப்படுத்திக்கொண்டதை அம்மா அப்பாவிடம் சொன்ன நாளிலிருந்து அவர் மிகப் பெரிய யோக்கியவானாக மாறி என்னை வழக்கறிஞர் ஒருவரிடம் அழைத்துச் சென்று ஒவ்வொரு சின்ன விஷயங்களையும் அவரிடம் பகிர்ந்துகொள்ளச் சொல்லி வற்புறுத்தினார். நான் உண்மையில் அதிலிருந்து வெளிவரப் போராடிக் கொண்டிருந்தேன். ஆனால், வழக்கறிஞரின் கேள்விகள் மேலும் என்னை மன உளைச்சலுக்குத் தள்ளியது. வழக்கு தொடரப்பட்டு எங்கள் குடும்பத்துக்கு இழப்பீடாக அரை மில்லியன் டாலர்கள் வழங்கப்பட்டன.

நானும் ஒருவாறாகப் பள்ளிப் படிப்பை முடித்து அருகிலிருந்த ஆட்டோமொபைல் கடையில் வேலைக்குச் சேர்ந்தேன். மேற்கொண்டு படிக்க எனக்கு விருப்பமில்லை. வாழ்க்கையில் சந்தோஷமாக இருந்தால் போதுமென்ற எண்ணம். சலிப்பு மட்டும்தான் கிடைத்துக்கொண்டேயிருந்தது. குடிக்க ஆரம்பித்தேன். மீண்டும் வீட்டிலிருந்து எதிர்ப்பு. இந்த முறை யாரையும் கண்டுகொள்ளவில்லை. இரவு முழுவதும் குடிப்பேன். சம்பளப் பணம் முழுவதும் குடிப்பதற்கு மட்டும் செலவானது. ஒருகட்டத்தில் கட்டுப்படியாகவில்லை. பின் நண்பர்கள் உதவியுடன் கஞ்சாவுக்கு மாறினேன். கஞ்சாவிலிருந்த பெரிய பிரச்சனை ஸ்கங்க் மணம். கஞ்சா புகைத்தால்

ஸ்கங்க் பீய்ச்சியடிக்கும் திரவத்தின் மணம் நம்முடனே சுற்றிக்கொண்டிருக்கும். ஆனால் ராஜ போதை. வீட்டில் புகைக்க முடியாது. அப்போது பாஸ்டனில் கஞ்சாவை லீகல் ஆக்குவதற்கான செயல்பாடுகள் நடந்துகொண்டிருந்தன. ஏதேனும் சந்தில் திருட்டுத்தனமாகப் புகைத்துவிட்டு வீடு திரும்ப வேண்டும். எல்லாம் கொஞ்சம் கொஞ்சமாக அம்மா அப்பாவுக்குத் தெரிய ஆரம்பித்தன. அடுத்த சில நாட்களில் புதிய போதை ஊசியைப் பற்றிக் கேள்விப்பட்டு அதனை வாங்க டார்ச்செஸ்டருக்குச் சென்றேன். நாம் விரும்பும் அற்புத உலகில் ஓர் இரவு முழுவதும் இருக்கும்படியான மாயையைத் தரவல்லது என்றார்கள். காட்டுக் காளானிலிருந்து செய்யும் மருந்து. பிசின் போல இருந்தது. அதை உருக்கி ஊசி மூலம் உடம்பில் செலுத்திக் கொள்ள வேண்டும். மற்றவர்கள் சொன்னது போன்ற அதிசயங்களெல்லாம் நடக்கவில்லை. ஆனால் இந்த உலகில் கெட்ட போதை என்று எதுவும் இல்லை. எனக்குப் பிடித்திருந்தது. செலவு அதிகம். ஒருமுறை மட்டும்தான் செலவு செய்தேன். மீதி சமயங்களுக்கு விற்பனையாளர்களுக்கு என்னையே தர வேண்டும்.

ஒவ்வொரு முறை எவனாவது ஒருவன் என்னைத் தொடும்போதும் ஃபாதரின் ஞாபகம்தான் வரும். ஃபாதரைத் தவிர என்னைத் தொட்டவர்கள் மலரினும் மென்மையாக என்னைக் கையாண்டார்கள். ஆர்கஸத்தின் உச்சியில் ஃபாதரைக் கெட்ட வார்த்தைகளில் திட்டுவது எனக்குப் பிடிக்கும். என்னை அனுபவிப்பவர்களும் அதை விரும்பியதால் சத்தமாகக் கெட்ட வார்த்தைகளில் திட்டுவேன். ஊசிகளையும் போதைப் பிசினையும் விட்டெறிவார்கள்.”

தனது ஸ்லீவ்லெஸ் கரங்களை முழங்கைகளுக்கு மேல் தடவிவிட்டுக் கொண்டிருந்தாள். எறும்புகள் கடித்த தடங்கள் போல ஆங்காங்கு சிவந்திருந்ததை ஜூட் கவனிக்கத் தவறவில்லை.

பின் ஒழுக்க சீலர்களான என் அம்மாவும் அப்பாவும்

நான் குடிப்பதற்காக என்னைக் கண்டிக்க ஆரம்பித்தார்கள். வயதாக வயதாகப் பெற்றோர்களுக்குப் பதற்றம் கூடிவிடுகிறது. அவர்கள் பரிட்சித்துப் பார்த்தவற்றையும் பிள்ளைகளுக்குத் தர மறுக்கிறார்கள். அப்பா என்னை மிரட்டினார். சொத்தில் கொஞ்சமும் உனக்குக் கிடையாது என்பது போன்ற பிதற்றல்கள் எனக்கு எரிச்சலை மட்டுமே கொடுத்தது. அவர்களிடம் மல்லுக்கட்டிக்கொண்டிருக்கவும் முடியவில்லை. எனவே ஒருநாள் வீட்டை விட்டு கிளம்பி வந்துவிட்டேன். இந்த பாஸ்டனில் எப்படி உயிர் பிழைத்திருப்பது என்று எனக்குத் தெரியும். கோடை காலங்களில் காஸில் தீவில் இருப்பேன். அங்கே சூரிய அஸ்தமனம் அற்புதமாக இருக்கும். ஒவ்வொரு சூரிய மறைவும் அடுத்த நாளுக்கான எதிர்நோக்கை எனக்குச் சொல்லிக்கொண்டிருக்கும். குளிர் காலங்கள் மட்டும் தான் கொடுமையானவை. ஆனால், ஐந்து வருடங்கள் சமாளித்துவிட்டேன். இனியும் சமாளித்து விடுவேன் என்று தெரியும்."

பெரும் மூச்சிரைச்சல் கியாராவின் கதையை நிறைவு செய்தது. ஜூட் சொல்வதற்கு ஒன்றுமில்லாமல் வாத்துகளையும் அவளையும் மாறி மாறிப் பார்த்துக்கொண்டிருந்தான்.

6

ஆள் நடமாட்டம் குறையும் சமயங்களில் இயேசுவும் சீடர்களும் இறைவேண்டல் செய்துவிட்டுப் புறநகரில் தங்கிக்கொண்டனர். நகருக்குள் மட்டும் செல்லாமல் அருகிலிருந்த இடங்களுக்குச் சென்று வந்தனர். ஒரு மதிய வேளையில் கொல்கதாவைக் கடக்க நேர்ந்தது. எருசலேமுக்கு அருகிலிருந்த கொல்கதா ஒரு மயான பூமி. சிலுவையில் அறையப்படுபவர்களின் மண்டை ஓடுகளால் அவ்விடம் நிரம்பியிருந்ததால் ‘மண்டையோடு’ எனப் பொருள்படும் கொல்கதா என்ற பெயரால் அவ்விடம் அழைக்கப்பட்டது. யூதர்கள் சிலுவை மரணத்திற்காகப் பயந்திருந்தார்கள். இப்படி வேண்டுமானால் சொல்லலாம்: யூத ஆணாகப் பிறந்ததற்குக் கடவுளுக்கு நன்றி சொல்லுபவர்கள் தனக்குச் சிலுவை மரணம் மட்டும் வேண்டாம் என்று ரகசியமாக வேண்டுதல் வைப்பார்கள் என்றால் பார்த்துக் கொள்ளுங்கள். யாரும் சிலுவையில் மட்டும் மரித்துப் போக வேண்டாம். சிலுவை மரணம் ரோமைப் பேரரசின் மரண தண்டனை. அதிலும் ரோமை அடிமைகளுக்கான தண்டனை. ரோமைக் குடிமகன் மரண தண்டனை பெற்றால் அவர்கள் தலை வெட்டப்பட்டு மரிப்பார்கள். ரோமைக் குடிமகனின் இரத்தம் ரோமையர்கள் ஆளும் நிலத்தில் சிந்துவதில் யாருக்கும் எந்த ஆட்சேபணையும் இல்லை. ஆனால் அடிமைகளின்

இரத்தம் நிலத்தை மாசுபடுத்தும் என்று நம்பினார்கள். எனவே அடிமைகளுக்குச் சிலுவை மரணம். பெரும் மரப் பலகையில் நிர்வாணமாக்கப்பட்ட அடிமைக் குடிமக்கள் ஆணிகளின் உதவியுடன் தொங்கவிடப்படுவார்கள். கேட்பதற்கு எளிதாக இருக்கிறதல்லவா? ஆனால் வெட்டவெளியில் நிர்வாணமாக அனைவரும் பார்க்கும்படியாகச் சிலுவையில் கைகளை விரித்துத் தொங்குவது கடினம். ஆணிகள் மணிக்கட்டில் இருக்கும் இணைப்பில் அடிக்கப்படும். கால்களிலும் அவ்வாறே. உள்ளிறங்கிய ஆணிகள் இரத்த ஓட்டத்தைத் தடுக்கும்.

எனவே இயல்பாகக் கைகளை உள்ளிழுக்க முற்படுவார்கள். ஆனால் இயலாது. மணிக்கட்டுகளிலிருந்து புறப்படும் வலி உடலெங்கும் பரவ ஆரம்பிக்கும். சில சமயங்களில் கை கால்களை அசைக்க முற்படும்போது சதைகளைக் கிழித்து எலும்புகளை முறித்து உடல் சரியான நிலையில் இல்லாமல் தொங்க ஆரம்பிக்கும். அது நரக வேதனை. இரவின் குளிரும் பகலின் வெப்பமும் வலியை இன்னும் ஊக்குவிக்கும். கொஞ்சம் கொஞ்சமாக உடலின் ஈரத்தை வெப்பம் உறிய ஆரம்பிக்கும். தாகமெடுக்கும் தண்ணீர் கிடைக்காது. உடலின் இரத்தம் வற்றி அசைவுகள் குறையும்போது வானத்துப் பறவைகள் உணவுக்காக உடல்களைக் கொத்த ஆரம்பிக்கும். இவ்வளவு நடக்கும்போதும் உடலில் உயிர் இருப்பதுதான் சிலுவை மரணத்தின் கொடூரம். பல நாள்களாக இப்படித் தொங்கிக் கொண்டிருந்தால் இயற்கை உபாதைகளினால் சிலுவையைச் சுற்றி துர்நாற்றம் வீசிக்கொண்டிருக்கும். திடீரென எங்கேனும் அரிப்பெடுத்தால் அடுத்த வேதனை. ஈக்களும் கொசுக்களும் காயங்களில் மொய்த்துச் சீழ் பிடிக்கச் செய்யும். இன்னும் உயிர் இருக்கும்போதே காயங்களிலிருந்து புழுக்கள் நெளிந்து வேதனையைக் கொடுக்கும்.

வாழ்வின் அத்தனை அற்புதத் தருணங்களும் மனக்கண் முன்னே தோன்றி மறைந்து ரணப்படுத்தும். இதற்கு மேலும் உயிர் இருந்தால் மனிதத் தன்மை மறைந்து ஒரு மிருகமாக மட்டும் எஞ்சியிருப்பார்கள். அந்த வழியாகப் பயணிப்போர்

அனைவரையும் சபித்துக்கொண்டேயிருப்பார்கள். கொல்கதா முழுவதும் சிலுவையில் அறையப்பட்டவர்களின் சாப ஓலங்களால் நிரம்பியிருந்தன. யாருமில்லாத சமயங்களில் அவர்கள் கடவுளையும் தாங்கள் பிறந்த தினத்தையும் சபித்துக் கொண்டிருப்பார்கள். சில சமயம் அவ்வழியாகச் செல்பவர்கள் சிலுவையில் அறையப்பட்டவர்களைக் கற்களால் அடிப்பார்கள். தேவ நிந்தனைகளைப் பொறுத்துக்கொள்ள முடியாத யூதத் தலைமை குருக்கள் சிலுவையில் அறையப்படுபவர்களின் நாக்கை அறுத்துவிடும்படி கேட்டுக்கொள்வார்கள். நாவறுந்த மனிதர்களின் ஓலங்கள் வேட்டையாடப்பட்ட வன விலங்குகளின் கதறல்களை ஒத்திருக்கும். உண்மையாகவே கொல்கதா ஒரு சபிக்கப்பட்ட இடம்.

இயேசுவின் சீடர்கள் அவ்விடத்தைக் கடக்க முற்பட்ட போது சில தினங்களுக்கு முன் சிலுவையில் அறையப்பட்ட புரட்சியாளர்களைப் பார்த்துக்கொண்டே நடந்தார்கள். ஒரேயொரு சிலுவையில் மட்டும் உடல் பின்புறமாகத் திருப்பி வைக்கப்பட்டு அறையப்பட்டிருந்தது. சீடர்கள் தங்கள் தலைகளைக் கீழே கவிழ்த்துக் கொண்டு கடக்க முற்பட்டார்கள். அந்தக் குறிப்பிட்ட உடலைத் திரும்பிப் பார்க்க முனைந்த இளைஞன் யோவானின் தலையில் தட்டிக் கண்டித்தார் பேதுரு, ஏனெனில் அது ஒரு பெண்ணுடல். பெண்களைப் பின்புறமாகத் திருப்பிச் சிலுவையில் அறைவது வழக்கம். குறைந்தது அன்று நாற்பது உடல்கள் அங்கே தொங்கிக்கொண்டிருந்திருக்கும். கேவல்களும் கதறல்களும் அச்சூழலை இருளச் செய்திருந்தன. ரோமை வீரர்கள் நால்வர் தங்களுக்குக் கட்டளையிடப்பட்ட நாவறுக்கும் பணியைச் செய்துகொண்டிருந்தார்கள். நாக்கை அறுக்க விடாமல் தேவ நிந்தனை செய்து கொண்டிருந்த ஒருவனின் கன்னத்தை அழுத்தி வாய்க்குள் வலுக்கட்டாயமாக கைகளை விட்டு நாவை இழுத்து பாக்கு வெட்டி போன்றிருந்த கருவியால் கத்தரித்துத் தூக்கியெறிந்தார்கள். ஒரு ரோமை வீரன் ஏணியைப் பிடித்துக் கொள்ள இன்னொருவன் கத்தரித்துக் கொண்டிருந்தான். தேவ நிந்தனைகளையும் மரண ஓலங்களையும் சகித்துக் கொள்ள முடியாத சீடர்கள் காதுகளைப் பொத்தி

நடந்துகொண்டிருந்தார்கள். இயேசுவின் மனம் எங்கெங்கோ அலைபாய்ந்துகொண்டிருந்தது.

யூதாஸ் சிலுவையில் கதறிக்கொண்டிருந்த ஒருவனை அடையாளம் கண்டு அவனுக்கருகில் நின்று அண்ணாந்து அவனைப் பார்த்துக்கொண்டிருந்தான். அவன் நாக்கு இன்னும் வெட்டப்படவில்லை. ஆனால் வேதனையில் துடித்துத் துவண்டிருந்த அவன் வாயிலிருந்து எச்சில் வடிந்து கொண்டிருந்தது. யூதாஸ் தன் நினைவடுக்கிலிருந்து அவனின் அடையாளங்களைத் தேடிக் கொண்டிருந்தான். தன்னை ஒருவன் பார்த்துக் கொண்டிருக்கிறான் என்பதை உணர்ந்த அவன் தலையை அசைத்து கண்களைச் சிரமப்பட்டு உருட்டிப் பார்த்தான்.

“வேசி மகனே, உன்னை எனக்கு நன்றாகத் தெரியும். இதெல்லாம் உன் வேலைதானே.”

காரி முகத்தில் உமிழ முற்பட்டு இயலாமல் அழத் தொடங்கினான்.

“நீ... நீங்கள்... பரபாஸூடன் இருந்தவர்தானே?”

உடைந்தழுதவனின் குரல் யூதாஸூக்கு அவனை அடையாளம் காட்டியது.

“பரபாஸ்! அந்த அப்பன் பெயர் தெரியாதவனின் பெயரைச் சொல்லாதே! நான் சாகும்போது எல்லாவற்றையும் மறந்து சாக நினைக்கிறேன். அவன் பெயரை உச்சரித்தால் தலைக்குள் ஆயிரம் குளவிகள் கொட்டியது போல இருக்கிறது.” என்றுச் சொல்லி தொண்டைகிழியக் கத்தியடங்கினான். பின் பரபாஸையும் அவனுடனிருந்தவர்களைக் காதுகளில் கேட்கக் கூடாத வார்த்தைகளால் திட்டித் தீர்த்தான். தன் நா அறுபடும் முன் உலகின் அத்தனை மோசமான வார்த்தைகளாலும் தன்னை இந்நிலைக்கு ஆளாக்கியவனை அர்ச்சித்தான். யூதாஸ்தான் தங்களை ஆளுநரிடம் காட்டிக் கொடுத்திருக்க வேண்டும் என்று நினைத்து யூதாஸையும் சபிக்கத் தொடங்கினான். பயந்துபோன

யூதாஸ், "கடவுள் வீற்றிருக்கும் அந்த வானத்தின் சாட்சியாகவும் அவரின் கால்மனையான இந்தப் பூமி சாட்சியாகவும் நான் எதுவும் செய்யவில்லை" என்றான்.

"நீ வந்து சென்ற அதே நாளில் ரோமை வீரர்கள் எங்கள் கூடாரங்களில் புகுந்து ஆயுதங்களையும் எங்களையும் கைப்பற்றினார்கள். திடீரென எங்களால் தாக்க இயலவில்லை. சிறைபிடிக்கப்பட்ட எங்களை உடனடியாக சிலுவையில் அறைய பிலாத்து உத்தரவிட்டான். பரபாஸை சிறையில் சித்ரவதை செய்து கொண்டிருக்கிறார்கள். எங்களின் மரணம் எந்த வேசை நாய்க்கும் பாடமாக இருக்கட்டும் என்று பிலாத்து அவன் மரணத்தை ஒத்திப் போட்டிருக்கிறான். நீயும் சுதந்திரம் என்று சுற்றிக்கொண்டு திரிகிறாய். எழுதி வைத்துக் கொள். நீயும் உன் கூட்டமும் கொஞ்ச நாளில் இப்படித்தான் தொங்கிக் கொண்டிருக்கப் போகிறீர்கள்."

அவன் பேசி முடிப்பதற்கும் வீரர்கள் ஏணியைச் சிலுவையில் சாய்த்து ஏறுவதற்கும் சரியாக இருந்தது. தேக்கி வைத்த சப்தங்களை ஒரே நேரத்தில் எழுப்பும் முயற்சியில் கத்தத் துவங்கினான். அதைப் பார்க்கச் சகிக்காத யூதாஸ் அங்கிருந்து நகர முயற்சிக்கையில் 'க்ளிச்' என்ற சத்தத்துடன் நாக்கு வெட்டப்பட்டது. கதறல் இன்னும் உக்கிரமானது. தன்னை ஒரு நிமிடம் சிலுவையில் வைத்து யோசித்துப் பார்த்த யூதாஸ் வேகமாக அவ்விடத்தை விட்டகன்று முன் சென்றுகொண்டிருந்த தன் தோழர்களுடன் இணைந்துகொண்டான்.

இயேசு, யூதாஸை அழைத்துப் பேசியதை பேதுரு தூரத்திலிருந்து பார்த்துக் கொண்டிருந்தார். யாக்கோபு அருகிலிருந்து இருவர் உரையாடுவதையும் வாய் அசைவில் கண்டுபிடித்துவிடும் பிரயாசையிலிருந்தார். பேதுரு தன்னுடைய கூரான வாளை மெதுவாகத் தடவிக்கொண்டிருந்தார்.

"எனக்கு இன்னும் புரியவில்லை பேதுரு, நாம் அனைவரும் கலிலேயர்களாக இருக்க யூதாஸை மட்டும் ஏன் யூதேயாவிலிருந்து தேர்ந்தெடுத்தார்?" என்று யாக்கோபு கேட்டார்.

“எனக்கும் புரியவில்லை. ஆனால் யூதேயர்களை நான் என்றுமே நம்புவதில்லை. நம் மீதாக வரவிருக்கும் பேராபத்துகள் இவன் வழியாகவே வரும்.”

இருவரும் பேசிக்கொண்டிருக்க யூதாஸ் அவர்களருகில் வந்தான். மூவருக்குள்ளும் சொல்லிக் கொள்ள முடியாத அமைதி நிலவியது. பேதுரு ஒரு செருமலால் கொடுத்து அமைதியைக் கலைத்தார்.

“நகருக்குள் சென்று பாஸ்கா உணவருந்த இடம் ஏற்பாடு செய்யச் சொல்லி உங்களிருவரையும் போகச் சொன்னார்,” யூதாஸ் சொல்லி முடித்தான்.

“எங்களிடம் நேராகச் சொல்ல மாட்டாரா? நீ என்ன அவரின் அந்தரங்கக் காரியதரிசியா?” சற்றே கோபமுடன் பேசினார் பேதுரு.

“எனக்கு நகரில் இருக்கும் வேறொருவரிடமிருந்து கழுதைக் குட்டியை வாங்கி வரச் சொல்லிப் பணித்திருக்கிறார்.”

“கழுதைக் குட்டியா?”

“ஆம், இறுதியாக இஸ்ரயேலின் மாட்சிமை மீளப் போகிறது. ‘உன்னை ஆள்பவர், கழுதையின் மீதேறி வருகிறார்’ என்ற இறை வார்த்தை உங்களுக்குத் தெரியாதா?”

“எங்களுக்கு நீ இறைவாக்கு உரைக்காதே, எல்லாம் எங்களுக்குத் தெரியும்.”

அவரவருக்குப் பணித்த வேலையை நிறைவேற்ற அவரவர் வழியில் சென்றார்கள்.

—

யூதாஸ் கழுதைக் குட்டியை, குறிப்பிட்ட மனிதரிடம் பேசி அழைத்து வரும் போது தலைமை குருவின் காவலர் ஒருவர் யூதாஸைப் பின்பற்றி வந்து கொண்டிருந்தார். யூதாஸின்

நடை இப்போது ஓட்டமானது. ஆனாலும் யூதாஸைப் பிடித்த காவலர், “அஞ்சாதே, நீ பரபாஸுடன் ஆலோசனை செய்தது பிலாத்துவுக்குத் தெரிந்து பிலாத்து, இயேசுவையும் சீடர்களையும் தேடிக் கொண்டிருக்கிறார்,” என்றார்

சிலுவையில் தொங்கியவனின் வார்த்தைகள் நினைவுக்கு வர யூதாஸ் கண்கள் இருண்டு நடை தடுமாறி பின் சமாளித்து நின்றான்.

“கவலைப்படாதே யூதாஸ், அன்னா உனக்காக ஒரு மாபெரும் திட்டம் வைத்திருக்கிறார்.”

“அன்னா?”

“நம் தலைமை குரு கயபாவின் உறவினர். நம் தலைமை குருவுக்கு மேல்மட்ட ஆலோசனைகளை வழங்குவது அன்னா தான். நான் உன்னை அவரிடம் கூட்டிச் செல்வதற்காகவே வந்துள்ளேன்.”

“தலைமை குருக்களும் பரிசேயர்களும் இயேசுவைக் கொலை செய்ய அல்லவா தேடிக்கொண்டிருக்கிறார்கள்?”

“தங்களுக்குள்ளாகப் பிளவுபடும் எந்த அரசும் நிலைப்பதில்லை என்று உனக்குத் தெரியாதா? இயேசு வாக்களிக்கப்பட்ட மெசியா என்றால் அதை ஏற்றுக்கொள்ள நமக்குத் தயக்கமென்ன?”

யூதாஸுக்குச் சந்தேகம் தீரவில்லை. கழுதைக் குட்டி இவர்களின் உரையாடலுக்குச் சாட்சியாய் நின்று கொண்டிருந்தது. வெகு நேரம் பதிலளிக்காத யூதாஸின் கையில் பூத்திருந்த வேர்வை உப்பை தன் கட்டை நாக்கால் அழுந்த நக்கியது கழுதை. யூதாஸ் காவலருடன் செல்ல ஆயத்தமானான்.

தலைமை குரு அரியணையில் அன்னா அமர்ந்திருப்பதை வாயிலில் நுழையும்போதே கவனித்துவிட்டான் யூதாஸ். அவனுக்குச் சலோம் சொல்லி வரவேற்ற அன்னா உடனடியாகத் தன்னுடைய திட்டங்களைச் சொல்ல ஆரம்பித்தார்.

“இயேசு தான் மெசியா என்பதை நீ நம்புகிறாயா?”

“ஆம்!”

“பிலாத்து உங்களையும் இயேசுவையும் இயேசுவைப் பின்பற்றும் பலரையும் கொல்லவிருப்பது உங்களுக்குத் தெரியுமா?”

“தெரியாது.”

“இன்னொரு முறை ரோமை சாம்ராஜ்யத்தின் கை ஓங்கி விடக் கூடாது என்பதில் நாங்கள் தெளிவாக இருக்கிறோம். இயேசுதான் மெசியா என்றால் அவர் எங்களுடன் இருந்து சரியான திட்டங்களுடன் போர் புரியட்டும். ஏன் அவர் விபச்சாரிகளுடனும் வரி வசூலிப்பவர்களிடமும் மட்டும் பழகி வருகிறார்?”

“எனக்குத் தெரியாது. ஆனால் இஸ்ரயேலின் மீட்சி அவரிடமிருந்தே வரும் என்று நம்புகிறேன். இறை வார்த்தைகள் அவரில் நிறைவு பெறுவதை நான் பார்த்திருக்கிறேன்.”

வாசலில் காத்துக் கொண்டிருந்த கழுதை கத்தியது. யூதாஸும் அன்னாவும் கழுதையைப் பார்த்தார்கள்.

“அதுவும் இயேசுவுக்குத்தானா?”

“ஆம், நாளை அவர் வெற்றி ஆர்ப்பரிப்புடன் எருசலேமில் நுழைகிறார்.”

அன்னா அருகிலிருந்த ஆலோசகர்களையும் வீரர்களையும் பார்த்து, தன் புருவங்களை உயர்த்தினார்.

“நல்லது. நாங்கள் இயேசுவுக்குப் பாதுகாப்பைத் தர விரும்புகிறோம். இயேசுவை எங்கு தேடியும் எங்களால் கண்டுபிடிக்க இயலவில்லை. நீ அவரிருக்கும் இடத்தை எங்களுக்குச் சொல்ல வேண்டும்.”

யூதாஸ் சந்தேகப் பார்வையுடன் அவர்களைப் பார்க்கிறார்.

“இஸ்ரயேலின் விடுதலையில் உன் பெயர் நிலைக்க விரும்பினால் நீ இதைச் செய்துதான் ஆகவேண்டும். உடனடியாகக் கூட வேண்டாம். நேரமெடுத்துக் கொள். பாஸ்கா திருநாளுக்குப் பிறகு சொன்னால் போதும். நாங்களும் ஆயுதங்களையும் ஆட்களையும் திரட்ட வேண்டும்.”

யூதாஸ் ஏதும் சொல்லாமல் நின்றுகொண்டிருந்தான்.

“நீ என்ன யோசிக்கிறாய் என்பது எங்களுக்குத் தெரியும். இயேசு தேவாலயத்திலும் தெருக்களிலும் போதித்த போது ஏன் நீங்கள் ஆதரவளிக்கவில்லை என்றுதானே சிந்திக்கிறாய்? பெரிய பதவிகளில் இருக்கும்போது மக்களின் நலனைக் கருத்தில் கொள்ள வேண்டும். நாங்கள் அவருடன் இருந்திருந்தால் நகரில் பெரும் வன்முறைகளை ரோமையர்கள் ஏவியிருப்பார்கள். அதில் பலியாவது நம் சொந்தங்கள் தானே?”

இப்போது யூதாஸ் எதுவும் பதில் சொல்லவில்லை. ஆனால் மனதுக்குள்ளாகத் தலைமை குரு கயபா உயிருடன் இருக்க இந்த அன்னா ஏன் திட்டமிடுகிறார் என்று சிந்தித்துக் கொண்டிருந்தான். அவன் உள்ள ஓட்டத்தை ஊகித்தறிந்த அன்னா பேசினார்.

“நம் தலைமை குரு இஸ்ரேலின் விடுதலைக்காக நோன்பிருந்து கொண்டிருக்கிறார். தயங்காதே யூதாஸ் இதுதான் தருணம்.”

‘சரி’ என்று வாய்விட்டுச் சொல்லாமல் தலையை ஆட்டிவிட்டுத் திரும்பினான்.

“ஒரு நிமிடம் யூதாஸ். எந்த ஒரு பணியும் சரியாக ஊக்கப்படுத்தப்பட வேண்டும். இதோ உனக்கானது. எடுத்துக் கொள்.”

காவலாளி ஒருவன் யூதாஸிடம் ஒரு பண முடிப்பைக் கொடுத்தான். யூதாஸ் அதை எடுத்துப் பிரித்துப் பார்த்தான். அத்தனையும் வெள்ளிக் காசுகள்.

“முப்பது வெள்ளி. இஸ்ரயேலின் விடுதலைக்கு முன் இது ஒன்றுமில்லை. நமதாட்சி வரும்போது நீ சரியாகக் கவனிக்கப்படுவாய்.”

யூதாஸுக்கு மிகுந்த சந்தோஷமும் தைரியமுமாக இருந்தது. ஒரு கையில் வெள்ளிக்காசு முடிப்புடனும் மறு கையில் கழுதையுடனும் நடக்க ஆரம்பித்தான். கழுதை அவனை வேகமாக இழுத்துக்கொண்டு ஓட ஆரம்பித்தது.

அன்னா யூதாஸ் சென்ற வழியைப் பார்த்துக் கொண்டிருந்தார். மாடியறையிலிருந்து இறங்கி வந்த கயபா, அன்னாவின் சிந்தையைக் கலைத்துப் பேச ஆரம்பித்தார்.

“பாஸ்கா நெருங்கி வருகிறது. இந்தத் திட்டத்தில் சின்ன தவறு நடந்தாலும் அவ்வளவுதான். எனக்குக் கலக்கமாக இருக்கிறது.”

“நீதானே மக்கள் அனைவரை முன்னிட்டு ஒருவன் இறப்பது நல்லது என்று சொன்னாய்? எல்லாம் சரியாக நடக்கும். யூத இனத்தின் அடையாளங்களை அழிக்கப் பிறந்தவன் இயேசு. மெசியா வந்துவிட்டால் அதன் பிறகென்ன இருக்கிறது. வாழ்க்கையின் அழகு பயணித்துக்கொண்டிருப்பதில் இருக்கிறது. முற்றுப்புள்ளிக்குப் பிறகு ஏதுமில்லை கயபா. இயேசுவின் மரணத்தில் பல நன்மைகள் விளையவிருக்கின்றன. எல்லாவற்றையும் அறுவடை செய்ய உன் அரிவாளை ஆயத்தப்படுத்து. இந்த பாஸ்கா விழா மறக்க முடியாத ஒன்றாக இருக்கப்போகிறது.

7

“நீ எப்படி இங்கே வந்து தங்க ஆரம்பித்தாய்?”

தன் துணிக் குவியலில் ஏதோ தேடிக் கொண்டிருந்த ஜூட் கியாராவின் கேள்வியால் துணுக்குற்று அவளைப் பார்த்தான். பாலத்தின் அடியில் சூழ்ந்திருந்த இருளிலும் கியாராவின் முகம் பொலிவாக இருந்தது. ‘பேரழகி’ என்று மனதுக்குள் நினைத்துக் கொண்டு அவள் கேட்ட கேள்வியை ஞாபகப்படுத்திக்கொண்டு பதிலளிக்க ஆரம்பித்தான்.

“அப்பா பத்து வருடங்களுக்கு முன் இறந்துவிட்டார். அம்மாவுக்குத் துணையாக இருந்தேன். இருபத்தியோரு வயதுக்கு மேல் அம்மா வேண்டுமானால் நம் ஆதரவில் இருக்கலாம். ஆனால் நான் அவளுடைய ஆதரவில் இருக்க முடியாது. இருந்தாலும் நான் இருந்தேன். சூழ்நிலை என்னை அப்படியாக்கியது. எங்கள் வீட்டுக்கு நான் ஒரே பிள்ளை. எங்கள் வம்சம் எப்போதும் இப்படித்தான். வம்சத்தின் சாபம் என்று நினைக்கிறேன். சாபத்தில் ஒரு சின்ன நன்மை இருக்குமல்லவா? அதன்படி ஒரு பிள்ளை பிறந்தாலும் அது ஆண் பிள்ளையாகவே பிறக்கும்.”

“ஆச்சரியமான சாபமாக இருக்கிறதே! பின் எப்படி உங்கள் சந்ததி பெருகியது?”

“கடவுளின் ஆசீர்வாதம்.”

ஏளனமாக கியாரா ஒரு புன்னகையை உதிர்த்தாள்.

“நீ நம்பமாட்டாய். ஆனால் அதுதான் உண்மை.”

“மதம் மனிதனின் சுதந்திரத்தைப் பறித்துக்கொள்கிறது.”

“சுதந்திரம் என்று எதை நீ சொல்கிறாய்?”

“நமது சுயம். மதம் தன்னுடைய கோட்பாடுகள் மூலம் மனிதர்களின் சிந்தனைகளை அடக்கியாளப் பார்க்கிறது.”

“முற்றிலும் உண்மையில்லை. ஆனால் நீ சொல்லும் சுதந்திரத்தை மதம் நெறிப்படுத்துகிறது.”

கியாராவுக்கு மேற்கொண்டு என்ன சொல்வதென்று தெரியவில்லை. அங்கிருந்து ஓடிவிடலாம் போலத் தோன்றியது.

“கியாரா, மதத்தின் பெயரால் உனக்கு இழைக்கப்பட்ட அநீதிகளுக்கு மிகவும் வருந்துகிறேன். ஆனால் அனைவரும் அப்படியல்ல.”

“ஜூட், உன் எல்லையை மீறாதே. உன் உபசரிப்புகளுக்கு நன்றி. பாஸ்டன் குழந்தைகள் வல்லுறவின் மையமாக இருக்கிறது. இங்கிருந்துகொண்டு இந்த மாதிரி மதத்துக்காகக் கொடி பிடிப்பது சரியானதல்ல.”

“நாளை உன்னை ஃபாதர் ரிச்சர்ட் கான்வேயிடம் கூட்டிப் போகிறேன். அவரைச் சந்தித்தால் மதத்தின் மீதான உன் மதிப்பீடுகளை மாற்றிக்கொள்ளலாம்.”

“நான் யாரையும் சந்திக்க விரும்பவில்லை.”

“உனக்காக இல்லையென்றாலும் நான் அவரைச் சந்தித்துதான் ஆகவேண்டும். இந்த வாரத்துக்கான என் உணவுகள் தீர்ந்துவிட்டன. ஃபாதர் கான்வே நமக்கு ஏதாவது தரக்கூடும்.”

“மன்னிக்கவும். நான் உன்னுடன் தங்கப்போவதில்லை.”

“உனக்கு எதாவது திட்டமிருக்கிறதா?”

“திட்டமென்று ஒன்றுமில்லை. கிடைக்கும் இடங்களில் தங்கிக் கொள்வேன்.” சொல்லும் போதே அவள் ஏதோ சிந்தனையில் ஆழ்ந்தாள் என்பதை யாராலும் சொல்லிவிட முடியும். காசுக்காக இவ்வளவு பெரிய நகரத்தில் தன் உடலை விற்பதில் அவளுக்கு உடன்பாடில்லைதான். மேலும் நகரில் பலருக்கும் சிஃபிலிஸ் பரவிக்கொண்டிருந்தது.

“நீ என்னுடன் எவ்வளவு நாட்கள் வேண்டுமானாலும் தங்கிக்கொள்ளலாம். நான் வேலைக்கு ஏற்பாடு செய்து கொண்டிருக்கிறேன். மிக விரைவில் வேலை கிடைத்துவிடும்.”

ஜூட் இயல்பிலேயே கனிவுடன் இருந்தது கியாராவுக்குப் பிடித்திருந்தது. இதுவரை கியாராவைக் கண்டவர்கள் ‘பழகுவதற்குத்தான்’ துடித்தார்களே அன்றி இவ்வளவு கனிவுடன் நடந்துகொண்டதில்லை. சந்தித்த சில மணி நேரங்களில் தான் எப்படித் தன் முழுக் கதையையும் இவனிடம் சொன்னோம் என்ற சிந்தனையும் கியாராவுக்கு வந்து போனது. ஜூட் மீசையும் தாடியும் இல்லாமல் பேரழகனாக இருப்பான் என்ற எண்ணமும் வந்தது. மனதுக்குள் எழுந்த குறுகுறுப்பை மறைக்க முயன்ற கியாரா, “நாளை எப்போது கான்வேயைப் பார்க்கப் போகிறோம்?” என்று கேட்டாள்.

“நாளை நாம் எழுந்த பின் சென்று பார்க்கலாம்.”

சொல்லிக்கொண்டே முதல் நாள் இரவு மீதியிருந்த போர்பன் மற்றும் ஒயின் பாட்டில்களை வெளியே எடுத்தான்.

அன்றிரவு ஒயினிலிருந்து ஆரம்பித்தார்கள். குளிர் பரவிக் கொண்டிருந்தது. கியாராவுக்கு வெளியில் சென்று நடக்கத் தோன்றியது. ஜூடைப் பிடித்து இழுத்தாள். போர்பனை வேறொரு புட்டியில் ஊற்றிக்கொண்டிருந்த ஜூட் நிதானமாக அதை எடுத்துக் கொண்டு பாலத்துக்கு வெளியில் வந்தான்.

பாஸ்டன், இரவை விரட்டுவது போல மின் விளக்குகளால் மிளிர்ந்து கொண்டிருந்தது. காமன்வெல்த் அவின்யூ வழியாக நடக்க ஆரம்பித்தார்கள். வழியில் சிலர் புகைமூட்டத்தில் அமர்ந்து அருகில் எமினமின் பாடல்களை ஒலிக்கவிட்டிருந்தார்கள். கியாரா தூரத்திலிருக்கும் போதே எமினமின் தாளத்துக்கு ஏற்றாற்போல அசைந்து நடந்துகொண்டிருந்தாள். ஜூடுக்கு நடனமாடத் தெரியாது என்பதை அவன் அசைவுகள் சொல்லிக்கொண்டிருந்தன. அருகில் நெருங்கியபோது கியாரா சத்தமாக, "ஸ்கொயர் டான்ஸ்" என்று கத்தினாள். ஜூடுக்குப் புரியவில்லை.

"அது எமினமின் ஸ்கொயர் டான்ஸ்" என்று விளக்கிக் கொண்டிருந்தாள்.

"ஓ, ஆமாம் எமினம். எனக்கும் எமினமைப் பிடிக்கும். அவருடைய லவ் த வே யூ லய், மான்ஸ்டர் எல்லாம் கேட்டிருக்கிறேன்" என்றான் ஜூட்.

அவன் சொன்ன எதையும் கவனிக்காமல் கியாரா ஸ்கொயர் டான்ஸ் வரிகளைப் பாடிக் கொண்டிருந்தாள் எமினமைப் போலவே,

"...You all c'mon now
Let's all get on down,
Let's do-si-do now
We'r gonna have a good ol'time
Don't be scared, 'cause there ain't
Nothing to worry about
Let your hair down
And square dance with me..."

கியாராவின் தலைமுடி விரிக்கப்பட்டு அவள் ஆடிய ஆட்டம் அற்புதமாக இருந்தது. குளிர் மறந்து இடை தெரிய மேலும் கீழுமாக அசைந்து அவள் ஆடியது அங்கிருந்த யாவரையும் ஈர்த்தது. ஜூட் ஒரு மூலையில் சிகரெட் புகைத்துக் கொண்டிருக்க

கியாராவுடன் ஆட எத்தனித்த கறுப்பு இளைஞனை கியாரா தன் கரங்களால் இழுத்து ஆடத் துவங்கினாள். கியாராவுடன் ஆடியவனுக்கு நாற்பது வயது இருக்கலாம். ஆனால், அவன் நடன அசைவுகள் பதினெட்டு வயது இளைஞனுடையவை. முன்பக்கமாக நகர்ந்துகொண்டிருந்த அவன் கால்களுக்கு எதிர்த் திசையில் மொத்த உடலும் வளைந்துகொண்டிருந்தன. அதனூடே அவன் கரங்கள் காற்றில் எதையோ வரைந்து கொண்டிருந்தது. திடீரென மொத்த உடலையும் தூக்கி நிறுத்தியவன் கியாராவின் கரங்களைப் பிடித்திழுக்க, காந்தத்தால் ஈர்க்கப்பட்ட இரும்பென கியாரா அவனுடன் வந்து ஒட்டிக் கொண்டாள். அவனின் முன்புறத்தைத் தன் புட்டத்தால் உரசுவது போன்று இடுப்பைப் பக்கவாட்டில் ஆட்டிக்கொண்டிருந்தாள். அங்கிருந்த மொத்த நபர்களும் கியாராவையும் அவனையும் உற்சாகப்படுத்தி, கைத்தட்டி ஆர்ப்பரித்துக்கொண்டிருந்தார்கள். கஞ்சாவின் மணமும் சிகரெட் வாடையும் கூடவே ஆல்கஹால் நெடியும் அந்த இடத்தைக் கொண்டாட்டமாக்கிக் கொண்டிருந்தன. ஜூட் நிதானமாகப் புகைத்துக்கொண்டும் குடித்துக்கொண்டும் நின்றிருந்தான். பாடல் நிறைவடைய கொஞ்சம் முன்பாக மூச்சு பலமாக வாங்க, கியாரா ஜூடிடம் வந்து அவன் குடித்துக்கொண்டிருந்த போர்பனை வாங்கிக் குடித்தாள். அவளின் உற்சாகம் இன்னும் தீர்ந்திருக்கவில்லை.

“ஊஊஊஊஊ... நீ டான்ஸ் ஆட மாட்டாயா?”

“எனக்குத் தெரியாது.”

“நம்ப மாட்டேன். ரொம்பவும் சுலபம். இங்கே பார்....” வெளியில் ஒலித்துக்கொண்டிருந்த இன்னொரு இசைக்கு ஏற்றாற்போல உடலை வளைத்து நெளிக்கிறாள் கியாரா.

“இவ்வளவுதான். இசைக்கு நம் உடலை ஒப்புக் கொடுக்க வேண்டும். அவ்வளவுதான். மீதியை இசை பார்த்துக் கொள்ளும்.”

கண்களை மூடி இசையை கவனித்து உடலை நெளிக்கிறான். ஆனால், அதில் நளினமில்லை. அடுத்து என்ன செய்ய வேண்டும் என்ற தயக்கம் தெரிந்தது. 'அதேதான். அவ்வளவுதான். அப்படித்தான்' என்று கியாரா பாராட்டிக் கொண்டிருந்தாள். வெட்கப்பட்டு கண்களைத் திறந்து முகத்தை மூடிக்கொண்டு சிரித்தான் ஜூட்.

"ஊ ஊ ஊ ஊ ஊ ஊ ஊ ஊ ஊ ஊ ஊ"

கத்திக்கொண்டே ஜூடை இழுத்துக் கொண்டு ஆட ஆரம்பித்தாள் கியாரா. அவன் கைகளைக் கோத்து இங்கும் அங்கும் இழுத்தாள். வெட்கத்துடன் கால்களையும் கைகளையும் அசைத்துக்கொண்டிருந்தான். ஆடிக்கொண்டிருந்த கியாரா அருகில் வந்து ஜூடின் காதில், "எல்லாவற்றையும் மறந்து உடலை லேசாக்கு" என்று கட்டளையிட்டாள். அதேபோல கண்களை மூடி எல்லாவற்றையும் மறக்க முயற்சித்தான்.

சிறையில் சக கைதிகள் இவனுடன் குதப் புணர்ச்சியில் ஈடுபட்டது நினைவுக்கு வந்தது. பெரிய முரடனாக இருந்தான் அவன். ஜூடுக்கு அதே ஒடுங்கிய தேகம். அவனை இழுத்து சுவற்றுடன் அழுத்திப் பிடித்து தன் குறியை இவனுடைய குதத்தில் திணிக்க முற்படுகிறான். கண்களை மூடிக் கொண்டு ஜூட் கத்துகிறான். கூடியிருந்த கூட்டம் சிரிக்கிறது. வெடுக்கென கண்களைத் திறக்கையில் இன்னும் இசை ஒலித்துக் கொண்டிருக்கிறது. எமினமின் காட்ஸில்லா ஒலிக்கிறது. கையில் இருந்த போர்பனைக் குடிக்கிறான். எமினமின் குரல் பிரபஞ்சம் முழுவதும் ஒலிப்பதாகத் தோன்றியது ஜூடுக்கு. கண்களை மூடுகிறான்.

தன்னைப் புணர்ந்தவனின் கைகளை மடக்கி முகத்தில் குத்துகிறான். போலீஸ் ஓடி வருகிறது. ஜூடின் முகத்தில் அடி விழுகிறது.

இப்போது அவன் கண்களைத் திறக்கவில்லை. எமினமின் வரிகள் புரியவில்லை. பைத்தியக்காரனின் மொழியில் தீவிரத்தில்

பாடல் ஓடிக்கொண்டிருக்கிறது. ஜூடுக்குக் கத்த வேண்டும் போல இருந்தது.

“ஆஆஆஆஆஆஆஆஆ...”

இன்னும் கொஞ்சம் குடித்தால் நன்றாக இருக்கும் என்று தோன்றியது. மூச்சு வாங்கிக் கொண்டிருந்தது. கியாரா ஆச்சரியமாகப் பார்த்துக் கொண்டிருந்தாள். அங்கிருந்த யாவருமே அப்படியே பார்த்துக் கொண்டிருந்தனர். ஜூட் யாரையும் பார்க்காமல் ஓரமாகச் சென்று சிகரெட்டைப் பற்ற வைத்தான். பாடல் முடிந்ததும் அனைவரும் கைதட்டினார்கள். தனது நடனத்துக்குத்தான் கைதட்டினார்கள் என்று அவனுக்கு அப்போது புரியவில்லை. கியாரா வேகமாக ஓடிவந்து பற்ற வைக்கவிருந்த சிகரெட்டைத் தூர எறிந்துவிட்டு, “இப்போது புகைக்காதே, மூச்சு சீரானதும் புகைக்கலாம். இப்போது புகைத்தால் பாதிப்பு அதிகம்” என்றாள்.

பின் அமைதியாக அவனுடன் அமர்ந்து அவன் நடனமாடியதைப் பற்றி அவனுடன் பேசிக் கொண்டிருந்தாள். இரவானதால் சத்தத்தைக் குறைத்து வைத்து இன்னமும் நடனமாடிக் கொண்டிருந்தார்கள். கியாராவுடன் சிகரெட்டைப் பகிர்ந்து புகைத்துகொண்டிருந்தான். அழுக்குத் தாடியுடன் கிழிந்த கோட்டுடன் அங்கு வந்த கிழவர் இருவரையும் பார்த்து நலம் விசாரித்துக் கொண்டிருந்தார். அவர் கியாராவின் நடனத்தைப் புகழ்ந்துக் கொண்டிருந்தார். பின் ஜூடைப் பார்த்து, “ஹே, நீ ஆடியதை நடனம் என்று ஒத்துக்கொள்ள முடியாது. ஒரு நளினமும் இல்லை. ஆனால் நீ நடனம் தொட முடியாத பைத்தியக்காரத்தனத்தைத் தொட்டுத் திரும்பினாய். உன் அசைவுகளில் நீ இல்லவேயில்லை. பிசாசு உன்னுள் புகுந்து கொண்டது போன்றிருந்தது உன் அசைவுகள்...” சொல்லிக் கொண்டு அவர் தனக்குச் சிலுவை அடையாளம் வரைந்து கொண்டார். பின்னர், “வாழ்த்துகள்” என்று சொல்லி தன் கிழிந்த கோட் பாக்கெட்டிலிருந்து மது பாட்டிலை எடுத்துக் கொடுத்தார். மேன்ஷன் ஹவுஸ் பிராந்தி. ஒயின் பின்னர்

போர்பன் இப்போது பிராந்தி. அடுத்த நாள் ஏற்படப் போகும் தலைவலியைப் பற்றி ஒரு நிமிடம் நினைத்துப் பார்த்தான். ஆனால் அதற்குள்ளாக கியாரா அந்தக் கிழவருக்கு நன்றி சொல்லிக் கொண்டிருந்தாள். அவனுக்காக இல்லையென்றாலும் கியாராவுக்காக வாங்கிக் கொண்டான். கிழவர் நகர்ந்ததும் பாட்டிலைத் திறந்து குடிக்க ஆரம்பித்தார்கள்.

"கியாரா, உனக்கு நடந்தது அநியாயம். *I am really sorry*" போதையில் தான் சொல்வதென்னவென்று தெரியாமல் பேச ஆரம்பித்தான்.

கியாரா எதுவும் சொல்லாமல் கைகளை விரித்து ஜூடை அணைத்துக் கொண்டாள். இருவரும் பாலத்தை நோக்கி நடக்க ஆரம்பித்தார்கள்.

கியாரா ஏதோ ஒரு பாடலை ராப் செய்து கொண்டிருந்தாள். போதையின் உச்சத்தில் இருந்தார்கள் இருவரும்.

"I said, what are you doin' in the White House
If you're not sellin' cocaine?
Ask your wife, Nancy Reagan
I know she'll spit that game
Like one night, she came to my house
And gave me a blow job
She licked my dick, up and down
Like it was corn on the cob"

"டாக் இல்லையென்றால் நான் இப்போது இல்லை. என் முழு வாழ்க்கையும் சிறையிலே போயிருக்கும். *Thank you Doc!*" மீண்டும் உச்சஸ்தாயியில் *"THANK YOU DOC!"* என்று கத்தினான்."

கியாராவும் *"Thank you Doc"* என்றுக் கத்தினாள்

"பள்ளியில் ஏற்பட்ட ஒரு சின்னச் சண்டையில் அப்பாவின் பிஸ்டலை எடுத்துச் சென்று அந்த வெள்ளை நாயைச் சுட்டுவிட்டேன். *Son of a bitch*"

கியாராவும் “சன் ஆஃப் அ’ பிட்ச்” என்றாள்.

“கை தவறுதலாக அன்று தோள்பட்டையில் குண்டு பாய்ந்து அந்த நாய் தப்பிவிட்டது. நான் கைது செய்யப்பட்டேன். பின்னர் என் அப்பா டாக்கிடம் கேட்டுக்கொண்டதால் விடுவிக்கப்பட்டேன். ஆனால், ஒரு வாரம் சிறையில் இருந்தேன்.”

“அது போதும் உன் வாழ்க்கையை மாற்றியமைக்க.” இருவரும் பாலத்துக்குக் கீழே வந்து படுத்துக் கொண்டார்கள். தனியாகப் படுத்திருந்த கியாரா பின் ஜூடின் அருகில் படுத்து அவனை இறுக அணைத்துக் கொண்டாள்.

8

'யூதாஸ்' என்ற நாமம் பாலஸ்தீனத்தில் கொண்டாடப்பட்டது. இஸ்ரயேல் என்றழைக்கப்பட்ட யாக்கோபின் பன்னிரு மைந்தர்களில் ஒருவரான யூதாவின் வம்சத்தில் பிறந்தவர்தான் இயேசு. குல முதல்வரான யூதா தமது சகோதரர்களில் ஒருவரான யோசேப்பை அடிமையாக எகிப்துக்கு விற்றார். பின்னர் இந்த யோசேப்பைப் பார்க்கத்தான் இஸ்ரயேலும் அவரின் மைந்தர்களும் எகிப்துக்குச் சென்றார்கள். இப்படியாக இஸ்ரயேலர்கள் எகிப்தில் குடியமர்ந்து பின்னர் அடிமைகளாகி அதன் பின்னர் மோஸேவின் தலைமையில் மீண்டும் கானான் தேசத்தில் குடியமர்ந்தனர். யூதாவுக்கு ஏர், ஓனான் மற்றும் சேலா என்ற மூன்று மகன்கள். தலைமகனான ஏருக்குத் தாமார் என்ற பெண்ணைத் திருமணம் செய்து வைத்தார். ஆனால் தாமார் கருத்தரிக்கும் முன்பாகவே ஏர் இறந்துபோனான். அவர்களின் வழக்கப்படி தமையனான ஓனான் தாமாரை மணந்து கொண்டான். ஆனால் ஓனான் ஒவ்வொருமுறையும் தாமாருடன் உறவு கொள்ளும் போதும் விந்து வெளிப்படும் சமயத்தில் உறவு கொள்வதை நிறுத்தி விந்தினை வெளியில் விட்டு விரயம் செய்து கொண்டிருந்தான். இவனது நினைவாகவே விந்தை விரயம் செய்யும் சுய இன்பத்தை 'ஓனானியம்' என்று அழைக்கத் தொடங்கினார்கள். இப்படியாக ஓனானும் வழி

மரபை உண்டாக்காமல் மரித்தான். அடுத்ததாக இருந்த சேலா இன்னும் சிறுவனாகவே இருந்ததால் அவன் வயதுக்கு வரும் வரை தாமார் விதவையாகவே இருக்க யூதாவால் பணிக்கப்பட்டாள். ஆனால் தாமாரால் பொறுத்திருக்க முடியவில்லை. எனவே விபச்சாரியைப் போல நடித்து யூதாவுடன் உறவுகொண்டு வழி மரபைப் பெருக்கினாள். பழைய ஏற்பாட்டின் இறுதியில் வேறொரு யூதா வருகிறார். அவரை மக்கபே என்று மக்கள் நினைவு கூர்கிறார்கள். 'மக்கபே' என்றால் சம்மட்டி என்று பொருள். இப்போது மாசிடோனியாவைச் சார்ந்த பிலிப்பின் மகன் அலெக்சாண்டர் கிரேக்கப் பண்பாட்டை விரிவாக்குவதற்குப் பல்வேறு நாடுகளைப் பிடித்து தமது ஆளுநர்களைப் பணியில் அமர்த்தி ஆட்சி புரியத் தொடங்கியிருந்தார். அவரின் மரணத்திற்குப் பிறகு ஆளுநர்கள் அரசர்களாக முடிசூடி ஆட்சி செய்ய ஆரம்பித்தார்கள். கிரேக்கர்கள் ஆட்சி புரியும் இடமெங்கும் உடற்பயிற்சிக் கூடங்களை நிறுவினார்கள்.

விளையாட்டுப் போட்டிகள் நடத்தினார்கள். அவர்கள் உடற்பயிற்சிக் கூடங்களிலும் விளையாட்டு மைதானங்களிலும் பிறந்த மேனியராய் இருந்தார்கள். இஸ்ரயேலர் சிலருக்கு இவர்களின் பண்பாடு கவர்ச்சிகரமாக இருந்ததால், அவர்களைப் போல ஆடையின்றி இருந்த போது தங்கள் விருத்தச்சேதன அடையாளங்களைக் கிரேக்கர்கள் பரிகசித்ததால் அடுத்தடுத்த தலைமுறையினருக்குக் கடவுள் வலியுறுத்திய விருத்தச்சேதனம் செய்யாமல் இருக்கத் தொடங்கினார்கள். இப்படியான யூதர்களையும் அந்நியர்களையும் ஒருசேர எதிர்த்தவர் மத்தத்தியா. புரட்சியாளர் மத்தத்தியாவின் மைந்தர் யூதாவும் மிகப் பெரிய புரட்சியாளராய் இருந்தார்.

எருசலேம் குடியிருப்பாரற்றுப் பாலை நிலம் போல மாறியது. அதன் குடிமக்கள் உள்ளே போகவோ, வெளியே வரவோ இல்லை. திருஉறைவிடம் காலால் மிதிக்கப்பட்டது. அயல்நாட்டவர்கள் கோட்டையைக் கைப்பற்றி இருந்தனர். அது வேற்றினத்தாரின் உறைவிடமானது. இஸ்ரயேலின்

மகிழ்ச்சி பறிக்கப்பட்டது. அங்கே குழலும் ஒலிக்கவில்லை யாழும் ஒலிக்கவில்லை. எனவே யூதர்கள் கிரேக்கர்களை எதிர்க்க ரோமையர்களோடு உடன்படிக்கையைச் செய்து கொண்டனர். அவ்வுடன்படிக்கையை யூதாவின் தலைமையில் நிறைவேற்றினார்கள். அதன்பின் நடந்த போர் ஒன்றில் யூதா கொல்லப்பட்டார். காலப்போக்கில் ரோமையர்களும் கிரேக்கர்களும் பிரிந்து போயிருந்த இஸ்ரயேல் மற்றும் கலிலேய தேசங்களை முறையே ஆட்சி செய்ய ஆரம்பித்தார்கள். எருசலேமின் விடுதலைக்கு ஆர்வமுடன் பாடுபட்ட யூதாவின் 'மக்கபே' வழியாகவே அதன் எஞ்சியிருந்த அழகும் முழுவதுமாய்த் துடைத்தெடுக்கப்பட்டது. இப்போது இன்னொரு யூதா சிமோனின் மகனான கெரியோத் யூதாஸ் இஸ்ரயேலின் மீட்பைக் கொண்டு வரும் முயற்சியில் இயேசுவைக் காட்டிக் கொடுத்தான்.

அன்றிரவு அவன் பெரிதாக ஒன்றும் செய்யவில்லை. தலைமை குருக்களின் காவலர்களுக்கு இயேசு இருந்த கெத்சமனி தோட்டத்துக்கு வழி காண்பித்தான். இரவின் இரண்டாம் காவல் வேளையில் தீப்பந்தங்களுடன் தோட்டத்துக்குள் புகுந்த காவலர்கள் தூக்கக் கலக்கத்திலிருந்த சீடர்களை உற்று நோக்கிக்கொண்டிருந்தார்கள். பின் யூதாஸை முன்னுக்குத் தள்ளினார்கள். சில நிமிடங்கள் எல்லோரையும் பார்த்துக் கொண்டிருந்த யூதாஸ் மனதுக்குள்ளாக, 'நான் செய்யப்போவது என்னவோ சிறு காரியம்தான். ஆனால் நாளை வரலாறு என்னைக் கொண்டாடும். ஒரேயொரு முத்தம். தீப்பந்தங்களின் ஒளியில் மிளிரும் இயேசுவுக்கு ஒரேயொரு முத்தம். முப்பது வெள்ளிக்கு ஒரேயொரு முத்தம். யூதர்களின் வரலாற்றை மாற்ற ஒரு முத்தம் போதுமானது. பாபேல் கோபுரத்தின் முதல் கல் நட்டவனை மறந்துவிட்டார்கள். பாதியில் சாய்ந்து போன அக்கோபுரத்தை மீண்டும் கட்டியெழுப்புவோம். இதோ எல்லாவற்றின் அஸ்திவாரமாக ஒரேயொரு முத்தம்' இயேசுவின் அருகில் சென்று, "ரபி..." என்று அழைத்து மேற்கொண்டு எதுவும் பேச முடியாமல் அவரது கன்னத்தில் முத்தமிட்டான். ஏதும் பேச முடியாதவனாக அத்தனை உணர்வுகளையும் வாயில்

கொண்டு வந்து அப்படியே முழுங்கினான். இயேசு மிரட்சியான பார்வையால் யூதாஸைப் பார்த்துக் கொண்டிருந்தார். அவரது அந்தப் பார்வை யூதாஸின் மனதில் இனம் புரியாத கலக்கத்தைக் கொடுத்தது. 'நம் நோக்கமெல்லாம் இஸ்ரயேலின் விடுதலை மட்டுமே' என்று யூதாஸுக்குள் குரலொன்று ஒலிக்க ஆறுதலடைந்தான். யூதாஸ் இயேசுவை விலகி நிற்பதற்குள் முத்தமிடப்பட்ட கன்னத்தில் காவலர் ஒருவர் பளாரென அறைந்தார். ஏதோவோர் அசம்பாவிதம் நிகழவிருப்பதை நிதானித்தறிந்த சீடர்கள் கூச்சலிட ஆரம்பித்தனர். அவர்கள் யூதாஸைச் சபிக்கத் தொடங்கினார்கள். அதற்குள் வேறொரு காவலன் இயேசுவைத் தரையில் தள்ளி அவரின் கைகளைப் பின்னுக்கிழுத்துக் கயிற்றால் இறுக்கத் தொடங்கினான். பேதுரு சட்டெனக் கையிலிருந்த குறுவாளால் இயேசுவைக் கீழே தள்ளியவனின் வலது காதினைச் சீவியெறிந்தார். அவன் வலி பொறுக்கமாட்டாமல் கதறினான். திடீர் தாக்குதலை எதிர்பாராத காவலர்கள் ஸ்தம்பித்து நின்றனர். இயேசு இந்த அமளியிலிருந்து தடுமாறி எழுந்து பேதுருவைப் பார்த்து கோபத்துடன், "உன் வாளை உறையிலிடு! வன்முறையைப் பிரயோகிக்கும் அதிகாரத்தை யார் உனக்குக் கொடுத்தது?" என்றார். பேதுரு வாளை உறையிலிடாமல் மேலும் வலுவாகப் பிடித்துக்கொண்டு நின்றார். வெட்டப்பட்டவன் இடைவிடாமல் கதறிக் கொண்டிருந்தான். ஆற்றாமையின் ஓலம் அச்சூழலை அமைதியில்லாமல் ஆக்கியது. இயேசு அங்கிருந்த காவலர் உதவியுடன் தரையில் எதையோ தேடிக் கொண்டிருந்தார். துண்டிக்கப்பட்ட காதைச் சில அடி தொலைவில் கண்டுபிடித்து அதையெடுத்து இரத்தத்துடன் ஒட்டியிருந்த தூசியையும் துரும்புகளையும் கவனமுடன் ஊதிச் சுத்தப்படுத்திக் கொண்டிருந்தார். பின் அவனருகில் வந்து காதை உரிய இடத்தில் வைத்துச் சேர்த்தார். காது துண்டானதற்கான எந்த அடையாளமுமின்றி ஒட்டிக் கொண்டது. நிலைமை இயல்புக்குத் திரும்பவே அடிபட்ட மிருகங்களாக இருந்த காவலர்கள் சீடர்களை நோக்கிச் சீறிப் பாய்ந்தார்கள். இயேசுவும் ஒரு கள்வனைப் போல் கைது

செய்யப்பட்டார். அங்கு என்ன நடக்கிறது என்பது சற்றும் புரியாத யூதாஸ் வேகமாக ஓட ஆரம்பித்தான். அவன் கால்கள் தடுமாற ஆரம்பித்தன. நிலம் நடுங்குவதாக உணர்ந்த அவன் நிற்காமல் ஓடினான். நினைத்ததொன்று நடப்பதொன்றாக இருக்கிறதே என்ற சந்தேகம் அவனுள் எழுந்தது. நின்று மூச்சு வாங்கிய அவன் திரும்பி தலைமை குருவின் அவையை நோக்கி நடக்க ஆரம்பித்தான். யூதாஸுக்கு முன் அங்கிருந்த பேதுரு இன்னமும் வாளை உறையிலிடவில்லை. மறைந்து நின்று இயேசு விசாரிக்கப்படுவதைப் பார்த்துக் கொண்டிருந்தார். அப்போது அங்கு வந்த பணிப்பெண் ஒருத்தி பேதுருவைக் கலிலேயன் என்று கண்டுகொண்டு, "நீ அவர்களில் ஒருவன்தானே?" என்றாள். "யார்? உள்ளே விசாரிக்கப்படும் அவரா? எனக்கு அவரைத் தெரியாது" என்றார். யூதாஸுக்குப் பகீரென்றிருந்தது. உள்ளே இயேசு விசாரிக்கப்பட்டுக் கொண்டிருந்தார். அனல் மூட்டப்பட்டிருந்த அவையின் முற்றத்தில் சிலர் குளிர் காய்ந்து கொண்டிருந்தனர். யூதாஸ் அவர்களுடன் அமர்ந்திருந்த வேளையில் பேதுரு அங்கு வந்தார். யூதாஸை அடையாளம் கண்டுகொண்ட பேதுரு நறநறவெனப் பற்களைக் கடித்து, "என்ன காரியம் செய்தாய் யூதாஸ்? யூதேயாவிலிருந்து உன்னைத் தேர்ந்தெடுத்தபோதே நினைத்தேன். உன்னை இங்கேயே கொன்றுவிடுகிறேன்" என்று நெருங்கியவரை அந்தப் பணிப்பெண் அடையாளம் கண்டு கொண்டவளாக மற்றவர்களிடம், "ஆஹா! நான்தான் முன்பே சொன்னேன் அல்லவா? இவனும் அந்த மனிதர்களில் ஒருவன்தான். இவனையும் கைது செய்யுங்கள்," என்றாள். இப்போது பேதுரு யூதாஸையும் மற்றவர்களையும் பார்த்து, "நீங்கள் சொல்வது எனக்குப் புரியவில்லை. எதை வைத்து நீங்கள் அம்மனிதருடன் என்னை ஒப்பிடுகிறீர்கள்? எனக்கு அவரைத் தெரியவே தெரியாது" என்றார். யூதாஸைச் சட்டையுடன் சேர்த்திழுத்து அங்கிருந்து விலகியவர் இருண்ட சந்து ஒன்றில் யூதாஸை வெட்ட வாளை ஓங்கினார்.

"நிறுத்து பேதுரு! நான் என்ன தவறாகச் செய்துவிட்டேன்? இஸ்ரயேலின் விடுதலைக்கான நேரம் இதுதான். இப்போதும் இயேசு தன்னை வெளிப்படுத்தவில்லையென்றால் எப்போதும்

ரோமையர்களின் அடைக்கலத்திலேயே வாழ நேரிடலாம். வாளை உறையிலிடு, சுதந்திரக் காற்றை சுவாசி.”

“அவர்கள் இயேசுவைக் கொலை செய்யப் போகிறார்கள்.”

“அது ஒருகாலும் நடக்காது. இயேசு வாக்களிக்கப்பட்ட மெசியா. வாழும் கடவுளின் மகன். அனைவரையும் வீழ்த்தி அவர் வெற்றி வீரராகத் தாவீதின் அரியணையில் ஏறப் போவதை நாம் பார்க்கத்தான் போகிறோம்.”

“ஒருவேளை இயேசு கொலை செய்யப்பட்டால்?”

“அப்படி நடக்காது. ஒருவேளை நடந்தால் இயேசு மெசியா அல்ல என்று தெரிந்துவிடும். எப்படிப் பார்த்தாலும் நாம் சரியான இடத்திலேயேதான் நின்று கொண்டிருக்கிறோம். அரசியல் அதிகாரம் நம்மிடமில்லை. இயேசுவை மெசியா என்றறிவிக்கும் அதிகாரம் உள்ளிருப்பவர்கள் கைகளிலிருக்கிறது. ஆகவே சந்தர்ப்பத்தை என் வசமாக்கிக் கொண்டேன். கலங்காதே பேதுரு.”

உண்மையில் யூதாஸுக்கும் கலக்கமாகவே இருந்தது. பேதுருவுக்கு ஆறுதல் சொல்வது போல் தன்னைத் தேற்றிக் கொள்ள முற்பட்டான். காரணம், மெசியா என்றறிவிக்கப்பட ஏன் அவர் கைது செய்யப்பட வேண்டுமென்பது அவனுக்கும் புரியாமலிருந்தது.

அவர்கள் பேசிக் கொண்டிருக்கும் போதே அங்கு வந்த காவலர்கள் பேதுருவின் கையில் வாளிருப்பதைப் பார்த்து, “நீ அந்த மனிதருடன் தோட்டத்தில் இருந்தவன்தானே? நீ தானே மால்குஸின் காதை அறுத்தது?” என்றார்கள். பேதுரு, “அவரை எனக்குத் தெரியாது. சத்தியமாகத் தெரியாது” என்று சொல்லிக்கொண்டு அங்கிருந்து ஓடத் தொடங்கினார். யூதாஸ் யூதேய தேசத்தவன் என்பதால் யாரும் அவனை எதுவும் கேட்கவில்லை.

அடுத்த நாள் இயேசுவை இங்குமங்கும் அழைத்துச்

சென்றார்கள். பிலாத்துவின் அரண்மனையில் அவருக்குச் சிலுவை மரணம் தீர்ப்பானதையும் இயேசுவுக்குப் பதிலாக பரபாஸை அவர்கள் விடுதலை செய்யக் கோரியதையும் நகரத்திலிருந்த பலரும் பேசிக் கொண்டதை யூதாஸ் அறிந்து கொண்டான். இயேசுவைப் பற்றிய நினைவுகள் அவனுக்குள் வந்த வண்ணமிருந்தன. சில நாட்களுக்கு முன்னால் சிலுவையில் மரித்த பரபாஸின் நண்பனின் நினைவுகளும் அவனின் மரண ஓலமும் நினைவுக்கு வந்தன. இயேசு சிலுவையில் தொங்குவதை கற்பனை செய்து பார்க்க முடியாமல் நேரே தலைமை குருவிடம் சென்றான். அவர் அங்கில்லை என்பதைக் காவலர்கள் தெரிவித்தார்கள். தன்னுடன் எடுத்துச் சென்ற முப்பது வெள்ளிக் காசுகள் அடங்கிய முடிப்பை குருவிடம் சேர்த்துவிடச் சொல்லிவிட்டு அங்கிருந்து பேசாமல் நடந்தான். பின்னர் தலைமை குருவிடம் சேர்க்கப்பட்ட அந்த முப்பது வெள்ளிக்காசில் ஒரு குயவரிடமிருந்து வாங்கப்பட்டதுதான் ‘அக்கில்தமா’. அக்கில்தமா என்றால் இரத்த நிலம் என்று பொருள். இயேசுவின் மரணத்துக்கு அவ்வெள்ளிக்காசுகள் கொடுக்கப்பட்டதால் தலைமைகுரு அதனைக் காணிக்கைப் பெட்டியில் இடவில்லை. “உயிரைச் சுமந்திருக்கும் இரத்தம் கடவுளுக்கு மட்டுமே உரித்தானது. கலகக்காரன் இயேசுவின் இரத்தம் இவ்வெள்ளிக் காசுகளில் படிந்திருப்பதால் இதனைக் கொண்டு மரித்தவர்களை அடக்கம் செய்ய இடமொன்றை வாங்குவோம். அதனை அக்கில்தமா என்றழைப்போம்” என்றாலோசித்து முடிவெடுத்தார்கள்.

நகரின் மறைவிடங்களில் சுற்றித் திரிந்த யூதாஸை பரபாஸ் தனியாக அழைத்துச் சென்று பேசத் தொடங்கினான், “இயேசு இறந்துவிட்டார். உனக்குத் தெரியுமா?”

யூதாஸால் அதை நம்ப முடியவில்லை. காரணம் அவர் சிலுவையில் அறையப்பட்டு ஐந்து மணி நேரம் கூட ஆகியிருக்கவில்லை.

“அவர் ஒரு காயம்பட்ட சிங்கம். அவரால் இஸ்ரயேலுக்கு ஒரு பிரயோஜனமும் இல்லை” என்றான் பரபாஸ். மேற்கொண்டு

பரபாஸ் பேசிய எதுவும் யூதாஸின் காதுகளில் விழவில்லை. தன் நம்பிக்கையானது பொய்த்துப் போனதை எண்ணி மனம் வெதும்பி அழத் தொடங்கினான். இயேசு நல்ல மனிதர். அவர் தன்னால் இறந்தார் என்ற குற்றவுணர்ச்சியிலிருந்து வெளிவரத் துடித்தான். அதையறிந்து கொண்ட பரபாஸ், “இஸ்ரயேலின் விடுதலை என்னால் வரும். கவலைப்படாதே யூதாஸ். நாம் இதைச் சாதிக்க முடியும்” என்று சொன்னான். சிதறுண்ட சீடர்கள் கடைசி இரவு உணவுண்ட மாடியறையில் தங்கியிருப்பதை அறிந்து அவர்களிடம் சென்றான் யூதாஸ். ஆனால் பதினொருவரும் யூதாஸைச் சபிக்கத் தொடங்கினார்கள். பேதுரு யூதாஸைத் தாக்க உத்தரவு பிறப்பித்தார். அவன் கடுமையாகத் தாக்கப்பட்டு வீட்டைவிட்டு வெளியேறினான். திடீரென இவர்கள் எப்படி உத்தமர்கள் ஆனார்கள் என்று குழம்பிய யூதாஸ் தொலைவிலிருந்த சிக்கமோர் மரத்தடியில் அமர்ந்து முழு நிலவைப் பார்த்துக் கொண்டிருந்தான்.

என் மீது ஏன் இவர்களுக்கு இவ்வளவு கோபம்? உண்மையில் நான் இவர்களை விடுவித்திருக்கிறேன். எத்தனை காலம்தான் நாம் மெசியாவுக்காகக் காத்திருப்பது? இயேசு மெசியாவாக இருந்தால் கைது செய்யப்பட்ட அடுத்த நாள் வெளிவந்திருக்க வேண்டும். தகிக்கும் சூரியன் எல்லாவற்றையும் பொசுக்கிவிட வல்லதுதான். ஆனாலும் நாம் எப்படி உயிர் வாழ்ந்து கொண்டிருக்கிறோம்? வெப்பம் எங்காவது குவியும்போது தீப்பற்றி எரிவது போல இயேசுவின் மீது அனைவரின் கவனத்தையும் திரும்ப முயன்றதைத் தவிர நான் செய்த தவறென்ன? வானத்தில் ஒரு முனையில் மின்னல் தோன்றி கணப் பொழுதில் மறுநொடியில் மறைகிறது. இரவு தூங்கி மறுநாள் கண் விழித்தல் நிச்சயமல்ல. இதில் ஏன் சுதந்திரத்துக்காகத் தலைமுறை தலைமுறையாக ஏங்கிக் கிடக்க வேண்டும்? ரோமையர்கள் எவ்வளவு சிரமப்பட்டு நம் உரிமை நிலத்தைக் கையகப்படுத்தினார்களோ, அதைவிடக் கடினமாகப் போராடி நாம் அவைகளை மீட்டாக வேண்டும். நான் இயேசுவை நம்பினேன். அவர் நமது நம்பிக்கைகளை ஏர் கொண்டு உழுதவர் என்பதில் சந்தேகமில்லை. மக்களின்

நடுவில் பெரும் கிளர்ச்சி உண்டானது. அவர் நிகழ்த்திய அதிசயங்களின் முதல் சாட்சி நானே. ஆனால் வெறும் பன்னிரண்டு பேரை வைத்துக்கொண்டு அவர் கனவு கண்ட இறையாட்சியை நிறுவிட முடியாது. அரசியல் பலம் வேண்டும். தலைமை குருக்களும் பரிசேயர்களும் அரசனின் நண்பர்களாக இருக்கிறார்கள். இயேசு சொன்னது போல அரசனோ நரியாக மட்டுமே இருக்கிறான். ரோமையர்கள் கொடுக்கும் காய்ந்த எலும்புகளுக்காக ஏங்கிக் கொண்டிருக்கிறான். மக்களின் நன்மதிப்பைப் பெறுவதற்குக் கோவிலைச் சீரமைத்தல் மட்டும் போதுமா? எப்போது ஆயுதங்களின் பசிக்குத் தீனியிடப் போகிறார்கள்? பரபாஸ் சொன்னது போல இயேசு காயம்பட்ட ஒரு சிங்கமன்றி வேறெதுவுமில்லை.

இப்படி நிலவைப் பார்த்துச் சிந்தித்துக்கொண்டிருப்பது அவனுக்கு ஆறுதலாக இருந்தது.

9

அடுத்த நாள் காலை வெயில் முகத்தில் பட்டும் இன்னும் எழுந்துகொள்ள மனமில்லாமல் ஜூட் தூங்கிக் கொண்டேயிருந்தான். வாத்துகள் சத்தமெழுப்பி கியாராவை விழிக்கச் செய்துவிட்டன. முதல் நாள் ஆட்டத்தின் களைப்பு இன்னும் உடலில் இருந்தது. ஒவ்வொரு மூட்டுகளும் வலித்தது அவளுக்கு. தலைசுற்றிக் கொண்டு வந்தது. வாயில் எச்சில் ஒழுகி சிறிய துர்நாற்றம் வீசியது. எச்சில் ஏற்படுத்திய வெள்ளைத் தடத்தை விரலால் அழுத்தித் துடைத்துக் கொண்டு வேகமாக ஜூடின் அருகில் நின்று பார்த்தாள். தன்னுடைய எச்சில் அவன் டீ-ஷர்ட்டின் மார்புப் பகுதியில் ஒழுகியிருப்பதைக் கவனித்தாள். அதை ஏதாவது செய்து மறைக்கலாம் என்று முயற்சித்துக் கொண்டிருக்கையில் போர்வைக்குள் அவனுடைய குறி விறைத்துக் கொண்டு நின்றதையும் கவனித்தாள். கூச்சப்பட்டுப் பின்வாங்கியவள் போர்வையைத் தூக்கி ஒருமுறை பார்த்துவிட வேண்டும் என்ற ஆர்வத்தில் மீண்டும் அருகில் வந்தாள். இப்போது வாத்துகளும் அவளுடன் ஜூட் அருகில் வந்தன. தைரியமாக வெளியில் தெரிந்த ஜூடின் கைவிரல்களை கவ்வி எழுப்பின. பதறி எழுந்த அவன் அருகில் கியாராவையும் வாத்துகளையும் பார்த்துத் துணுக்குற்றான். அவசர அவசரமாக எழுந்து தன் வழக்கமான வேலைகளில் ஈடுபடலானான்.

கியாராவுக்கு முதல் நாள் ஆடிய ஆட்டங்கள் மட்டும் நினைவில் இருந்தன. அதன்பிறகு என்னவானது என்ற கேள்வி எழ மூளைக்கு வேலை கொடுத்து அழுத்தமாகச் சிந்திக்க டாக் என்ற பெயர் நினைவுக்கு வந்தது. பின்னர் சிறைச்சாலை. ஜூட், *Mother fucker,* எமினம் என்று ஒன்றுக்கொன்று தொடர்பில்லாத சிந்தனையில் ஆழ்ந்தாள். இல்லை. *Son of the bitch* பயன்படுத்தினான் *mother fucker* அல்ல என்று தோன்றியது. கான்வேயைச் சந்திக்க வேண்டும் என்று சொன்னது நினைவுக்கு வர ஜூடை அழைத்து, "எப்போது ஃபாதர் ரிச்சர்ட் கான்வேயைச் சந்திக்கச் செல்லலாம்?" என்று கேட்டாள்.

"இதோ இப்போதே செல்லலாம்."

"யார் டாக்?"

"ஃபாதர் ரிச்சர்ட் கான்வேயின் செல்லப் பெயர்தான் டாக். ஏன் கேட்கிறாய்?"

"நேற்று போதையில் நீ 'டாக் நன்றி' என்று கத்திக் கொண்டிருந்தாய்."

"ஓ, இருக்கலாம். டாக் இல்லையென்றால் நான் இல்லை."

"நீ சிறையில் இருந்தாயா?"

"நேற்று உண்மையில் நான் நிறையக் குடித்திருக்கிறேன். வேறென்னவெல்லாம் உன்னிடம் சொன்னேன்?"

"சரியாக எனக்கும் நினைவில் இல்லை. இங்குமங்குமாக ஏதோ எஞ்சியிருக்கிறது."

"ஆம், பள்ளி இறுதியாண்டில் எனக்கும் இன்னொரு முரடனுக்கும் சண்டை. எனக்கு அப்போது மீசை முளைக்கவில்லை. எனவே என்னை ட்ரானி என்று கேலி செய்து கொண்டிருந்தான். அதனால் அப்பாவின் பிஸ்டலை எடுத்துச் சென்று பள்ளியில் வைத்து அவனைச் சுட்டேன்.

அன்று அவன் தப்பித்துவிட்டான்."

"ஞாபகம் வந்துவிட்டது. தோள்பட்டையில் குண்டடி. சரியா?"

"ஆம். மூன்று வருடம் சிறைத் தண்டனை விதிக்கப்பட்டு சிறைக்குச் சென்றுவிட்டேன். அப்பா டாக்கின் உதவியுடன் என்னை வெளியில் எடுத்தார்."

"அதுதான் உன் வேலையின்மைக்குக் காரணமா?"

"அப்படிப் பொதுவாகச் சொல்லிவிட முடியாது. ஆனால் ஏறக்குறைய அப்படித்தான்."

"டாக் உன்னை எப்படி வெளியில் எடுத்தார்?"

"அவருக்குத் தெரிந்த வழக்கறிஞரிடம் பேசியிருக்கிறார். அவர் நான் பயன்படுத்திய துப்பாக்கியை ஆராய்ந்ததில் உள்ளிருந்த திருகாணி ஒன்று சரியான இடத்தில் பொருந்தாமல் துருத்திக் கொண்டிருப்பது தெரிந்தது. அந்தக் காரணத்தைக் காட்டி துப்பாக்கி சரியாக வேலை செய்யாத ஒன்றென்று நிரூபித்து என்னை வெளியில் கொண்டு வந்தார்கள். ஒரு வாரம் சிறையில் இருந்தேன். வெளியில் வந்த அன்று டாக் என் தோளில் கையைப் போட்டுக் கொண்டு, 'இனிமேல் இப்படிச் செய்யாதே' என்று மட்டும் சொன்னார். வேறெதுவும் சொல்லவில்லை."

இருவரும் அமைதியாக நின்று கொண்டிருந்தார்கள்.

"நான் சந்தித்த பல்வேறு ஃபாதர்களிடமிருந்து டாக் முற்றிலும் மாறுபட்டவர். எனது கத்தோலிக்க நண்பர்கள் கூட ஏதோ வானத்திலிருந்து குதித்து வந்தவர்களைப் போல் நடந்து கொள்வார்கள். கத்தோலிக்கத் தூய்மைவாதிகள் பத்து வருடத்துக்குள்ளாக ஆயுதம் ஏந்தி வன்முறையில் இறங்கப் போகும் காலத்தை நாம் பார்க்கத்தான் போகிறோம். ஆனால் டாக் போன்றோரின் வாழ்க்கை அவர்களில் ஒரு சிலரை பாதிக்குமானால் நாம் வரப் போகும் அழிவின் காலங்களைப் பெருமளவில் தவிர்க்க முடியும்."

“ஜூட், நீ என் மனதை மாற்றலாம் என்று துளியும் நினைக்காதே. மதங்கள் கள்வர் குகைகள் என்றால் மதத்தைப் போதிப்பவர்கள் அயோக்கியர்கள். உன்னைப் போன்ற நம்பிக்கையாளர்கள் போடும் தூபத்தில்தான் அவர்களின் வாழ்க்கை இயங்கிக் கொண்டிருக்கிறது. *Take it easy.* இருக்கும் கொஞ்ச நாள்களை சந்தோஷமாகக் களித்துச் செல்லலாம்.”

“இருப்பது கொஞ்ச நாட்கள்தான் கியாரா. ஆனால் அதில் எது சந்தோஷம் என்று தெரிந்துகொள்ளும் முன்பாகவே முடிந்துவிடுகிறதல்லவா? இதில் சந்தோஷம் என்பது எது? அடுத்தவருக்கு இடையூறில்லாமல் வாழ்வது. ஒருபோதும் நம் சந்தோஷம் மற்றவர்களைச் சீண்டக் கூடாது. அதற்கான வழியை எனக்கு மதம்தான் கற்பித்தது. அதனால்தான் இன்னமும் இவர்களை நம்புகிறேன்.”

“உயர்மட்டத்தில் இருக்கும் மெக்கேரிக் போன்ற நபர்கள் சிக்கியும் நீ இன்னும் இவர்களை நம்புவதுதான் எனக்கு ஆச்சரியமாக இருக்கிறது.” கியாராவின் குரலில் எரிச்சல் தென்பட்டது.

கர்தினால் தியோடர் மெக்கேரிக் 2019ஆம் ஆண்டு போப் ஆண்டவரால் குருத்துவ திருநிலைப்பாடுகள் திருப்பிப் பெறப் பெற்று, இப்போது மிசராரியில் இருக்கும் மடாலயத்தில் வெளியுலகத் தொடர்புகளற்று இருக்கிறார்.

“நான் யார் தெரியுமா? என்னுடைய பின்புலம் என்னவென்று தெரியுமா?”

“யுவர் எக்ஸலன்சி, எனக்கு இதைச் செய்யக் கூச்சமாக இருக்கிறது. என்னால் சரியானபடி இருக்க முடிவதில்லை, ஒரே குற்றவுணர்ச்சியாக இருக்கிறது. உள்ளொன்று வைத்துப் புறமொன்று செய்வதற்குப் பதிலாக இறந்துவிடலாம் என்றிருக்கிறது.”

“சரியாக நான்கு வருட காலம்தான் இருக்கிறது. இப்போது நீ சென்றால் இத்தனை வருடங்கள் உனக்குத்தான் வீண்.

குருத்துவத்தின் படிநிலைகள் அனைத்தையும் பூர்த்தி செய்தவன் என்ற விதத்தில் சொல்கிறேன். குருவாக இருப்பது பெரும் அந்தஸ்து. அதற்கு நீ எனக்கு ஒத்துழைத்துதான் ஆக வேண்டும். இயலவில்லை என்றால் சொல். இப்போதே உன்னைப் பயிற்சியிலிருந்து விலக்கிவிடுகிறேன்.

கண்களை மூடி கைகளைக் கும்பிட்டு ஆயர் தியோடர் மெக்கேரிக் முன் இளம் குரு மாணவன் அழுது கொண்டிருந்தான்.

“தேவையானவற்றை எடுத்துக் கொண்டு கடற்கரை வீட்டுக்கு வந்துவிடு.”

கடற்கரை வீட்டில் இரவு முழுவதும் ஆயர் மெக்கேரிக்குடன் அவர் படுக்கையறையில் தங்க வேண்டும். இப்படிப் பல குரு மாணவர்கள் ஆயரின் படுக்கையறையைப் பகிர்ந்து இருக்கிறார்கள். அதுமட்டுமல்லாது ஆயர் திருநிலைப்பாட்டுக்கு முன்னதாக குறைந்தது பதினைந்து சிறுவர்களைப் பயன்படுத்தியிருப்பதும் தெரிய வந்தது. இதுகுறித்துப் பல்வேறு ஆயர்களுக்குக் கடிதங்கள் சென்றிருக்கின்றன. ஆனால் அவையெல்லாம் ‘நான் யார் தெரியுமா?’ என்ற மிரட்டலினால் காணாமல் போய்விட்டன. 2018ல் விவகாரங்கள் வெளியில் தெரிய ஆரம்பித்த போது ஆயர் கர்தினாலாக உயர்த்தப்பட்டிருந்தார். கர்தினால்கள் கத்தோலிக்கத் திருச்சபையின் இளவரசர்கள். போப் அரசர். அரசர் இறந்தால் ஏதாவது ஒரு இளவரசர் வெற்றிடத்தை நிரப்ப வேண்டும். பல ஆண்டுகளாக ஐரோப்பிய இளவரசர்களே அரசர்களாக உயர்த்தப்பட்டார்கள். சமீபத்திய வரலாற்றை எடுத்துப் பாருங்கள். இப்போது இருப்பவர் தென் அமெரிக்காவைச் சார்ந்தவர். ஆனால் அதற்கு முன் ஜெர்மனி தேசத்தவர். நிறையப் பேருக்கு அவரைப் பிடிக்காது, அனைவராலும் ‘ஜெர்மன் ஷெப்பர்ட்’ என்று அழைக்கப்பட்டார். பெரிய அதிசயமாக உயிருடன் இருக்கும் போதே தன் அரச பதவியை வேண்டாம் என்று சொல்லி அரியணையிலிருந்து கீழிறங்கினார். இப்போதும் ஆடம்பரமின்றி அமைதியாக வாழ்ந்து கொண்டிருக்கிறார்.

பெரும் இறையியல் அறிஞர். அவருக்கு முன்பாக போலந்து தேசத்தவர். இப்படி கத்தோலிக்க கிறிஸ்துவம் ஐரோப்பியர்களின் வசமே இருந்தது. இப்படியான சூழலில்தான் வல்லரசு தன்னிலிருந்து ஒரு அரசர் வேண்டுமென்று பேரார்வம் கொண்டது. தன் ஆதிக்கம் வத்திக்கான் அரண்மனையிலும் இருக்க வேண்டுமென்று நினைத்தது. அதற்காகத் தேர்ந்தெடுக்கப்பட்ட இளவரசர்களில் மெக்கேரிக்கும் ஒருவர். ஒவ்வொரு சம்பவங்களும் அம்பலப்படுத்தப்பட்ட போது அனைத்து ஆயர்களும் சொன்ன ஒரே பதில்: “எங்களுக்கு முன்பே தெரிந்திருந்தால் தடுத்திருப்போம்.”

இப்போது அமெரிக்காவில் சிறுவர்கள் வல்லுறவு சம்பவங்களின் இரண்டாம் அலை வீசத் தொடங்கியது. பலரும் கத்தோலிக்க மதத்தில் நம்பிக்கையிழந்தார்கள். பல்வேறு கோவில்கள் இழுத்து மூடப்பட்டன. ஏற்கனவே இறந்துபோன பல குருக்களின் மீது குற்றச்சாட்டுகள் குவிந்தன. நிறைய வழக்குகள் நிரூபிக்கப்படவில்லை. நிரூபிக்கப்பட்ட வழக்குகளுக்கு நஷ்ட ஈடுகள் வழங்கியதில் பல்வேறு மறைமாவட்டங்கள் திவாலாகின. இதை மனதில் கொண்டுதான் கியாரா ஜூடின் மீது எரிச்சலடைந்தாள்.

ஜூட் கையில் கொஞ்சம் பணமிருந்தது. துணிக் குவியலுக்குள்ளிருந்து அவனால் மட்டும்தான் அந்தப் பணத்தை எடுக்க முடியும். கியாராவுக்கு இயல்பாக அந்தப் பணத்தின் மீது ஆசை வந்தது. ஆனால் அதைக் கவர்ந்து சென்றுவிட நினைக்கவில்லை. ஜூடைத் தவிர மற்ற யார் அந்த இடத்தில் இருந்திருந்தாலும் பணத்தைக் குறித்து மிகவும் ஜாக்கிரதையாக இருந்திருப்பார்கள். ஜூட் அதைக் குறித்து கவலை கொண்டவன் போலவே தெரியவில்லை. அவள் அந்தப் பணத்தை அபகரித்துச் சென்றிருந்தாலும் அதன் மீது அக்கறை கொள்வானா என்பது தெரியாது. அவனைப் பொறுத்தவரையில் வாத்துகளுக்கு உணவிட வேண்டும். அவன் தேவை மிகக் குறைவாகவே இருந்தது. இவனுக்கு எப்படிப் பணம் வந்தது என்று கியாரா நினைத்துப் பார்த்தாள். அவனிடமே

கேட்கலாமா? தன்னைப் பற்றி என்ன நினைக்கக்கூடும் என்று யோசித்து, வேண்டாம் என்று முடிவெடுத்தாள். இரண்டு பத்து டாலர்களைக் கியாராவிடம் நீட்டி, "போகும் வழியில் ஏதாவது சாப்பிட்டுவிட்டு டாக்கைப் பார்க்கப் போகலாம்" என்றான். பணத்தைக் கையில் வாங்கிய கியாரா அழுக்கடைந்த அந்தத் தாள்களை மெதுவாக முகர்ந்தாள். அதில் ஜூட் மீது வீசும் மூத்திர நாற்றம் அடித்தது.

டங்கின் டோனட்டில் காஃபியும் டோனட்டுகளையும் வாங்கிக் கொண்டு வழியில் சாப்பிட்டுக் கொண்டே இருவரும் டாக்கைக் குறித்துப் பேச ஆரம்பித்தார்கள்.

"ராக்ஸ்பரியில் H பிளாக் பற்றிக் கேள்விப்பட்டிருக்கிறாயா?"

"ஓ பயங்கரமான இடம்!"

கியாராவின் நினைவுகள் H-பிளாக் நோக்கி நகர்ந்தன. குளிர்கால இரவொன்றில் ராக்ஸ்பரியருகே அலைந்துகொண்டிருந்த கியாரா பேருந்து நிறுத்தத்தில் அந்தக் கறுப்பு இளைஞனைப் பார்க்கிறாள். கையில் காசில்லை. குளிருக்கு யாரும் வெளியில் வரவில்லை. இவன் மட்டும் தனியாக நின்று கொண்டிருந்தான். கியாரா அவனருகில் நின்று தான் எதற்கும் தயார் என்ற ரீதியில் புட்டத்தைத் தூக்கிக் காட்டுவதும் திமிறும் மார்புகளை உலுக்குவதுமாக இருந்தாள். அவன் மெல்ல அவளருகில் வந்தான்.

"நூறு டாலர்."

"அவ்வளவு என்னிடமில்லை."

மேற்கொண்டு எதுவும் பேசாமல் பேருந்து காத்திருப்பது போல நின்றிருந்தாள்.

"இருபது வேண்டுமானால் தருகிறேன்."

"இருபதுக்கு Fucking இல்லை Sucking மட்டும்தான்."

"ம்..."

“காசைக் கையில் கொடு.”

அவள் கையில் இருபது டாலரைக் கொடுக்கிறான்.

அருகிலிருந்த குப்பைக் கிடங்குக்கு பக்கத்திலிருந்த மறைவிடத்தில் இருவரும் ஒதுங்குகிறார்கள். கியாரா அவனுடைய உத்தரவுக்குக் காத்திராமல் அவன் குறியைத் தடவ ஆரம்பித்தாள். அவன் கியாராவுக்கு முத்தமிட நெருங்கினான்.

“இதுக்கு இன்னொரு பத்து டாலர் வேண்டும். தருவியா?” என்றாள். அவன் ஏதும் பேசாமல் அமைதியாக இருந்தான். கியாரா தன்னிச்சையாகக் கீழிறங்கி ஜிப்பை அவிழ்த்து வாய் வழி இன்பமளித்தாள். அவனுக்குக் குறி பெரிதாகிக் கொண்டே வந்தது. அவன் தன்னிலை மறந்து முனகிக் கொண்டிருந்தான். திடீரென்று கியாராவைக் கன்னத்தில் தாக்கி அவளின் பேண்டை உருவ ஆரம்பித்தான். கியாரா தாக்க முற்பட்டுத் தோற்றுப் போனாள். அவன் பாதி பேண்ட்டை உருவியிருந்தான். கியாராவின் தொடைகளுக்கிடையில் அவனது குறி தொங்கிக் கொண்டிருந்தது. அது பார்ப்பதற்குக் கழுதையின் குறியைப் போன்றோ குதிரையின் குறியைப் போன்றோ இருந்தது. கியாரா கத்த முயற்சிக்கையில் அவன் கழுத்துச் செயினில் மாட்டியிருந்த மடக்குக் கத்தியை அவள் முன் நீட்டி, “நான் யார் தெரியுமா? ஒரு விசில் கொடுத்தால் என் நண்பர்கள் வந்துவிடுவார்கள். எல்லோரும் சேர்ந்து உன்னைச் சிதைத்துவிடுவோம். இருபது டாலர் வாங்கி இருக்கிறாய். வாய மூடிட்டு புஸியக் காட்டு” என்றான். கண்களில் நீர் வழிய அன்று அவனுக்குக் கால்களை விரிக்க வேண்டியதாகிவிட்டது. பெரிய கொடுமை என்னவென்றால் வெளிவந்த விந்து மொத்தத்தையும் அவள் மீது தெளித்துவிட்டான். கியாராவுக்கு வாந்தியே வந்துவிட்டது. இரண்டு நாள்களுக்கு அவள் மேலிருந்து அந்தப் பிசுபிசுப்பானது போகவில்லை. *H*-பிளாக் பற்றிச் சொன்னதும் மீண்டும் அவளுக்குக் குமட்டல் எடுத்தது. நடந்த எதையும் ஜூடுக்குச் சொல்லாமல் தனக்கு அந்த இடத்தைப் பற்றித் தெரியும் என்று மட்டும் சொன்னாள்.

போர்துகீய அடிமை வாணிபத்தின் மையமாக விளங்கியது கேப் வெர்ட். வறுமை பஞ்சம் போன்ற காரணங்களால் உலகெங்கும் அவர்கள் சிதறி வாழத் தொடங்கினார்கள். குறிப்பிடத் தகுந்த எண்ணிக்கையில் பாஸ்டனுக்குக் குடிபெயர்ந்தவர்கள் ராக்ஸ்பரி பகுதியில் வசிக்க ஆரம்பித்தார்கள். அப்படி வந்தவர்களில் இரு சகோதரர்களுக்குள் ஏற்பட்ட மனஸ்தாபம் அவர்களைச் சார்ந்திருந்த விசுவாசி ஒருவரின் கொலையில் வந்து நின்றது. சகோதரர்கள் இரண்டுபட்டு தங்களுக்கான விசுவாசிகளைச் சேர்த்துக்கொண்டு குற்றச் செயல்களில் ஈடுபடத் தொடங்கினார்கள். அறுபதுகளில் பாஸ்டன் பைத்தியக்காரர்களின் நகரத்தைப் போல இருந்தது. ஏற்கனவே இருந்த ஐரிஸ்-இங்கிலாந்து கலவரங்கள் கேப் வெர்டியர்களின் வன்முறைச் செயல்களால் நிழலுலகச் செயல்பாடுகளாகின. தொழில்முறைக் கொலைகள் கேப் வெர்ட் சகோதரர்களின் உதவியுடன் அரங்கேறின. அவ்விருவரின் குழுக்களிலிருந்து ஒருவரையொருவர் சாகடித்துக் கொண்டிருப்பதுதான் மொத்தக் குற்றச் சம்பவங்களுக்கும் ஊற்றாயிருந்தது.

“*H* பிளாக் கேங்கைச் சேர்ந்தவர்களுக்கு ஹீத் ஸ்ட்ரீட் கேங்கைச் சேர்ந்தவர்களைப் பிடிக்காது. ஒருவரையொருவர் வெட்டிக் கொண்டும் சுட்டுக்கொண்டும் மாய்ந்தார்கள். எழுபதுகளில் கொலைச் சம்பவங்களிலிருந்து மீண்டெழ போதைப் பொருட்கள் உதவின. பின் எப்படியோ அவ்விடம் முழுவதையும் வன்முறைகளும் போதையும் ஆக்கிரமித்தன. அப்படியிருக்கும் போது ஹீத் ஸ்ட்ரீட்காரர்கள் *H* பிளாக்கின் மிக முக்கியமான ஒருவரைத் தீர்த்துக்கட்டி விட்டார்கள். ஹீத் தெருவாசிகளின் கை ஓங்கியிருந்தது. நகர் முழுவதும் *H* பிளாக்கின் அடுத்த நகர்வுக்குக் காத்திருந்தது. காவலர்களால் தூங்க முடியவில்லை. அப்போது ஒரு காவலர் டாக்கிடம் தொடர்பில் இருந்தவர். டாக்கை அழைத்து இரண்டு குழுவைச் சேர்ந்தவர்களுக்கும் மத்தியஸ்தம் பேச வைக்கலாமா என்ற யோசனை தோன்றியது. டாக் தனது நண்பருக்காகப் பேச ஒப்புக்கொண்டு *H* பிளாக்கின் முக்கிய பிரமுகரிடம் பேசியிருக்கிறார். எல்லாம் இயேசுவின் போதனைகள் தான். கேப் வெர்டியர்கள் நல்ல கத்தோலிக்கர்கள்

ஆனால் மதம் வேறு தொழில் வேறல்லவா? டாக் பேசி முடித்ததும் அந்த மனிதர், "சரி ஃபாதர். இனிமேல் எதுவும் செய்ய மாட்டோம்" என்று மட்டும் சொல்லியிருக்கிறார். டாக்குக்கும் அந்த வார்த்தையில் நம்பிக்கையில்லை. ஆனால் பத்து வருடத்துக்குப் பிறகும் இன்னும் எந்தக் கொலைகளும் நிகழாமல் இருக்கிறது. அதுதான் டாக்."

கியாராவுக்கு ஆச்சரியமாக இருந்தது.

"இந்தப் பத்து வருடங்களில் *H* பிளாக்கில் வன்முறைகள் நிகழாமல் இல்லை. ஆனால் அவையெதுவும் தொழில்முறைக் கொலைகள் அல்ல."

பேசிக்கொண்டே டாக் தங்கியிருந்த புனித அம்புரோஸ் ஆலயத்தின் குருக்கள் இல்லத்தின் மணியை அடித்தார்கள்.

10

எல்லாம் நிறைவுற்று ஒரு வாரத்துக்கு மேல் ஆகியிருந்தது. அதுவரை குற்றவுணர்ச்சி சிறிதுமின்றியிருந்த யூதாஸ் இயேசு உயிர்த்தெழுந்தார் என்ற செய்தி பரவிய பிறகு மிகுந்த கலக்கமடையத் துவங்கினான். அதுநாள் வரை தனது தோற்றத்தில் அக்கறை கொண்டிருந்த அவனது செயல்பாடுகள் கொஞ்சம் கொஞ்சமாகக் குறையத் துவங்கியது. கேசத்திற்கு எண்ணெய் தடவுவதை நிறுத்தியிருந்தான். கருத்த அவனது முடி இரண்டே நாளில் செம்பட்டையாகக் காட்சியளித்தது. இயேசுவோடு உடனிருந்தவர்களில் முக்கால்வாசி பேர் எங்கு சென்றார்கள் என்றே தெரியவில்லை. ஆனால், நகரத்தில் இயேசு உயிருடன் திரும்பி வந்துவிட்டார் என்ற பேச்சு பெரிதாக வளர ஆரம்பித்தது. எம்மாவூசில் இயேசுவைச் சந்தித்ததாக இரண்டு சீடர்கள் சொல்லிக்கொண்டது யூதாஸின் காதுகளுக்கு எட்டியது. மீண்டும் சென்று நண்பர்களைச் சந்திக்க ஆவலாய் இருந்தான் யூதாஸ். ஆனால் குரு அளவிற்கு சீடர்கள் இல்லை என்பதையும் அவன் அறிந்திருந்ததால் எங்கும் போகத் துணியாமல் தெருவோரங்களில் சமாளித்து வாழ்ந்து வந்தான். இயேசுவைக் காட்டிக் கொடுத்தவன் என்பது மக்களின் பலருக்கும் தெரிந்ததால் மக்கள் அவனை வெறுக்க ஆரம்பித்திருந்தார்கள்.

“அதோ அங்கு செல்பவன் சீமோன் கெரியோத்தின் மகனான யூதாஸ். இயேசுவைக் காட்டிக் கொடுத்தவன் இவன்தான்,” என்று மக்கள் யூதாஸை வெளிப்படையாகச் சாடத் தொடங்கினர்.

யூதாஸ் தண்ணீர் குடிக்கவும் உணவு உண்ணவும் முடியாத நிலை. ஆனால் இஸ்ரயேலின் மீட்சிக்காகக் காத்திருந்த போராளிக்கு இதெல்லாம் ஒன்றுமேயில்லை. இயேசுவின் சாவுக்கு ஒரு வாரத்துக்குப் பிறகு, எருசலேம் நகரில் எங்கெங்கும் உயிர்த்தெழுந்து வந்த இயேசுவைப் பற்றிய பேச்சு வளர்ந்து கொண்டே சென்றது. சீடர்கள் தைரியமாக வெளியில் நடமாடினார்கள். அவர்கள் முகத்தில் பெரும் பரவசம். யூதாஸால் இயேசுவின் உயிர்த்தெழுதலை நம்ப முடியவில்லை. ஆனால் அவருடன் சுற்றித் திரிந்த மூன்று வருடத்தில் சிலமுறை தன் உயிர்த்தெழுதலைப் பற்றிச் சொன்னது நினைவுக்கு வந்தது.

“நானே வாழ்வும் உயிர்த்தெழுதலுமாய் இருக்கிறேன்.”

“உலகம் வாழ்வு பெறுவதற்காக என் உயிரைக் கொடுக்கிறேன். அதைத் திரும்பிப் பெற்றுக் கொள்ளவும் எனக்கு உரிமை இருக்கிறது.”

“நான் கொல்லப்படுவேன், ஆனால் மூன்றாம் நாள் உயிர்த்தெழுவேன்.”

யூதாஸின் தலைக்குள் தேள்கள் கொட்டுவது போன்ற உணர்வு வந்தது. நாள்கள் செல்லச் செல்ல இயேசுவின் நினைவுகள் அவனைச் சூழ்ந்து கொண்டேயிருந்தன. இயேசுவுக்குப் பதிலாக விடுவிக்கப்பட்ட பரபாஸுடன் சேர்ந்து கொள்ளலாமா என்று யோசித்தான். ஆனால் அவனுடைய ஆதரவாளர்கள் இவனை ஏற்றுக்கொள்ளமாட்டார்கள் என்பதால் யாருடனும் சேராமல் ஆதரவற்றிருந்தான். தனிமை என்னும் புற்றை நினைவுக் கரையான்கள் அவனுக்குள் மொய்த்துக் கட்டிக் கொண்டிருந்தன. தூக்கத்தை மறந்த அவன் விழிகள் சிவந்திருந்தன.

“நான் மோசேவைப் போல வாக்களிக்கப்பட்ட தேசத்துக்குள் நுழையாமல் மரிக்கப் போகிறேன். எருசலேமே! உன் மீது

கொண்ட அன்பினால்தான் இயேசுவை பலியிடத் துணிந்தேன்.” ஒலிவமலை உச்சியில் நின்று எருசலேம் நகரைப் பார்த்தவாறு சத்தமாகப் புலம்பினான். அவன் பெருங்குரல் கேட்டு கிளையிலிருந்த வானம்பாடிப் பறவை ஒன்று கீச்சிட்டுக் கொண்டு எருசலேம் நோக்கிப் பறந்தது. சின்ன நிசப்தத்துக்குப் பிறகு மீண்டும் அழ ஆரம்பித்தான். கண்களிலிருந்து கண்ணீர் வடிந்து கொண்டிருந்தது. அவன் விசும்பலில் மூச்சு நின்றுவிடுவது போலத் தேம்பத் தொடங்கினான். “எனக்கெதுவும் புரியவில்லை, எனக்கெதுவும் புரியவில்லை” எனச் சொல்லிச் சொல்லி அழுது புலம்பத் தொடங்கினான்.

பிசுபிசுத்த கண்களுடன் மலையிலிருந்து கீழிறங்கிக் கொண்டிருக்கும்போது மேல்நோக்கி மூவர் வருவதைப் பார்த்தான். உடனே தனது தலையை முக்காடிட்டுக் கொண்டு வேகமாக நடந்து அவர்களைக் கடந்து விட வேண்டும் என்று வேகமாக முன்னேறினான். மேலிருந்து கீழிறங்குவது எப்போதும் எளிமையானதுதானே? உடலைச் சாய்த்து தன் கால்களின் தன்னிச்சையான அசைவுகளுக்குத் தன்னையே ஒப்புக்கொடுத்து வேகமாக இறங்கினான். எதிரில் வந்த மூவரும் தூரத்தில் இருந்தார்கள். ஆனால் அவர்கள் குரல் இப்போது யூதாஸுக்குக் கேட்டது. மூச்சு வாங்கியதில் அவனால் சரியாகக் கவனிக்க முடியவில்லை. எனவே மூச்சைக் கொஞ்சம் அடக்கி எதிரில் வந்த குரல்களுக்குச் செவி கொடுத்தான். இரண்டு குரல்கள் மிகவும் பழக்கப்பட்ட குரல்கள் என்பதை உடனே அறிந்து கொண்டான். உடையாத குரல் கண்டிப்பாக யோவானுடையதாகத்தான் இருக்க முடியும். அவன் ஏதோ இயேசுவைக் குறித்து பேசிக்கொண்டிருந்தான். முற்றிய குரல் பேதுருவுடையது. சிங்கத்தின் கர்ஜனையைப் போன்ற குரல். யோவானுக்கு எதையோ விளக்கிக் கொண்டிருந்தது. உடன் வரும் இன்னொரு மனிதர் அந்திரேயாவாக இருக்கலாம். அவர் இருவரின் உரையாடலையும் கவனித்துக் கொண்டு வந்தார். யூதாஸ் அவர்களை நெருங்க நெருங்க இதயத் துடிப்பு அதிகமானது. அவனுக்குள் எங்கிருந்தோ ஒலித்துக்கொண்டிருந்த குரல் நின்று பேசு என்று சொல்லிக் கொண்டிருந்தது.

இன்னொருபுறம் எப்படியாவது இவர்களைக் கடந்துவிட்டால் போதும் என்ற நிலை.

இப்போது மூன்றாவதாக வருவது அந்திரேயா என்பது தெளிவானது. முதன்முறையாக இருவரின் உரையாடலை மறித்து, “எதிரில் வருவது யாரென்று பார்த்தீர்களா?”

கரகரத்த குரலில், “ஓ யூதாஸ்!” பெயரைச் சொல்லிவிட்டு வாயில் சுரந்திருந்த எச்சிலை உமிழ்ந்தார் பேதுரு. “நண்பர்களே, இவன் பெயரை உச்சரிக்காதீர்கள். தவறி உச்சரிக்கும் சமயமெல்லாம் எச்சிலை வெளியே துப்பிவிடுங்கள். இவன் நினைவுகள் உங்களிலிருந்து சுத்தமாக அழிக்கப்படட்டும். இவனால்தான் மெசியா கொல்லப்பட்டார். ஆனால் தந்தையாகிய கடவுள் உன்னதர் எல்லாம் வல்லவர் நம் மீட்பரை இறப்பின் பிடியிலிருந்து விடுவித்தார்.”

அவர்களைத் தாண்டி நின்ற யூதாஸுக்கு அவர்களை நோக்கிக் கத்த வேண்டும் போல இருந்தது. கண்களில் நீர் தளும்பியது. ஆனால் இவர்கள் முன் அழக்கூடாதென்ற வைராக்கியம் பிறந்தது. அவர்கள் முன் முக்காடை விலக்கி நின்றான். தீர்க்கமான குரலை எங்கிருந்தோ வரவழைத்துக் கொண்டு பேதுருவை நோக்கிப் பேசத் தொடங்கினான்.

“இஸ்ரயேலின் விடுதலை அன்று நீங்கள் யாவரும் எனக்கு நன்றி சொல்லி அடிபணிவீர்கள். அறியாமையில் இருப்பது குற்றமல்ல நண்பர்களே! அறியாமை என்று தெரிந்த பின்னும் அதில் உழல்வது பரிதாபமாக இருக்கிறது. என் நிலையிலிருந்து இன்னும் நான் மாறவில்லை. இயேசு ஒரு நல்ல மனிதர். ஆனால் இஸ்ரயேலின் மீட்பரல்ல. ஓ! அவரை நான் இன்னும் அன்பு செய்கிறேன், ஆனால் கண்ணீர் விடவில்லை. புரட்சிக்கு மக்களை ஒன்றுதிரட்ட அவர் தேவைப்பட்டார். அத்தோடு அவரின் தேவை முடிந்தது. தன்னை நல்ல மேய்ப்பர் என்று அவர் முன்னிறுத்தினார். நானும் நம்பினேன். ஆனால் மந்தையின் முன் நடக்கும் திருகிய பெரிய கொம்புகளுடைய செம்மறி. நீங்கள் கேள்வி கேட்காமல் நடக்கும் மந்தைச் செம்மறி

ஆடுகள். உங்களோடு எனக்கு எந்தக் கொடுக்கல் வாங்கலும் இல்லை. சென்று வாருங்கள்."

"ஆம். நமக்குள் கொடுக்கல் வாங்கல் இல்லை. உண்மைதான். ஆண்டவரை அவர்களுக்கு விற்றுவிட்டு நீ பெற்றுக் கொண்ட முப்பது வெள்ளிக் காசுகள் உனக்குப் போதாதா என்ன?" ஒரு செயற்கைப் புன்னகையை வரவழைத்துக் கொண்டு யோவானையும் அந்திரேயாவையும் பார்த்துக் கொண்டு யூதாஸின் முகத்தைப் பார்க்காமல் சொன்னார் பேதுரு. யோவானுக்கு அந்தச் சூழலைச் சீக்கிரம் கடந்துவிட வேண்டும் என்று கால்கள் பரபரத்தன.

"ஆண்டவரே, உமக்காக இறக்க நேர்ந்தாலும் மகிழ்ச்சியுடன் என் வாழ்வை உமக்குக் கொடுப்பேன்" பேதுருவைப் போல கரகரத்த குரலில் முன்பொருமுறை இயேசுவிடம் பேசிய வார்த்தைகளை ஞாபகப்படுத்துவது போலப் பேசினான் யூதாஸ். பின்னர், "இப்படி அறிக்கைவிட்ட அதே வாயால்தானே இவரை எனக்குத் தெரியவே தெரியாது என்று சத்தியம் செய்தீர்? தெரியாமல் கேட்கிறேன், நான் வாங்கிய முப்பது வெள்ளிக் காசுகளுக்கு எந்த விதத்தில் குறைந்தது உம்முடைய சத்தியம்?" பின் அருகிலிருந்த இருவரையும் நோக்கி, "உங்கள் மீட்பர் பிடிபட்ட போது, அதாவது என்னால் காட்டிக் கொடுக்கப்பட்ட போது நீங்கள் எங்கேயிருந்தீர்கள்? உங்களில் ஒருவனைப் பிடிக்க முற்பட்டபோது தன் உடைகளை விட்டுவிட்டு நிர்வாணமாக ஓடி மறைந்தவனை நான் பார்க்கவில்லை என்று நினைக்கிறீர்களா? நான் காட்டிக் கொடுத்தேன் என்றால் நீங்கள் கைவிட்டீர்கள் அவ்வளவுதான் வித்தியாசம்."

யோவான் கோபமாக, "யூதாஸ்!" என்றான். பிறகு மேற்கொண்டு பேச எத்தனித்தபோது, பேதுரு செருமி நினைவுபடுத்தினார். உடனே அருகில் உமிழ்ந்துவிட்டுத் தொடர்ந்தான். "எங்கள் நிலையை நினைத்து வருந்தி ஆண்டவரிடம் நாங்கள் மன்னிப்பு கேட்டுவிட்டோம். இந்த நாட்களில் அவர் எங்களோடு பலமுறை உணவருந்தினார். நாங்கள் மன்னிப்புக் கேட்டோம். நீயும்

விரும்பினால் எங்களுடன் மீண்டும் வா. ஆண்டவரிடம் மன்னிப்பு கேள்."

"அவர் உடலை எங்கு மறைத்து வைத்தீர்கள் என்று இன்னும் சிறிது காலத்தில் கண்டுபிடித்துவிடுவார்கள். என்றாவது ஒருநாள் பிணம் அழுகி நாற்றமெடுக்கும். அன்று நீங்கள் கூண்டோடு கொல்லப்படுவீர்கள்."

யூதாஸ் பேசியதைக் காதில் வாங்காமல் இயேசுவை மறுதலித்த தருணங்களை நினைத்து மனம் கசிந்து பேதுரு அழுது கொண்டிருந்தார். இப்படித்தான் சில நாட்களாகத் திடீரென்று வெடித்தழுவார் என்பதைச் சீடர்கள் அறிந்திருந்ததால் அந்திரேயா அவர் முதுகில் கை வைத்துத் தட்டிக் கொடுத்துக் கொண்டிருந்தார். யூதாஸ் அவர்களை நோக்கிக் காறி உமிழ்ந்துவிட்டு மலையிலிருந்து கீழிறங்கினான். மூவரும் சோர்வாக மேலேறத் தொடங்கினார்கள்.

யூதாஸின் மனம் கொஞ்சம் இலகுவாகியிருந்தது. உள்ளுக்குள்ளாக "எனக்கு எதுவும் புரியவில்லை," என்று திரும்பத் திரும்ப ஒலித்துக் கொண்டிருந்தது. எதிரொலித்துக் கொண்டிருந்த எத்தனையோ ஒலிகளோடு "இயேசுவே, இயேசுவே," என்ற கதறலும் "அவர்கள் சொல்வதெல்லாம் உண்மையா?" என்ற கேள்வியும் வந்து கொண்டிருந்தன. "நான் மன்னிக்கப்படுவது சாத்தியமா?" என்ற கேள்வி எழுந்தபோது கண்களில் மீண்டும் நீர் துளிர்த்தது. எருசலேமுக்கு அருகிலிருந்து பொட்டல் வெளியில் அன்றிரவைக் கழிக்க எண்ணி பாறை ஒன்றில் சாய்ந்தான். இயேசுவுடன் சுற்றியலைந்த நாட்களில் இதேயிடத்தில் அமர்ந்து பேசிக் கொண்டிருந்தது நினைவுக்கு வந்தது. என்ன பேசினோம் என்று நினைத்துக் கொண்டிருந்தபோது அடித்துக் கிழிக்கப்பட்ட இயேசுவின் முகமும் சிலுவையில் நிர்வாணமாகத் தொங்கிய அவரது உடலும் நினைவில் உதித்தது. தொண்டையைப் பிடித்து யாரோ அழுத்துவது போன்ற உணர்வுடன் மீண்டும் பாறையில் மறுபுறமாகச் சாய்ந்துபடுத்தான்.

தூக்கம் வரவில்லை. ஆனால் தூங்கிக் கொண்டிருந்த தன்னையே

தான் விலகியிருந்து பார்க்கும் உணர்வு ஏற்பட்டது. அதைத் தொடர்ந்து ஒரு சின்ன நில அதிர்வை உணர்ந்தான். பின் வெடுக்கென சாய்ந்திருந்த பாறையுடன் நிலம் பிளந்து பாதாளத்தில் தவறி விழுந்தான். பாறையின் அடியில் சிக்கி விடக் கூடாதென இறுக்கமாக அதை அணைத்துக்கொண்டு முடிவில்லாப் பாதாளத்தில் வீழ்ந்து கொண்டிருந்தான். பின் பேரமைதியில் அவன் கண்விழித்தபோது அவனருகில் ஒரு வயது முதிர்ந்தவர் அமர்ந்திருந்தார். அவரை நோக்கி யூதாஸ் வணக்கம் சொல்வது போல தலையை அசைத்தான். துயரோடுயிருந்த அவர் முகத்தில் வித்தியாசமாக ஏதோ இருந்ததை அப்போது யூதாஸ் கவனித்தான். அவருடைய நெற்றியின் மையத்தில் சில வினாடிகளுக்கொரு முறை மின்னல் ஒன்று புருவங்களுக்கு மத்திவரைக்கும் தோன்றி மறைந்து கொண்டிருந்தது. பலநூறு வருடங்கள் வாழ்ந்து சலித்த அவரை யூதாஸால் அடையாளம் காண முடியவில்லை.

“நீங்கள்?” என ஆரம்பித்த யூதாஸிடம் முதியவர் பேசத் தொடங்கினார். “நான் தான் காயீன். ஆதாமின் மகனான காயீன். நீ என்னை அறிந்திருப்பாய்.”

“நன்றாகத் தெரியும். நான் இப்போது எங்கிருக்கிறேன்?”

“பாதாளங்களின் இறுதி வட்டத்தில் இருக்கிறாய்.”

“நான் இறந்துவிட்டேனா?”

“அதை நீதான் உறுதிப்படுத்திக் கொள்ள வேண்டும். நான் இன்னும் இறக்கவில்லை. இதோ நீ என்னுடன் பேசிக் கொண்டிருக்கிறாய். எனக்கு மரணமென்பதில்லை. என் சகோதரன் ஆபேலை கொன்றவுடன் யகோவா - அவர் என்றென்றும் வாழ்த்தப் பெறுவாராக எனக்களித்த அடையாளத்துடன் உலகம் முழுவதும் சுற்றியலைந்தேன்.” தன் நெற்றியில் மின்னும் மின்னலைச் சுட்டிக் காட்டிவிட்டுத் தொடர்ந்தார். “ஒவ்வொரு முறை மின்னல் வெட்டும் போதும் என் உடலெங்கும் நடுக்கம் ஏற்படும். மின்னலால் வந்த வலியல்ல

என் சகோதரனைக் கொன்ற குற்றவுணர்வு. அடுத்த நொடி வானத்தைப் பார்த்து என் மேல் இடிந்து விழுந்து விடுங்கள் என்று மன்றாடுவேன். ஆனால் இன்றுவரை நான் விரும்பிய மரணம் எனக்குக் கிடைக்கவில்லை. என் சகோதரனின் கொலைக்காக இன்னமும் வருத்தப்பட்டுக் கொண்டிருக்கிறேன். நான் மட்டுமல்ல, இங்குள்ள அனைவரும் அப்படித்தான். அதோ அங்கு வருவது பெத்ஷபா. தன் கணவரைக் கொன்ற தாவீதுடன் வாழ்ந்து வருபவர்."

இறக்கை மட்டும்தான் இல்லை. மற்றபடி தேவதைகளுக்கான எல்லா இலட்சணங்களுடன் பெத்ஷபா மெல்ல நடந்து அவர்களைக் கடந்து சென்றாள். அவள் செல்லும் வரை இவர்கள் இருவரும் பேசாமல் மௌனம் காத்தார்கள்.

காயீன் தன் ஊன்றுகோலுடன் எழுந்து யூதாஸை அழைத்துக் கொண்டு மெல்ல நடந்து சென்றார். அந்த விசித்திர உலகத்தில் ஒளி இல்லவே இல்லை. ஆனாலும் ஒருவர் மற்றவரைத் தெளிவாகப் பார்த்துக் கொள்ள முடிந்தது. ஒளியில்லாமல் இருந்ததன் ஒரே அவஸ்தை குளிர் வாட்டியெடுத்தது. குளிரைப் பயன்படுத்திக்கொண்டு பூஞ்சைக் காளான்கள் கண்ட இடமெல்லாம் பரவிக் கிடந்தன. ஆட்டுத் தோலால் செய்யப்பட்டிருந்த கூடாரத்துக்குள் காயீன் யூதாஸை அழைத்துச் சென்றார். அங்கொரு மத்திய வயதுக்காரர் கந்தைகளுக்கு நடுவில் அயர்ந்து தூங்கிக்கொண்டிருந்தார். காயீன் தன் ஊன்றுகோலால் அவரை எழுப்பினார். பதறி எழுந்த அவர் மேலுடை ஏதுமின்றி இருந்தார். காயீன் யூதாஸை அவருக்கு அறிமுகப்படுத்தினார். நல்ல தேகக்கட்டுடன் இருந்த அவர் கருத்த சுருள் முடியுடன் அழகாயிருந்தார். அவர் எழுந்து யூதாஸை அமரச் சொன்னபோது, யூதாஸ் அவர் உடலில் ஒரு வித்தியாசத்தை கவனித்தான். வயிற்றின் மையத்தில் அனைவருக்கும் இருக்கும் தொப்புள் அவருக்கில்லை. சட்டென அவர்தான் ஆதாம் என்று அறிந்து கொண்ட அவனுக்கு ஆச்சரியமாக இருந்தது. ஆதாம் இளையவராகவும் அவர் மைந்தன் காயீன் முதியவராகவும் இருந்த முரண் அவனுக்குப்

புரியவில்லை.

காயீன், ஆதாமின் கரங்களைப் பற்றிக் கொண்டு ஏதோ பேசத் தொடங்கினான். யூதாஸை நோக்கி அவ்வப்போது இருவரின் சுட்டு விரல்களும் நீண்டன. யூதாஸிடம் இயேசுவைப் பற்றிக் கேட்டார்கள். யூதாஸ் கண்ணீருடன் தன்னால் இயேசு மரணித்த கதையைச் சுருக்கமாகச் சொன்னான்.

ஆதாம் எழுந்து யூதாஸை அணைத்துக் கொண்டு, "நீயல்ல, நான் தான் கொன்றேன். என்னால்தான் எல்லாமும் நிகழ்ந்தேறியது" என்றான்.

காயீன் வெளியே சென்று ஒரு குன்றின் மீது ஏறி நின்று பேசத் தொடங்கினான், "ஏதோ ஒன்று வித்தியாசமாக நிகழ்ந்து கொண்டிருக்கிறது. இன்று உலகெங்கும் அசைவின்றிப் பேரமைதி சூழ்ந்திருக்கிறது. அரசர் உறங்கிக் கொண்டிருப்பதால் உலகம் முழுதும் அமைதியைக் கடைப்பிடிக்கிறது. உலகம் தோன்றியதிலிருந்து வீழ்ந்த மனிதர்களைத் துயிலெழுப்பக் கடவுளே மனித உருவில் தோன்றி மரணத்தைத் தழுவியதால் அகிலமே அமைதியாக நடுங்கிக் கொண்டிருக்கிறது. மனித உருவில் தோன்றிய கடவுள் மரணித்ததால் நரகத்தின் வாயில்கள் ஆட்டம் காண்கின்றன. தொலைந்து போன ஆடுகளான நம் முதல் பெற்றோரை அவர் அங்கே தேடிக் கொண்டிருக்கிறார். கடவுளும் மனிதனுமானவர் துயரத்தின் பிடியில் வாடும் ஆதாமையும் ஏவாளையும் காணவும் மரணத்தின் இருள்சூழ் வெளியில் வாழ்பவர்களைக் காணவும் ஆர்வம் கொள்கிறார். சாவிலிருந்து விடுதலையைக் கொணர்ந்த சிலுவையுடன் ஆண்டவர் அவர்களை அணுகிச் செல்கிறார்."

காயீனின் வார்த்தைகளைக் கேட்டு அனைவரும் முழந்தாள் பணிந்தார்கள். அவ்வுலகத்துக்குள் முதல் முதல் ஒரே ஒரு ஒளிக்கீற்று எங்கிருந்தோ தோன்றியது. அவ்வொளி கொஞ்சம் கொஞ்சமாக வளர்ந்து அனைவரையும் கண் கூசச் செய்தது. ஒளியிலிருந்து ஒரு மனிதர் தோன்றி ஆதாமை நோக்கி நடந்தார். அவரைக் கண்டவுடன் ஆதாம் மாரில் அடித்துப் புலம்பிக்

கொண்டு எல்லோரிடமும் ‘என் ஆண்டவர் உங்களோடு இருப்பாராக’ என்று கூறினான். அங்கே தோன்றிய மனிதர் ‘உம் ஆன்மாவோடும் இருப்பாராக’ என்று பதிலுரைத்தார். அவர் தனது கரங்களில் அவனை எடுத்து உயர்த்தி, ‘தூங்குபவனே, மரணத்திலிருந்து உயிர்த்தெழு, கிறிஸ்து உனக்கு ஒளியை வழங்குவாராக’ என்றார்.

அங்கிருந்த யாவரையும் பேரச்சம் சூழ்ந்தது. காயீன் தன் முகத்தை மூடிக்கொண்டு அழுது கொண்டிருந்தான். பேரொளியாக உதித்தவர் இயேசு என்பதை அறிந்து செய்வதறியாது தடுமாறிக் கொண்டிருந்தான் யூதாஸ். இயேசு, ஆதாமைத் தனியாக அழைத்துக் கொண்டு சென்று பேசத் தொடங்கினார்.

“உன் கடவுளான நான் உன் பொருட்டு உன் மைந்தனாக அவதரித்தேன். உன் மீதும் உன் வழி வந்தவர்கள் மீதும் கொண்ட அன்பினால் என் அதிகாரத்தைக் கொண்டு அடிமைப்பட்டவர்கள் விடுதலையடையவும், இருளில் வாழ்பவர்கள் ஒளியைக் கண்டடையவும், தூங்கிக் கொண்டிருப்பவர்கள் விழித்தெழவும் கட்டளையிடுகிறேன். உறங்கிக் கொண்டிருப்பவர்களே விழித்தெழுங்கள். நரகத்தில் சிறைபட்டிருக்க நான் உங்களைப் படைக்கவில்லை. மரணத்திலிருந்து உயிர்த்தெழுங்கள். நானே உங்களின் வாழ்வு. என் கையால் படைக்கப்பட்ட எனதுரு கொண்டவர்களே! விழித்தெழுங்கள். எழுங்கள், நாம் இவ்விடத்தை விட்டு நீங்கிச் செல்வோம். நீங்கள் என்னிலும் நான் உங்களிலும் இருக்கிறேன். நாம் இருவரும் சேர்ந்து ஒன்றாவோம். நம்மை யாராலும் பிரிக்க முடியாது.”

ஆதாமின் கண்களில் நீர் துளிர்த்திருந்த சமயம் இயேசு அவரை அணைத்துக் கொண்டார். இதைப் பார்த்துக் கொண்டிருந்த யாவரது மனமும் குளிர்ந்து வெதுவெதுப்பான கண்ணீரை வடித்தது. யாவரும் கண்களைத் துடைத்துக் கொண்ட சமயம் யூதாஸூம் கண்ணீரைத் துடைத்துக் கொண்டான். கண்ணீருடன் அவர்களது பாவங்களும் துடைக்கப்பட்ட நிம்மதி அவர்கள் மனதிலிருந்தது. இயேசு ஆதாமைத் தன் கரங்களில் பிடித்துக்

கொண்டு மேலும் பேசத் தொடங்கினார்.

“உனக்காக உனது கடவுளான நான் உன் மைந்தனாக அவதரித்தேன். ஆண்டவராகிய நான் உன் பொருட்டு அடிமையானேன். விண்ணுலகில் வாழ்ந்த நான் உனக்காக உலகத்துக்கும் பாதாளத்துக்கும் இறங்கி வந்தேன். உனக்காக, மனித குலத்துக்காக நான் மனிதனானேன். கவனிப்பார் யாருமின்றி மரணத்தைத் தழுவினேன். சிங்காரவனத்திலிருந்து துரத்தப்பட்ட உனக்காக கெத்சமெனி தோட்டத்தில் யூதர்களிடம் காட்டிக்கொடுக்கப்பட்டு கல்வாரி குன்றில் சிலுவையில் அறையப்பட்டேன்.

உனக்கு மூச்சுக்காற்றை வழங்கிய காறி உமிழப்பட்ட என் முகத்தைப் பார். உன்னை ஆடைகளால் அணிசெய்த என் உடலின் காயங்களைப் பார். உன் பாவச் சுமைகளைக் குறைக்க நான் பொறுத்துக் கொண்ட சவுக்கடிகளால் ஏற்பட்ட தழும்புகளை என் முதுகில் பார். உன் கீழ்ப்படியாமையால் விலக்கப்பட்ட மரத்தின் கனியை உண்ண நீட்டிய கரத்தை முன்னிட்டு என் கரங்கள் இப்போது மரத்தோடு ஆணிகளால் அறையப்பட்டிருப்பதைப் பார்.

சிங்காரவனத்தில் உன் பக்கவாட்டிலிருந்து ஏவாளைக் கொண்டு வந்த நான் இப்போது சிலுவையில் மயங்கிக் கிடக்கிறேன். என் விலாப்புறத்தை ஒரு ஈட்டி துளைத்தது. என் விலாப்புறக் காயம் உன் வலிகளைக் குணமடையச் செய்தது. என் மயக்கம் உன்னை நரகத்திலிருந்து துயிலெழும்பச் செய்தது. என்னைத் துளைத்த ஈட்டி உன்னை நோக்கிப் பாய்ந்த அம்புகளை வீழ்த்தியது.

எழு, இவ்விடத்தை விட்டு நீங்கிச் செல்வோம். எதிரி உன்னை பூலோகச் சொர்க்கத்திலிருந்து வெளியேற்றி விட்டான். என்னால் அதை உனக்கு மீண்டும் வழங்க முடியாது. ஆனால் விண்ணுலகில் உன்னை அணிசெய்வேன். வாழ்வின் அடையாளமாகிய மரத்தை உனக்குத் தடைசெய்தேன். ஆனால் உண்மையான வாழ்வாகிய நான் உன்னில் ஒன்றாகியிருக்கிறேன். உனக்காக நியமிக்கப்பட்ட வான தூதர்கள் உன்னைக் காவல் காத்து

வந்தனர். ஆனால் இப்போது அவர்கள் உன்னையே வணங்கும் படி செய்துவிட்டேன். கெருபுகள் ஏந்தி நிற்கும் அரியணை உனக்காக ஆவலுடன் காத்திருக்கிறது. அலங்கரிக்கப்பட்ட மணவறையும் விருந்தும் முடிவில்லாப் பேரின்ப இடமும் உனக்காகக் காத்திருக்கின்றன. அத்தனை செல்வங்களும் நிறைந்த வீடு உனக்காகத் திறக்கப்பட்டிருக்கிறது. முடிவில்லா விண்ணுலக இறையாட்சி தயாராயிருக்கிறது.”

இப்போது ஆதாம் தெளிந்த முகத்துடன் ஏவாளைத் தேடிக் கொண்டிருந்தான். காயீன் ஊன்றுகோலை விட்டெறிந்து தெளிந்த நடையுடன் இயேசுவை நோக்கி நடந்தார். யூதாஸ் எல்லாவற்றுக்கும் ஒற்றை சாட்சியாய் செய்வதறியாது நின்றிருந்தான். காயீனின் தலையில் இயேசு கை வைக்க, கடவுளின் முத்திரையான இடைவிடாத மின்னல் அவன் நெற்றியை விட்டகன்றது. ஏதோ அவர் காதில் அவன் சொல்ல ஆர்வமாகத் திரும்பித் திரும்பிப் பார்த்துக் கொண்டிருந்தார். காயீன் யூதாஸின் பக்கம் கைநீட்ட இயேசு ஆர்வமாக யூதாஸின் பக்கம் திரும்பி அவனை நோக்கி, தன்னிடம் வருமாறு கைகளால் சைகை செய்தார். எதுவும் சொல்லாமல் இயேசுவை நோக்கி நகர ஆரம்பித்தான் யூதாஸ். தூரத்திலிருக்கும் போதே “இங்கு என்ன செய்கிறாய்?” என்று இயேசு வினவினார். யூதாஸுக்கு எந்த பதிலும் சொல்ல முடியவில்லை. “ஆண்டவரே என்னை மன்னியும், ஆண்டவரே என்னை மன்னியும்” என்று மட்டும் சொல்லிக்கொண்டு இயேசுவை நோக்கி நகர்ந்துக் கொண்டிருந்தான். எவ்வளவு நடந்தும் அவனால் இயேசுவை நெருங்க முடியவில்லை. கானல் நீர் போல இன்னும் இயேசு நின்றுகொண்டிருந்தார். “மன்னித்துவிட்டேன் என்ற ஒரு வார்த்தை போதும், ஒரே ஒரு வார்த்தை” என்று சொல்லிக்கொண்டு நகர்ந்துகொண்டேயிருந்தான்.

இயேவிடமிருந்து புறப்பட்ட ஒளிவெள்ளம் அவ்விடத்தை நிறைத்துக்கொண்டேயிருந்தது. இயேசு தூரத்திலிருந்தே ஏதோ சொல்லிக்கொண்டிருந்தார். யூதாஸ் எதையும் கவனிக்க முடியாதபடி பரவசத்தில் ஆழ்ந்திருந்தான். அவன் செவிகள்

மன்னிப்பு என்ற வார்த்தைக்காக ஏங்கிக்கொண்டிருந்தது. அவன் ஒளிவெள்ளத்தில் நீந்தியபடி நெருங்க முனைந்து கொண்டிருந்தான். மூச்சுத் திணறத் தொடங்கியது அவனுக்கு. சூழ்ந்திருந்த குளிர் விலகி வெம்மை சூழ்ந்தது. அந்த வெப்பத்தில் தான் எரிந்து சாம்பலானாலும் சந்தோஷமே என்ற முடிவுடன் முன்னேறிக் கொண்டிருந்தான். கல்லெறி தொலைவில் இயேசு. ஆனால் முகத்தைப் பார்க்க முடியாதபடி கண்கள் கூசியன. எட்டித் தொட்டுவிடலாம் என்று நினைத்திருந்த போது இயேசு அவனிடம், “எருசலேமில் உன்னைச் சந்திக்கிறேன்” என்று சொல்லி மறைந்தார். அவன் “ரபி” என்று பெருங்குரலெடுத்துக் கத்திக் கொண்டிருந்தான்.

வியர்வை தளும்ப அவன் திடுக்கிட்டெழுந்த போது, அவன் எங்கும் சென்றிருக்கவில்லை என்பதை உணர்ந்தான். சாய்ந்திருந்த பாறையும் அங்கேயே இருந்தது. அதிகாலை நேரம். பறவைகள் இரை தேடக் கிளம்பியிருந்தன. யூதாஸுக்குக் கனவிலிருந்து மீண்டெழுந்த அதிர்வு இன்னும் அடங்கியிருக்கவில்லை. மீண்டும் சாய்ந்து படுத்துக்கொண்டு விட்ட இடத்திலிருந்து கனவைத் தொடர ஆசைப்பட்டான். எருசலேம் அருகில்தான் இருக்கிறது. காலை வழிபாட்டுக்கு ஒன்றுகூட சில மணி நேரமிருந்தது. ‘எருசலேமில் உன்னைச் சந்திக்கிறேன்’ என்று ஒலித்த குரல் தன் கற்பனையா அல்லது உண்மையாகவே இயேசு பேசியதா என்ற குழப்பம் அவனைச் சூழத் துவங்கியது. ஓட்டமும் நடையுமாகச் சென்றால் காலை வழிபாட்டுக்கு முன்பாக எருசலேமை அடைந்துவிடலாம் என்ற ஆவலில் எழுந்து வேகமாக நடக்க ஆரம்பித்தான். நடையின் வேகம் மேலும் கூடி ஓட்டமானது.

11

டாக் ஃபாதர் ரிச்சர்ட் கான்வே கதவைத் திறந்தபோது வெர்டியின் கோரஸ் ஆஃப் த ஹீப்ரு ஸ்லேவ்ஸ் ஒலித்துக் கொண்டிருந்தது. டாக் ஒடுங்கிய தேகத்தில் சிரித்த முகத்துடன் வரவேற்றார். எண்பது வயதுக்கு மேலிருக்கும். ஜூடை அணைத்துக் கொண்டு வரவேற்றார். ஜூட் கியாராவைத் தனது தோழி என்று அறிமுகப்படுத்தினான். கியாராவின் கைகளை மெல்லப் பிடித்து வரவேற்றார். அவருடைய எலும்புகள் வற்றிப் போயிருந்தன. உள்ளுக்குள்ளிருந்து வெர்டியின் இசை பொங்கி வழிந்துகொண்டிருந்தது. கியாராவுக்கு அதில் ஓர் ஈர்ப்பிருந்தது. டாக்கும் ஜூடும் ஒருவருக்கொருவர் பரஸ்பரம் விசாரித்துக் கொண்டிருந்த போது, கியாரா மட்டும் இசையைக் கவனித்துக் கொண்டிருந்தாள். பாடலின் பொருள் புரியவில்லை. ஆனால் பெரும் பாரத்தை இறக்கி வைத்த உணர்வு ஏற்பட்டது. ஜூட் கியாராவின் அருகில் வந்து, “இது வெர்டியின் எபிரேய அடிமைகளின் பாடல். நபூக்கோ என்ற ஓப்ராவில் உள்ளது. டாக் தமது இறப்புத் திருப்பலியின் இறுதியில் இதை வாசிக்க வேண்டும் என்று திட்டமிட்டிருக்கிறார்.”

கியாரா டாக்கைப் பார்க்கிறாள். ஜூட் சொல்வதை ஆமோதிப்பது போல் தலையசைத்துக் கொண்டிருக்கிறார். மீண்டும் ஜூடிடம் பேச ஆரம்பித்தார் டாக். தனது கோல்ஃபிங்

அனுபவங்களைச் சொல்லிக்கொண்டிருந்தார். ஜூடுக்குக் கோல்ஃபிங் தெரியாது என்பதை அவன் கவனித்த விதத்திலிருந்து யார் வேண்டுமானாலும் சொல்லிவிடலாம். பேசிப்பேசி அலுத்துப்போன இருவரும் கியாராவிடம் திரும்பினார்கள்.

"இருவருக்கும் காஃபி வேண்டுமா?" டாக் கேட்டார்

"இல்லை ஃபாதர், நாங்கள் வரும் வழியில்தான் குடித்தோம்," கியாரா பதில் தந்தாள்.

"எனக்கு எதாவது குடிக்க வேண்டும் போல இருக்கிறது." சொல்லிக் கொண்டே அடுத்த அறைக்குச் சென்றார். திரும்பி வந்தபோது கையில் விஸ்கி கிளாஸ் இருந்தது. ஐஸ் கட்டிகள் தங்க திரவத்தில் மிதந்து கொண்டிருந்தன.

"டாக்! குளிர் கொஞ்சம் அதிகம்தான். ஆனால் காலையில் விஸ்கி அருந்துவது உங்களுக்கு மிகையாக இல்லையா?" ஜூட் சிரித்துக் கொண்டே சொன்னான்.

கியாராவுக்கும் கொஞ்சம் அசூயையாக இருந்தது. அதைத் தெரிந்து கொண்ட டாக் கியாராவிடம், "தவறாக எடுத்துக் கொள்ளாதே, இது விஸ்கி இல்லை. எனக்கு விருப்பமான ஆப்பிள் ஜூஸ். ஜூட் எப்போதும் இப்படித்தான் விளையாடிக் கொண்டே இருப்பான்." ஜூடைச் செல்லமாகத் தட்டிவிட்டு இருவருக்கும் எதிரில் அமர்ந்து தன் ஜூஸை அருந்தத் தொடங்கினார்.

"நான் மறந்துவிடும் முன்பாக... ஜூட், நேற்று ப்ளூ ஹில் சிமெட்டரி சென்றிருந்தேன். தங்கமான மனிதர்கள். வேலைக்கு ஆள் தேடிக் கொண்டிருக்கிறார்கள். உன் பெயரைச் சொல்லியிருக்கிறேன். உன்னுடைய விருப்பத்தைக் கேட்கவில்லை. உனக்கேதும் ஆட்சேபணையில்லையே?"

"இல்லை, ஆனால் என்னுடைய பின்புலத்தை ஆராய்ந்தால் அந்த இருண்ட நாட்கள் திரும்பி இவ்வேலையையும் எடுத்துக் கொண்டால்...?"

“ஓ, அதைப் பற்றிக் கவலைப்படாதே. நான் ஏற்கனவே அதைப் பற்றி பேசிவிட்டேன். கல்லறையின் நிர்வாகி மிஸ்டர் ஜெரி சூசா பார்த்துக் கொள்வார். நீ கவலைப்பட வேண்டியதெல்லாம், வேலையில் சேர்ந்ததும் வீடு மற்றும் அதன் தேவைகளைப் பார்த்துக் கொள்ள வேண்டும். இனிமேலும் அந்தச் சாக்கடையில் நீ தங்கக் கூடாது. குளிர்காலம் வந்து கொண்டிருக்கிறது.”

“வீட்டு வாரியத்தில் ஏற்கனவே பதிந்துவிட்டேன். வேலை கிடைத்தால் வீடு. கேம்பிரிட்ஜ் நண்பர்களிடம் சொன்னால் காருக்கும் ஏற்பாடாகிவிடும்.” பெருமூச்சு விட்டு, “தேங்க் யூ டாக். பெரும் காத்திருத்தலுக்குப் பின் நல்ல விஷயங்கள் நடக்கின்றன.”

“இது யாரென்று என்னிடம் சொல்லவில்லையே? தோழி என்றால் எப்படி...?” டாக், கியாராவைப் பற்றிக் கேட்க ஆரம்பித்தார்.

“கியாராவும் என்னைப் போலவே நிறைய சங்கடங்களை அனுபவித்தவள். இப்போதுதான் இரண்டு நாள்களாகத் தெரியும்.”

கியாராவுக்கு ஜூடின் கைகளைப் பிடித்துக் கொள்ள வேண்டும் போல் இருந்தது.

“உனக்கும் எதாவது உதவி வேண்டுமென்றால் கேட்கத் தயங்காதே கியாரா” டாக் பரிவுடன் சொன்னார்.

ஆனால், கியாராவுக்கு டாக்கின் கறுப்புச் சட்டையும் அதில் சொருகியிருந்த வெள்ளைக் காலரும் ஃபாதர் ஹன்லனை நினைவுறுத்திக் கொண்டிருந்தது. டாக் பேசிக்கொண்டிருக்கும் போதே அவள் கன்னச் சதைகள் தானாகவே துடிக்கத் தொடங்கின. கியாரா தன்னை எவ்வளவோ கட்டுப்படுத்திப் பார்த்தாள். இயலவில்லை.

“ஃபாதர் ரிச்சர்ட், எனக்கு நிறைய கேள்விகள் இருக்கின்றன. ஆனால் முதலில் ஏன் எல்லோரும் உங்களை ‘டாக்’ என்று அழைக்கிறார்கள்?”

“என் அப்பா வாட்டர் டவுனில் மருத்துவராக இருந்தார். அதனால் என்னை என் நண்பர்கள் டாக் என்று கூப்பிட ஆரம்பித்தார்கள். பலரும் இறையியலில் நான் முனைவர் பட்டம் பெற்றவர் என்று நினைத்து டாக் என்று கூப்பிடுவார்கள். நான் மாஸ்டர்ஸ் டிவினிட்டுக்குப் பிறகு படிக்கவேயில்லை.” சொல்லிவிட்டு அவராகவே சிரித்துக்கொள்கிறார்.

“உங்களுக்குப் பாவத்தை மன்னிக்கும் அதிகாரம் உண்மையில் இருக்கிறதா?”

“இல்லை. கடவுள் ஒருவரைத் தவிர பாவங்களை மன்னிக்கும் அதிகாரம் யாருக்கும் இல்லை.”

“பின் எதற்குக் கடவுளுக்கும் பாவிகளுக்கும் இடையில் நீங்கள்? நாங்களே கடவுளிடம் எங்கள் பாவத்தைச் சொல்லி மன்னிப்பு கேட்டுக் கொள்ளக் கூடாதா?”

“தாராளமாகக் கேட்டுக் கொள்ளலாம். ஆனால் கத்தோலிக்கக் கிறிஸ்துவர்களுக்கு இது ஓர் அருளடையாளம். அடையாளம் என்பது கண்களால் பார்த்துணரும்படி இருக்க வேண்டும். அதன் மூலமாக கண்ணுக்குப் புலப்படாத அருள் நம்மை வந்து சேர வேண்டும். அதனால்தான் எங்களிடம் வந்து மன்னிப்பைப் பெற்றுக் கொள்கிறார்கள்.”

“என்னைப் பொறுத்தவரை அது ஷிட்.”

“இருக்கட்டும்.”

ஜூட் உள்ளுக்குள் புகுந்து உரையாடலைத் திசை திருப்ப முயன்றான்.

“ஜூட், எனக்குள் இருக்கும் கேள்விகளைக் கேட்க எனக்கு உரிமையில்லையா? நீ கொஞ்சம் அமைதியாக இரு.”

“ஓ ஜூட், கியாரா கேட்பதில் எதுவும் பிரச்சனையில்லை. கேட்கட்டும் விடு.”

ஜூடை ஓரம் கட்டிவிட்டு மீண்டும் இருவரும் பேசிக்கொள்ள ஆரம்பித்தார்கள்.

“எனக்குப் புரியவில்லை. ஒருவனை எப்படி நீங்கள் பாவி என்று அழைக்கிறீர்கள்? எது பாவத்தை நிர்ணயிக்கிறது?”

“நான் ஒரு பெரும் பாவி கியாரா, நான் யாரையும் பாவி என்று அழைப்பதில்லை. அதற்கான தகுதி என்னிடமில்லை. பாவத்தை நிர்ணயிப்பது நம்முடைய மனசாட்சி.”

“ஃபாதர்...” கியாரா எதையோ பேசத் தொடங்குகிறாள். இடைமறித்த டாக், “கியாரா நீ என்னை டாக் என்றே கூப்பிடலாம்... ஃபாதர் என்று அழைக்க வேண்டாம்.”

“சரி. டாக், *I am sorry*. உங்களைச் சிரமப்படுத்துவது என் எண்ணமல்ல. ஆனால் ஒரு ஃபாதருடனான என் அனுபவங்கள் கொடூரமானவை. அதனால்தான் இப்படி நடந்துகொண்டேன். நீங்கள் பெரிதாக எடுத்துக்கொள்ளமாட்டீர்கள் என்று நம்புகிறேன்.”

“இல்லை கியாரா உன் மீது எந்தத் தவறுமில்லை. உன் வாழ்க்கையில் நடந்ததை நான் அறிந்துகொள்ளவும் விரும்பவில்லை. ஆனால் மாபாதகமான செயல்கள் பாஸ்டனில் நடந்ததை மறுக்கவே முடியாது. கொடுமை. அதற்காக ஒவ்வொரு ஃபாதரும் தெருவில் இறங்கி மண்டியிட்டு மக்களிடம் மன்னிப்பைக் கேட்டிருக்க வேண்டும். *I am really sorry for whatever happened in your life.*”

அவர்களுக்குள் ஒரு பேரமைதி சூழ்ந்தது.

“உங்களுக்கு ஜான் கேகனைத் தெரியுமா?”

இருவரும் தெரியாது என்று தலையசைக்கிறார்கள். டாக் தன் கைபேசியை எடுத்து யூ ட்யூபில் எதையோ தேடுகிறார்.

“பில்லி டேலன்ட்டின் *Devil in a midnight Mass* கேட்டிருக்கிறீர்களா?”

மீண்டும் இருவரும் தெரியாது என்று தலையசைக்கிறார்கள்.

ஆச்சரியமாகப் புருவங்களை உயர்த்தி, "நீங்கள் இருவரும் அமெரிக்காவில்தான் வளர்ந்தீர்களா?" என்று சொல்லிவிட்டு தேடியெடுத்த 'டெவில் இன் அ'மிட்நைட் மேஸ்' ஐ ஒலிக்கவிடுகிறார். பாடல் ஓடிக் கொண்டிருக்கும் போதே அவர்களிடம் ஜான் கேகனைப் பற்றிச் சொல்ல ஆரம்பிக்கிறார்.

"இப்பாடல் கேகனை மையப்படுத்தி எழுதியது. கேகன் 1962ல் குருவாக திருநிலைப்படுத்தப்பட்டார். நான் அவனுக்கு ஒரு வருடம் இளையவன். நான் குருவானது 1963ஆம் ஆண்டு."

டாக் தன் ஞாபகப் புதையல்களுக்குள் மூழ்கிக்கொண்டிருந்தார்.

"கேகன் தன்னுடன் படிக்கும் மாணவர்களிடம் சரியாகப் பழகியதில்லை. நண்பர்களாக இருக்க வேண்டுமென்றால் அவர்களுடன் அவன் படுக்க வேண்டும். எத்தனையோ முறை அவனுக்கு எச்சரிக்கை விடப்பட்டிருக்கிறது. நான் அவனைத் தவறாகச் சொல்ல மாட்டேன். அவனை ஃபாதராக உயர்த்தாமல் துரத்தியிருக்க வேண்டும். இது மட்டும்தான் வாழ்க்கை என்று நினைத்து விடக்கூடாது. பிரம்மசரியத்தைக் கடைப்பிடிக்கும் ஆற்றல் அவனிடம் இல்லை. இருந்தாலும் அவனை குருவாகத் திருநிலைப்படுத்தினார்கள். முதல் வருடத்தில் அவன் பணியமர்த்தப்பட்ட இடத்தில் பணிபுரிந்த மறைக்கல்வி அமைப்பாளரான ஒரு பெண் இவனால் கர்ப்பமானாள். பின் இவனது செலவில் கருக்கலைப்பு நடந்தது. ஆயர்கள் எச்சரிக்கை செய்து விடுவித்தார்கள். எச்சரிக்கை மட்டும் போதாது என்று நாங்கள் எவ்வளவோ சொல்லிப் பார்த்தோம். ஆனால் தலைமையிடத்தில் யார் காதுகளுக்கும் எட்டவில்லை. காரணம் எல்லோருமே அயர்லாந்தைப் பின்புலமாகக் கொண்டவர்கள். அப்போது அயர்லாந்தவர்களா அல்லது இத்தாலியர்களா என்ற பனிப்போர் பாஸ்டனில் நடந்து கொண்டிருந்தது.

2002ஆம் ஆண்டு பாஸ்டன் நகரம் நிலைகுலைந்து போனதற்கு

மிக முக்கியக் காரணம் கேகன் தான். கேகன் சிக்கியதிலிருந்து மக்கள் தன்னெழுச்சியாகப் புகார்கள் அளித்த வண்ணம் இருந்தார்கள். கேகன் சிறையில் அடைக்கப்பட்டான். பாதிக்கப்பட்ட மக்களுக்கு பாஸ்டன் உயர் மறைமாவட்டம் பில்லியன் கணக்கில் நஷ்ட ஈடு வழங்கியது. நிதிநிலைக் குறைபாட்டால் ஆலயங்களையும் நிலங்களையும் விற்று ஈடுகட்டினார்கள். கர்தினால் பெர்னார்ட் லா பேராயர் பதவியைத் துறந்து வத்திகான் சென்றுவிட்டார். கர்தினால் லா இத்தாலியப் பின்புலம் கொண்டவர். இங்கிருந்த அயர்லாந்தவர்களுக்கு அவரைப் பிடிக்காது. எனவே சந்தர்ப்பத்தைப் பயன்படுத்தி அவரை பாஸ்டனைவிட்டு விரட்டியடித்தார்கள். கடைசியில் அவர் வத்திகானில் இறந்து அங்கேயே அடக்கம் செய்யப்பட்டார்.

கேகனைச் சிறையில் கொலை செய்யத் திட்டமிட்டார்கள். கடைசியாக ஜோசப் ட்ரூஸ் கேகனைக் கழுத்தில் மிதித்துக் கொலை செய்தான். கேகனுக்கு இறுதியஞ்சலி யாரும் செலுத்தக் கூடாது என்று முடிவானது. ஆனால் யாரும் அவனுக்கான திருப்பலியைத் தடைசெய்ய முடியாதென்பதால், மிக ரகசியமாகத் திருப்பலி நிறைவேற்றப்பட்டு அடக்கம் செய்யப்பட்டான். அவன் உடல் வைக்கப்பட்டிருந்த சவ அரங்கத்திலிருந்து கோவிலுக்கு வர இரண்டு பெரிய கார்கள் ஏற்பாடு செய்யப்பட்டன. இரண்டு கார்களிலும் அவனுடைய சவம் இல்லை. சவத்தை முதல் நாளே பெட்டியில் அடைத்து கோவிலின் கீழறை ஒன்றில் வைத்துவிட்டார்கள். அடுத்த நாள் காலை முதலே கழுகுகளைப் போல ஊடகத்தார்கள் நோட்டமிட்டுக் கொண்டிருந்தார்கள். மக்கள் பெரும் ஆர்ப்பாட்டத்துக்குத் தயாராகிக் கொண்டிருந்தனர். முதல் சவ வண்டி புறப்பட்ட போது சிறிய கலவரங்கள் தொடங்கின. இதற்கு நடுவில் இரண்டாவது வண்டி வேகமாகச் சென்றது. ஊடகத்தார்கள் அதனைத் துரத்திக்கொண்டு சென்றார்கள். இவ்வளவு சிரமங்களுக்கு நடுவில் அமைதியாகக் கதவுகள் அனைத்தையும் அடைத்தபடி நகரின் வேறொரு மூலையில் கேகனின் இறுதித் திருப்பலி நிறைவேறியது.”

“இந்த மாதிரியான மனிதர்களைக் குறித்து என்ன நினைக்கிறீர்கள் டாக்?” கியாரா கேட்டாள்

“மிருகம். பிசாசு. கேகனுக்குக் கிடைத்த முடிவு சரியானதே. மாசிமோ ஸ்டான்ஸியோனேவின் குழந்தைகள் படுகொலை ஓவியம்தான் நினைவுக்கு வருகிறது. அவ்வோவியத்தில் இரக்கமற்று குழந்தையின் மீது ஒருவன் வாளைச் சொருக கை உயர்த்தி இருப்பான். குழந்தையின் தாய் போராடிக் கொண்டிருப்பாள். தரையில் ஏற்கனவே வெட்டப்பட்ட குழந்தைகளின் பிஞ்சு மணிக்கட்டுகள் கிடக்கும். ஆற்றாமையில் கதறிக் கொண்டிருப்பார்கள். அப்படித்தான் பாஸ்டனும் இருந்தது. சிறுவர்களைத் தவறாக நடத்தினால் கேஹேனாவில் எறியப்படுவார்கள் என்று இயேசுவும் சொல்லியிருக்கிறார். கியாரா, இவ்வளவு நேரம் நீ என்னைக் கேள்வி கேட்டாயல்லவா? உன்னிடம் ஒரு கேள்வி: எது இவர்களை இப்படி அத்துமீற வைத்ததென்று நினைக்கிறாய்?”

உதட்டைப் பிதுக்கித் தனக்குத் தெரியாது என்று தலையாட்டினாள்.

“எளிமையாகச் சொல்வதென்றால் அவர்களால் செய்ய முடியும். அதனால் செய்தார்கள்.” சொல்லிக்கொண்டே தன் கறுப்புச் சட்டையில் பொருத்தியிருந்த வெள்ளைக் காலரைக் கையில் எடுத்து, “இது குருக்களின் அடையாளம் மட்டுமல்ல, அதிகாரம். கடவுளின் பணியை உலகில் செய்வதற்கு எங்களுக்கு வழங்கப்பட்ட அதிகாரம். இதைத் துறக்காதவரை நாங்கள் துறவிகள் அல்ல. மற்ற போதைகளை விட அதிகாரம் தரும் போதை அலாதியானது. எங்களைக் கையெடுத்துக் கும்பிடுகிறீர்கள் அல்லவா? அது தரும் இன்பம் சொல்லில் அடங்காதது. நான்காம் ஹென்றியைப் போப் ஏழாம் கிரகோரி கிறிஸ்துவ மதத்திலிருந்து விலக்கி வைத்தார். அதனால் மனமுடைந்த மன்னன் போப் ஏழாம் கிரகோரியின் அரண்மனை வாசலில் அரச மரியாதைகளைத் துறந்து காத்துக் கொண்டு நின்றிருந்தார். இந்நிகழ்ச்சி *Road to Canossa* என்ற

பெயரில் ஓவியமாகத் தீட்டப்பட்டிருக்கிறது. நம்ப முடிகிறதா? அரசன் வாசலில் காத்திருந்தான். அதிகாரம். அதிகாரம் என்ன வேண்டுமானாலும் செய்யும்."

கியாரா ஜூடை அமைதியாக நோக்கினாள். டாக் தன் காலரைச் சட்டையில் பொருத்திக் கொண்டு தொடர்ந்தார்.

"கூர்மையான கத்தியைவிட ஆபத்தானது அதிகாரம். இவ்வுலகில் நான் ஜாக்கிரதையாக இருக்க நினைப்பது இந்த அதிகாரத்திடமிருந்துதான். அதனால்தான் என்னை நான் ஃபாதர் என்று அடையாளப்படுத்திக் கொள்வதில்லை. என்னுடைய திருநிலைப்பாட்டை ஒருபோதும் பயன்படுத்தியதில்லை. இருக்கும் வரை யாருடைய சுதந்திரத்துக்கும் தடையாய் இல்லாமல் எல்லாரையும் மதித்து அன்பு செய்து வாழ்ந்து முடிக்கவே விரும்புகிறேன்."

டாக் பேசிக்கொண்டிருந்ததில் மதிய வேளையானது தெரியவில்லை. அவர்களுக்கு டாக் சிக்கன் நூடுல்ஸ் சூப் செய்து கொடுத்தார். சாப்பிட்டு முடித்ததும் இருவருக்கும் உணவுப் பொருட்களும் கொஞ்சம் பணமும் கொடுத்து வழியனுப்பி வைத்தார்.

12

யூதாஸைப் பார்க்கும் நம்பிக்கையாளர்கள் கல்லால் அடிக்கத் துவங்கினார்கள். இயேசு சீடர்களுக்கு அவ்வப்போது தோன்றி நம்பிக்கையில் அவர்களை உறுதிப்படுத்தினார். அவரைப் பார்த்த சீடர்கள் பரவசத்தில் ஆழ்ந்தார்கள். ஒருவரும் யூதாஸைப் பற்றி அவரிடம் பேசத் துணியவில்லை. அங்கிருந்தவர்களின் மனங்களில் யூதாஸின் மீதான வெறுப்பு கொழுந்துவிட்டு எரிந்து கொண்டிருந்தது. இவற்றை இயேசு அறிந்திருந்து உவமைகள் வாயிலாக அவர்களிடம் பேசலானார். அவர்கள் அதைப் புரிந்துகொள்ளாமல் இயேசுவின் போதனைகளோடு யூதாஸின் மீதான வெறுப்பையும் போதிக்கலானார்கள்.

“யூதாஸ் மட்டும் இல்லையென்றால் (காறி அருகில் உமிழ்ந்துவிட்டு) இந்நேரம் நம் ஆண்டவரை நீங்கள் சந்தித்திருக்க முடியும். மரணம் அவரை ஒன்றும் செய்து விடவில்லை. அவர் சொன்னபடி உயிர்த்தெழுந்தார். அவர் இறந்தவர்களை உயிர்த்தெழ வைத்ததை நாங்களே பார்த்திருக்கிறோம். அவரது இறப்புக்குப் பின் நொடிந்த எங்களுக்கு அவரது உயிர்ப்பு அவ்வளவு ஆறுதலாக இருக்கிறது. ரோமைப் பேரரசுக்கு நிகரான விண்ணுலக அரசை அவர் மண்ணில் நிறுவ வந்தார். நீங்கள்தான் அதன் தூதுவர்கள். நாமனைவரும் சேர்ந்தே விண்ணுலக அரசை இம்மண்ணில் அமைக்கிறோம். அவர்

எங்களுக்கு ஜபம் செய்யக் கற்றுக் கொடுத்தார். கடவுளை அப்பா என்றழைக்கும் உரிமையை நமக்குக் கொடுத்திருக்கிறார். விண்ணுலகில் ஆட்சி செய்யும் எங்கள் தந்தையே...”

தன் கண்களில் அனல் பறக்கப் பேதுரு பெரும் கூட்டத்தினரிடம் பேசிக் கொண்டிருந்தார். இவர்கள் கையில் கிடைத்தால் தன்னைத் தயங்காமல் கொன்றுவிடுவார்கள் என்று யூதாஸ் நன்றாக அறிந்திருந்ததால் கூட்டங்களைத் தவிர்த்து நடமாடி வந்தான். பெருமளவில் சூரியன் மறைந்த பின்னரே வெளியில் வருவதை தனது வழக்கமாகக் கொண்டிருந்தார். அந்தப் பெரும் கனவுக்குப் பிறகு எருசலேமில் சில நாள்கள் இயேசுவைக் காண்பதற்குச் சுற்றிக் கொண்டிருந்தார். இயேசு அவருக்குக் காட்சி தரவில்லை. சோர்வுற்று எருசலேமை நீங்கலானார்.

எருசலேமிலிருந்து கப்பர்நகும் செல்லவேண்டியிருந்த நாளில் சூரியன் மேற்கில் பெரும் வண்ணக் கோலமிட்டிருந்தது. வெளியில் வந்த யூதாஸ் மறைந்து கொண்டிருந்த சூரியனைச் சில நிமிடங்கள் பார்த்துக் கொண்டிருந்தான். அது மனதிற்கு இதமாக இருந்தது. பின்னர் முக்காடிட்டுக் கொண்டு கப்பர்நகும் நோக்கி நடக்க முற்பட்டான். எருசலேம் யூதாஸுக்குப் பெரும் கலக்கத்தைக் கொடுத்துக் கொண்டிருந்தது. புதிய சூழலும் புதிய மனிதர்களும் அவனுக்குத் தேவைப்பட்டார்கள். அடர்நீல வானம் முடியும் இடத்தில் கப்பர்நகும் இருப்பதாக கற்பனை செய்து கொண்டு நடக்க ஆரம்பித்தான்.

இன்னும் கப்பர்நகுமுக்குச் சில மைல்கள் தொலைவுதான் இருந்தது. அந்தப் புறநகர் பகுதியில் இருமல் சப்தம் கேட்டது. நள்ளிரவு இரண்டாம் காவல் வேளையில் வெட்ட வெளியில் யார் இருக்கப் போகிறார்கள்? சற்றுக் கலங்கிய யூதாஸ் திருப்பாடல் ஒன்றைச் சத்தமாகச் சொல்ல ஆரம்பித்தான்.

“உன்னதரின் பாதுகாப்பில் வாழ்பவர் எல்லாம் வல்லவரின் நிழலில் தங்கியிருப்பார். ஆண்டவரை நோக்கி ‘நீரே என் புகலிடம் நீரே என் அரண் நான் நம்பியிருக்கும் இறைவன்’ என்று உரைப்பார்.”

மேற்கொண்டு தொடங்கும் முன் இருமல் ஒலி இப்போது மறுமொழி சொல்வது போல மீதி வசனங்களைச் சொல்ல ஆரம்பித்தது.

"ஏனெனில் ஆண்டவர் உன்னை வேடரின் கண்ணியினின்றும் கொன்றழிக்கும் கொள்ளை நோயினின்றும் தப்புவிப்பார். அவர் தம் சிறகுகளால் உன்னை அரவணைப்பார்."

யூதாஸுக்கு அச்சம் அதிகமானது. பயத்துடன், "சலோம்! எல்லாம் வல்லவர் உங்களைக் காப்பாராக!" என்றான்.

பதிலுக்கு, "சலோம்! சலோம்! நான் அதைத்தான் தேடிக்கொண்டிருக்கிறேன். நீங்கள் யார்?" பதிலுக்குக் காத்திராமல் வேகமாக இருமல் வந்தது.

"நான் ஒரு வழிப்போக்கன். எருசலேமிலிருந்து வருகிறேன். கப்பர்நகுமுக்குச் சென்று கொண்டிருக்கிறேன்."

"எருசலேம், ஓ எருசலேம்! உனது திருவாயில்களை நான் மீண்டும் காணாமலேயே சென்றுவிடுவேனோ? நண்பரே எருசலேமின் அழகைக் குறித்து எனக்குச் சொல்லுங்களேன்."

"நான் உங்கள் குரலை மட்டும்தான் கேட்டுக் கொண்டிருக்கிறேன். நீங்கள் என் அருகில் இருக்கிறீர்கள் என்று புரிகிறது. வெளியே வாருங்கள். நாம் அமர்ந்து பேசலாம். வேண்டுமானால் என்னுடன் நீங்கள் கப்பர்நகுமுக்கு வாருங்கள். சத்திரத்தில் என்னுடன் தங்கிக் கொள்ளுங்கள்."

"நண்பரே, ஆண்டவர் என்றென்றும் உங்களோடு இருப்பாராக! என்னால் உங்களிடம் நேரில் வந்து பேச முடியாது. நகரத்துக்குள் என்னால் நுழையவும் முடியாது. நான் மனிதர்களை நேசித்து வாழ்ந்தவன். இன்று அவர்களால் புறக்கணிக்கப்பட்டுள்ளேன். பேசிச் சிரித்து மகிழ எனக்கு யாராவது வேண்டும். மனிதர்களுடன் பேசி மாதங்கள் ஆகிவிட்டன. மணிப் புறாக்களிடமும் வல்லூறுகளுடனும்தான் பேசிக்கொண்டிருக்கிறேன். உங்களுக்குச் சிரமமாக இல்லையென்றால் நாம் இப்படியே

பேசிக் கொள்ளலாம்.”

“எனக்குச் சிரமம் இல்லை. உங்களது பெயரை நான் தெரிந்து கொள்ளலாமா?”

“என் பெயர் பெஞ்சமீன். எருசலேமில் வரி வசூலிப்பவனாக இருந்தேன்.”

பெஞ்சமீனின் குரல் உடைந்து அழுகை பெருக்கெடுக்கத் துவங்கியது.

“நீங்கள் வரி வசூலிப்பவர் என்பதால் என்னுடன் பேசத் தயங்குகிறீர்களா?”

ரோமைப் பேரரசு மக்களிடம் வரி வசூலிக்க மண்ணின் மைந்தர்களையே பயன்படுத்தியது. வசூலிக்கப்பட வேண்டிய வரித் தொகையைக் குறித்துக் கொடுத்து விடுவார்கள். வசூலிப்பவர்களுக்குச் சம்பளம் என்ற சிறு தொகையையும் கொடுத்துவிடுவார்கள். வரியை மட்டும் அரசாங்கத்திடம் கொடுத்து விட வேண்டும். மேற்கொண்டு அவர்கள் பெறும் கையூட்டுகளுக்கு அரசாங்கம் பொறுப்பேற்காது. எனவே வரி வசூலிப்பவர்கள் வழிப்பறி கொள்ளையர்களைப் போலச் செயல்பட்டு வந்தார்கள். பெஞ்சமீன் இதற்கு விதிவிலக்கல்ல.

“இல்லை, இல்லை. சொன்னால் நீங்கள் என்னுடன் பேச மாட்டீர்கள். அதைப் பற்றிச் பேச வேண்டாமே! எருசலேம் குறித்துச் சொல்லுங்கள். கோவிலின் அழகுத் திருவாயில் குறித்துச் சொல்லுங்கள். சமீபத்தில் புரட்சி செய்து சிலுவையில் அறையப்பட்ட இயேசுவைக் குறித்துச் சொல்லுங்கள்.”

இயேசுவின் பெயரைக் கேட்டதும் யூதாஸுக்கு மனம் உடைந்தது.

“இயேசுவை உங்களுக்குத் தெரியுமா?”

“தெரியும் நண்பரே. எங்களைத் தீர்ப்பிடாத மாசற்ற மனிதரவர். எருசலேமில் அவர் போதனைகளைக் கேட்டிருக்கிறேன்.

கப்பர்நகுமில் இறந்த சிறுவன் ஒருவனை உயிர்த்தெழச் செய்ததை மக்கள் இன்னும் மறக்கவில்லை.”

யூதாஸ் மனம் கசிந்து அழுது கொண்டிருந்தான். அவரின் விசும்பலைக் கேட்ட பெஞ்சமீன், “நண்பரே, நீங்கள் ஏன் அழுகிறீர்கள்?” என வினவினான்.

“பெஞ்சமீன், இயேசுவை நான் நன்கறிவேன். அவருடன் இருந்தவன் நான். என் பெயர் யூதாஸ்.”

தனது குரலில் ஆர்வத்தை வெளிப்படுத்திய பெஞ்சமீன் யூதாஸை நெருங்கி வந்தான். ஆனால் இருள் அவனை யூதாஸின் பார்வையிலிருந்து மறைத்திருந்தது.

“யூதாஸ். எனக்கொரு உபாயம் செய்ய முடியுமா?”

“இயலுமானால் செய்கிறேன். சொல்லுங்கள்.”

“இயலும். நான் கேள்விப்பட்டிருக்கிறேன். இயேசுவின் பெயரால் பிணிகள் தீர்ந்து போகுமாமே?!”

“ஆம்!”

“நீங்கள் விரும்பினால் இயேசுவின் பெயரால் என்னையும் குணமாக்குங்கள்.”

“பெஞ்சமீன், எதிலிருந்து நீங்கள் குணமாக வேண்டும்?”

“கடவுளின் கோபத்தால் எனக்கு பெருவியாதி வந்தது. எனக்குத் தொழு நோய். என் உடலின் பாதி அழுகிவிட்டது. என் உறுப்புகள் ஒவ்வொன்றாக உதிர்ந்து கொண்டிருக்கிறது.”

குரல் கொஞ்சம் கொஞ்சமாக வளர்ந்து யூதாஸின் அருகில் கேட்டது. யூதாஸ் பெஞ்சமீனின் உருவத்தை இன்னமும் பார்க்கவில்லை ஆனால் துர்நாற்றம் பெஞ்சமீன் இருப்பைத் தெளிவாகச் சொல்லியது. நாசிகளில் ஏறிய நாற்றம் யூதாஸின் உடலெங்கும் வியாபித்து மூச்சடைக்கச் செய்தது. அழுகிப் போன விலங்குகள் உடலில் புழு பிடித்துப் பெருகும் நாற்றத்தை

அது ஒத்திருந்தது. இயேசுவின் கன்னத்தில் முத்தமிட்ட நினைவு யூதாஸுக்குள் பீறிட்டெழுந்தது. முத்தமிட்ட உதடுகள் வழி குஷ்டரோகம் பரவி சீடர்களால் துரத்தப்படும் எண்ணம் உருவானது. குற்ற உணர்ச்சிகளின் ஊற்றுகள் பொங்கியெழுந்த அதே வேளை வெறுத்தொதுக்கப்படும் உலகின் மீதும் எரிச்சல் பொங்கியெழுந்து, "என்னை விட்டு அகன்று செல்" என்று கத்தி அங்கிருந்து ஓட முற்பட்டான். வழியிலிருந்த பெரும் கல் தடுக்கி விழுந்து வலியில் முனகிக் கொண்டிருந்தான்.

"யூதாஸ், நீங்கள் நன்றாகத்தானே இருக்கிறீர்கள்?" என்று கேட்டுக் கொண்டு கையில் சிறு விளக்குடன் யூதாஸுக்கு அருகில் பெஞ்சமீன் நின்றிருந்தான். யூதாஸ் அவனைப் பார்த்துப் பயந்து விலகி ஓட எத்தனித்தான். பெஞ்சமீன் முக்காடிட்டு தன் தலையை மறைத்திருந்தான். வலது கையில் கட்டை விரலும் ஆள்காட்டி விரலும் முழுமையாக இருந்தது. இடது கையின் எலும்புகள் வளைந்திருந்தன. கண்கள் விகாரமான தோற்றத்துடன் இருந்தன. நெற்றியிலிருந்த காயத்திலிருந்து சீழ் வடிந்து கொண்டிருந்தது. கால்களில் துணி சுற்றியிருந்த இடத்துக்கு மேலும் கீழும் பெரும் காயங்கள். கால் விரல்கள் அனைத்தும் உதிர்ந்து மொட்டையாக இருந்தது.

"நண்பரே யூதாஸ், நீங்கள் என்னைத் தொட வேண்டாம். ஒரு வார்த்தை சொல்லுங்கள் அது போதும்."

"பெஞ்சமீன் என்னை மன்னித்து விடுங்கள். நானொரு துரோகி. என்னைப் பற்றி நீங்கள் கேள்விப்படவில்லை. இயேசுவின் இறப்புக்குக் காரணமானவன் நான்தான். மாசற்றவரைக் காட்டிக் கொடுத்தவன். எனக்கு மன்னிப்பேயில்லை. நானும் உங்களைப் போன்ற ரோகியே. உங்கள் நோயின் அடையாளங்கள் வெளியில் தெரிகின்றன. எனக்கோ யாருக்கும் தெரியாமல் உள்ளுக்குள் வாடுகிறேன். என்னை விட்டு அகன்று செல்லுங்கள்."

"எனக்கிருக்கும் ஒரே வாய்ப்பு நீங்கள்தான். உங்களை விட மாட்டேன். எனக்கு வேண்டியதெல்லாம் மரணம் அல்லது புது வாழ்க்கை. ஒரேயொரு வாய்ப்புக் கிடைத்தால் போதும்."

“என்னால் இயலாது. அகன்று போ.”

கற்களைக் கொண்டு தாக்க கல்லுடன் கையை ஓங்கினான் யூதாஸ்.

“நண்பரே யூதாஸ், தொழுநோயின் தன்மை தெரியுமா உங்களுக்கு? எனக்கு வலிகள் இல்லை. நீங்கள் கற்களால் என்னைத் தாக்கினாலும் எனக்கு வலிக்காது. இரத்தம் வரும். ஆனால் வலிக்காது. மரத்துப் போய்விட்டது. வலியின்மைதான் எனது சாபம். குணமாகாவிட்டாலும் வலித்தால் போதும். இன்னும் சில நாள்களில் என் விரல்கள் என் கரத்திலிருந்து உதிரும். அப்போதும் எனக்கு வலிக்காது. எனக்கு வலியையாவது பரிசாகத் தாருங்கள்.”

யூதாஸின் முன் மண்டியிட்டு வேண்டிக் கொண்டிருந்தான்.

“இதெல்லாம் உங்கள் மீதான நம்பிக்கையால் அல்ல. நீங்கள் இயேசுவுடன் இருந்தவர் என்பதால்தான் கேட்கிறேன்.”

யூதாஸ் எழுந்து மனதில் இயேசுவை நினைத்துக் கொண்டு பெஞ்சமீனை அணுகி அவன் தோள்களைத் தொட்டுத் தூக்கி.

“இயேசுவின் பெயரால் நான் உனக்குச் சொல்கிறேன். சுத்தமாகு” என்று சொல்லி அணைத்துக் கொண்டார். பெஞ்சமீனின் உடல் சதுப்பு நிலத்தைப் போன்றிருந்தது. கிழக்கில் மெல்ல சூரியன் உதிக்க ஆரம்பித்தபோது பரிமளத் தைலமதின் மணம் வீச ஆரம்பித்தது. இருவரும் நெடுநேரம் கட்டியணைத்திருந்தார்கள். இப்போது யூதாஸின் முகத்தில் அருவருப்பின் சுவடேயில்லை. பெஞ்சமீனுக்கு அரவணைப்பு ஆறுதலாக இருந்தது. சூரியனின் முதல் ஒளியில் பெஞ்சமீனைப் பார்த்தபோது, அவனது நோயின் தன்மை பன்மடங்காகக் குறைந்திருந்தது. புண்கள் ஆறி கருஞ் சுவட்டுடன் இருந்தன. யூதாஸ் சற்று விலகி நின்று பார்க்கையில் முழுதும் குணமாகி பெஞ்சமீன் பேரழகனாகத் தெரிந்தான். உதிர்ந்த விரல்கள் மட்டும் முளைத்திருக்கவில்லை. ரோகத்தின் அடையாளமாக ஆங்காங்கே கருஞ்சுவடுகள் மட்டுமிருந்தன.

இருவரும் நெடுநேரம் இயேசுவின் பெயருக்கு நன்றிகளைச் சொல்லி இறைவேண்டலில் ஈடுபட்டிருந்தனர். மோசேவின் சட்டப்படி தன்னை குருவிடம் காட்டித் தொழுநோய் விலகியதற்கான சான்றிதழைப் பெற்ற பின்னர் பெஞ்சமீன், யூதாஸுடன் பயணிக்க ஆரம்பித்தான். பெஞ்சமீன் நம்பிக்கையாளர்களால் கொல்லப்படும் வரை யூதாஸுடன் பயணிக்கலானான். அதன் பிறகே யூதாஸ் பாலஸ்தீனத்தை விட்டகன்றான்.

யூதாஸின் மீதான வெறுப்புகள் மென்மேலும் வளர்ந்து வந்தன. இயேசுவையும் சீடர்களையும் அறிந்தவர்கள் யூதாஸைக் காணும் இடங்களில் கல்லெறியத் துவங்கினார்கள். இயேசுவின் மீதான ஈர்ப்பு எருசலேம் நகரிலிருந்த பரிசேயர்களுக்கும் சதுசேயர்களுக்கும் பெரும் கலக்கத்தைக் கொடுத்தது. சீடர்கள் சிறையில் அடைக்கப்பட்டார்கள். யூதாஸுக்கு இரண்டு புறத்திலிருந்தும் அச்சுறுத்தல்கள் இருந்து வந்தன. பெஞ்சமீனின் உதவியுடன் யூதாஸும் இயேசுவைப் பற்றிய நற்செய்தியை அறிவித்து வந்தார்.

“ஓநாய்கள் நடுவில் ஆடுகளை அனுப்புவது போல உங்களை அனுப்புகிறேன்.” என்றோ ஒருநாள் இயேசு சொன்னது யூதாஸுக்கு ஞாபகம் வந்தது. தனக்குள்ளாகச் சிரித்துக் கொண்டான் யூதாஸ். அருகில் அமர்ந்திருந்த பெஞ்சமீன் சிரிப்பதைக் கவனித்துவிட்டு யூதாஸிடம் காரணம் கேட்டான்.

“பெஞ்சமீன், வரவிருக்கும் காலங்களைக் குறித்து நினைத்துப் பார்த்தேன். சிரிப்பதைத் தவிர வேறெதுவும் என்னால் செய்ய முடியவில்லை.”

“எனக்கு நீங்கள் அதைப் பற்றிச் சொல்ல வேண்டுமெனக் கேட்டுக் கொள்கிறேன். சோதனையிலிருந்து வெளிவர உங்கள் அனுபவம் உதவுமென நினைக்கிறேன்.”

“சோதனையிலிருந்து வெளிவருவதா? எல்லாரும் சோதனைக்குட்படத்தான் வேண்டும். புடமிடப்படாமல்

தங்கமோ வெள்ளியோ மிளிர்வதில்லை. சோதனையை நினைத்துக் கவலைப்படாதே. அவரவருக்குத் தாங்க முடிந்த அளவிலே சோதனைகள் வழங்கப்படும். என் ஆண்டவர் சிலுவையைச் சுமந்து உயிர் துறந்தார். நான் அவரைக் காட்டிக் கொடுத்தேன்." இதைச் சொல்லிக் கொண்டிருக்கும் போதே கண்களில் நீர் துளிர்த்து கன்னத்தில் வடிந்து யூதாஸின் தாடியில் இறங்கி மறைந்தது. சிறிது பெருமூச்சு விட்டு மேலும் தொடர்ந்தான், "என்னால் சிலுவையைச் சுமக்கவோ உயிர் துறக்கவோ இயலாது. ஆனால் அதற்கு சற்றும் குறையாத வேதனையை இன்றுவரையிலும் அனுபவித்து வருகிறேன். இதுவே என் சிலுவை. நான் உயிர் துறக்கும் வரை இதைச் சுமந்துதான் ஆகவேண்டும்."

"ஆனால் இதை நினைத்தா நீங்கள் சிரித்தீர்கள்?"

"வரவிருக்கும் காலத்தில் நிகழவிருக்கும் மாற்றங்களை எண்ணிச் சிரித்தேன். நம் இலக்கானது தெளிவாக இருப்பின் போர்களையும் இழப்புகளையும் தவிர்த்து விட முடியும்."

"எனக்குப் புரியவில்லை."

"ஒருமுறை என் ஆண்டவர் இயேசு எங்களிடம் 'ஓநாய்கள் மத்தியில் ஆடுகளை அனுப்புவது போல உங்களை அனுப்புகிறேன்' என்று கூறி எங்களை இருவர் இருவராக விண்ணரசைப் பற்றி போதிக்க அனுப்பினார். நாங்களும் அவர் செல்லவிருந்த ஊர்களுக்குச் சென்று அவருடைய போதனைகளை அறிவித்து அதை ஏற்றுக்கொண்ட மக்களுக்கு திருமுழுக்கு கொடுத்தோம். இப்போதும் அதுவே நிகழ்கிறது. ஆனால் அவர்கள் என்னை வெறுக்கிறார்கள். என் மீதான வெறுப்பை வரிந்து கட்டிக் கொண்டு போதிக்கிறார்கள். இயேசு இருந்திருந்தால் இதை நினைத்துக் கடும் கோபம் அடைந்திருப்பார்." அருகிலிருந்த கரையான் புற்றைப் பெஞ்சமீனுக்குச் சுட்டிக்காட்டி மீண்டும் தொடர்ந்தார். "சில வாரங்களுக்கு முன் இந்தப் புற்று இவ்வளவு உயரமாக இல்லையென்பதைக் கவனித்தாயா? இதற்குள் புதையல்

இருக்கும் என்றா நினைக்கிறாய்? எல்லாம் வெறும் வெற்றிடம். அடையடையாகக் கரையான்கள் இருக்கும். அதே போலத்தான் வெறுப்பும். என் நண்பர்கள் வழியாக நல்ல விதைகளுடன் கரையான் புற்றுகளும் மக்கள் மனதில் விதைக்கப்பட்டுவிட்டன. பெஞ்சமீன், ஒருநாள் ஓநாய்களிடம் அனுப்பப்பட்ட ஆடுகள் ஓநாய்களை அடக்கி ஆளத் தொடங்கும். இயல்புகள் திரிந்து ஆடுகள் ஓநாய்களைத் தனது தட்டையான பற்களால் மென்று விழுங்கத் துடிக்கும். ஓநாய்க் குட்டிகளின் கழுத்தில் ஆடுகள் தங்கள் மெலிந்த கால்களால் மிதித்துத் துளையிட்டுக் கொல்லும். என்றாவது விழித்துக் கொள்ளும் ஓநாய்கள் ஆடுகளைத் துரத்திவிட்டு தங்களுக்குள்ளாகவே சண்டையிட்டு மடியும். இப்படியாக ஆடுகளும் ஓநாய்களும் அழிந்தொழியும்."

யூதாஸ் சொன்னது பெஞ்சமீனுக்குப் புரியவில்லை இருந்தாலும் ஆர்வமாகக் கேட்டுக்கொண்டான்.

13

சூரியன் மறையும் முன்பாகவே பாலத்துக்கு வந்துவிட்டார்கள். வாகனங்களின் இரைச்சல் பாலத்தின் அடியில் மட்டுப்பட்டிருந்தது. டாக்கிடமிருந்து வாங்கி வந்த உணவுப் பொருள்களைப் படுக்கையின் உள்ளடக்கி அடுக்கி வைத்துக் கொண்டிருந்தான் ஜூட்.

“உணவுகளை எலிகளிடமிருந்து பாதுகாப்பதுதான் பெரிய சவாலாக இருந்தது. கொஞ்ச நாளுக்குத்தான் இந்தச் சிரமமெல்லாம். வேலை கிடைத்ததும் வீடும் கிடைத்துவிடும். சுடுநீர்க் குளியல், குளிர் காலத்தில் வெதுவெதுப்பான அறைகள், கோடையில் குளிரூட்டப்பட்ட அறைகள், வேலைக்குச் சென்று வருவதற்கு கார். வாழ்க்கையே மாறப்போகிறது.”

கியாராவுக்கு முகம் வாடியிருந்தது. தன்னை இவனுடன் கூட்டிக் கொண்டு போகமாட்டானா என்றிருந்தது. கூப்பிட மாட்டான். ஒவ்வொரு முறையும் ரொம்பவும் பாதுகாப்பாக அல்லவா நடந்து கொண்டோம் என்று வருந்தினாள். அப்படியே சென்று அணைத்துக்கொண்டு என்னையும் உன்னுடன் கூட்டிப் போ என்று சொல்ல வேண்டும் போல் இருந்தது. கியாரா எதுவும் பேசாததால் அவளைத் திரும்பிப் பார்த்து, “கியாரா, நான் இவ்விடத்தை விட்டுச் சென்றதும் உனக்குத்தான் இந்த இடம்.

பத்திரமாகப் பார்த்துக் கொள். என்னை அந்நியன் போல நினைக்காதே. எப்போது வேண்டுமானாலும் வீட்டுக்கு வா," என்றான்.

சந்தித்த சில நாள்களிலே எவ்வளவு விஷயங்களைப் பகிர்ந்து கொண்டோம்? என்னை இவன் எப்படி நினைத்திருப்பான்? நம் வேசைத்தனங்களும் கூட இவன் அறிந்ததுதானே? ஒருவேளை நானும் உன்னுடன் வருகிறேன் என்று சொன்னால் என்ன செய்வான்? யார் இவன்? யாரோ ஒருவனுக்காக நான் ஏன் இப்படி வருத்தமடைகிறேன்? யாராய் இருந்தாலும் ரொம்ப இடமளிக்கக் கூடாது. உறவுகளில் நம்பிக்கையும் இல்லை. இருந்தாலும் இவன் மீதான ஈர்ப்பை என்ன செய்வது? கியாராவின் சிந்தனையோட்டத்தின் ஊடாகக் காமம் அவளுள் பெருக்கெடுத்தது. தூங்கிக்கொண்டிருந்த ஜூடின் குறி விறைத்தது நினைவுக்கு வந்தது. ஜூட் இப்போது இங்குமங்கும் நடந்து கொண்டிருந்தான். அவன் பேசிய எதுவும் இப்போது இவள் காதில் விழவில்லை. உடலைச் சூடாக்கிய காமம் மூச்சிரைக்கச் செய்தது. பெண் நாகத்தைப் போல அவளுக்குள் அவள் சீறிக் கொண்டிருந்தாள். போர்வையை விலக்கிப் பார்க்காததற்கு மனம் வெதும்பினாள். தனது கற்பனையில் ஜூடைத் துகிலுரித்துக் கொண்டிருந்தாள். அவன் குறி எப்படியிருக்கும்? செழித்து வளர்ந்த ஜுக்கினியைப் போல இருக்க வேண்டும். ஜூட் ஜுக்கினி. அவன் இடுப்போடு கட்டியணைத்துக் கொஞ்ச வேண்டும் என்று தோன்றியது. அவள் அடிவயிற்றிலிருந்து இனம் புரியாத உணர்வு பெருக்கெடுத்துத் தலைவரைக்கும் பரவியது. அவன் குறியின் மேற்தோலை விலக்கி வாயில் வைத்துக் கொள்ளத் தோன்றியது. தானும் அவனுடன் ஆடை களைந்து அவள் உடலெங்கும் ஜூடின் ஜுக்கினிக் குறியை ஏந்திக் கொள்ளத் தோன்றியது. அவனைப் படுக்க வைத்து அவனையே தன்னுடன் பொருத்திக் கொண்டு குதிரை ஓட்ட வேண்டும். தன்னைப் பொருட்படுத்தாத இவனைக் களைப்படையச் செய்ய வேண்டும். தன் அத்தனை திறமையையும் காட்டி அவனை மயக்கிட வேண்டும் என்று நினைத்துக் கொண்டிருக்கும் போதே அவள் தொடை இறுகியது. கால்களுக்கு நடுவில் யோனி

உரசியது. தன்னை மறந்து அவள் பேன்ட்டுக்குள் கைவிட்டாள். யோனியை அழுத்தமாகத் தேய்தாள். கைகளில் ஈரம் பிசுபிசுக்க இன்னொரு முறை தேய்த்தாள். ஜூட் சத்தமாக “கியாரா” என்றழைத்த மறுகணமே சுயநினைவுக்குத் திரும்பி கைகளை வெடுக்கென உருவி தன் பேன்ட்டில் தடவிக்கொண்டு எதுவும் நடக்கவில்லை என்பது போல முகத்தை வைக்க முனைந்து ஜூடை நோக்கினாள்.

“இந்த இரண்டு ஜீன்ஸ் பேன்ட்டும் எனக்கு வேண்டாம். புதிதாகவே இருக்கிறது. நீ வந்ததிலிருந்து ஒரே பேன்ட் அணிந்திருக்கிறாய். உனக்கு வேண்டுமா?”

“அங்கே வை எடுத்துக் கொள்கிறேன்” என்று சொல்லிவிட்டு பாலத்துக்கு வெளியில் புதுக் காற்றை சுவாசிக்கச் சென்றாள். எல்லாம் புதிதாக இருந்தது அவளுக்கு. பாக்கெட்டிலிருந்து சிகரெட்டை எடுத்துப் பற்ற வைத்து ஆழமாகப் புகைத்துக் கொண்டிருந்தாள்.

அவளுக்கு அருகில் வந்த மத்திய வயதுடைய மனிதரை அவள் கவனிக்கவில்லை. இவளுடைய சிகரெட்டைப் பிடுங்கிக் கீழே போட்டுவிட்டு இவளை முறைத்துப் பார்த்துக்கொண்டிருந்தார். கியாராவுக்கு அவரை ஓங்கி அறையலாம் போலிருந்தது. அவர் இவளுடைய உத்தரவில்லாமல் இவளுடைய பாக்கெட்டிலிருந்து சிகரெட் பாக்கெட்டைக் கையில் எடுத்துப் பார்த்துக் கொண்டிருந்தார். மால்பரோ சிறியது என்று பாக்கெட்டில் எழுதியிருந்தது. கியாரா கோபத்தில் வேறெங்கோ பார்க்க முயன்று கொண்டிருந்தாள்.

“ஏய், இந்த சிகரெட் என்ன செய்யும் தெரியுமா?”

“என் நுரையீரலைக் கறுப்பாக்கும்.”

ஆவேசத்துடன் பதிலளித்து அவருடைய கையிலிருந்து சிகரெட் பாக்கெட்டைப் பிடுங்கிக்கொண்டு நடந்தாள்.

அந்த மனிதருக்குக் கோபத்தில் முகம் சிவந்தது.

கியாராவைத் தேடி ஜூட் வெளியே வந்தான். வெளியில் கார்ட்டர் நின்று கொண்டிருப்பதைப் பார்த்ததும் உற்சாகத்துடன், "கார்ட்டர், எங்கே இவ்வளவு தூரம்? இந்த வாரக் கூட்டத்துக்கு வர முடியவில்லை. வேலை கிடைக்கப் போகிறது. வாருங்கள் காற்றாட வெளியில் நடந்து வருவோம்." என்று பேசிக் கொண்டிருந்தான். கார்ட்டரின் பார்வை தூரத்தில் இருந்த கியாராவின் மேலிருந்தது.

"யார் அவள்?"

"ஓ, கியாராவைக் கேட்கிறீர்களா? அது கியாரா. கொஞ்ச நாளாக என்னுடன் தங்கியிருக்கிறாள்."

"காதலா?"

"ச்சீ...ச்சீ... அதெல்லாம் ஒன்றுமில்லை."

"ஜாக்கிரதை. பெண்களால் ராஜ்ஜியங்கள் சரிந்திருக்கின்றன."

"கார்ட்டர்! கார்ட்டர்! உங்களுக்கு எதையெடுத்தாலும் சந்தேகம்தான்."

இருவரும் பேசிக்கொண்டு நின்றதை தூரத்திலிருந்து கியாரா பார்த்துக் கொண்டிருந்தாள். கார்ட்டர் அவளைக் கவனிப்பது தெரிந்ததும் சிகரெட்டைப் பற்ற வைத்து புகையைக் கார்ட்டரை நோக்கி ஊதிக்கொண்டே அருகில் வந்தாள்.

"இவள் எப்படி உன்னைப் போல ஆல்கஹாலிக்கா?"

கார்ட்டர் கேட்டது ஜூடுக்குச் சங்கடமாக இருந்தது. கியாராவின் காதுகளிலும் விழுந்துவிட்டது.

"நான் யாராக இருந்தால் உனக்கென்ன சன் ஆஃப் அ'பிட்ச்?" என்று கேட்பதற்கு வாயெடுத்து 'சன் ஆஃப் அ'பிட்சை' மட்டும் நீக்கி 'மிஸ்டர்' என்று சேர்த்தாள்.

"என் பெயர் கார்ட்டர். நான் ஜூடின் ஆன்மீகப் பயிற்சியாளர். கேம்பிரிட்ஜில் வசிக்கிறேன்."

கார்ட்டரின் குரலில் ஒரு திமிர் தெரிந்தது. கியாரா அவரை உற்று நோக்கினாள். கார்ட்டரின் வெள்ளை தேகத்திலிருந்து பொடுகு உதிர்வதைப் போல ஏதோவொன்று வெள்ளையாக உரிந்து உதிர்ந்து கொண்டிருந்தது. ‘இவனுக்கு ஒழுங்கான நண்பர்களே இல்லையா... ச்சே’ என்று மனதில் நினைத்தாள்.

“நான் சிறை சென்று வந்தபின் ஏற்பட்ட புறக்கணிப்புகளின் காரணமாகக் கட்டுப்பாடின்றி மது அருந்தத் துவங்கினேன். வீட்டிலும் சுற்றத்திலும் கெட்ட பெயர். அப்பாவும் படுத்த படுக்கையாகிவிட்டார். என் வயதொத்தவர்களைப் போலவே நானும் ஆன்மீகத்தில் நாட்டமின்றியிருந்தேன். ஒவ்வொரு தேங்க்ஸ் கிவ்விங் விருந்தின் போதும் சம்பிரதாயமாக அப்பா என் குடும்ப வரலாற்றை எங்களுக்குச் சொல்வார். விருந்து தொடங்கியதும் பொரித்த வான்கோழி இறைச்சியை அவர் வெட்டும் போது ‘அப்பா நாம் எப்படி அமெரிக்காவுக்கு வந்து சேர்ந்தோம்?’ என்று நான் அவரிடம் கேட்க வேண்டும். பழைய ரெக்கார்டர் போல அவர் பல தலைமுறைகளுக்கான கதையைச் சொல்லத் தொடங்குவார். ஆன்மீகத்தில் நாட்டமில்லாத நான் வெறுமனே ‘கீசு’ குடும்பத்தின் வரலாற்றைக் கேட்டுக் கொண்டிருப்பேன். அப்பா படுத்த படுக்கையாக இருந்த போது குடும்ப பாரம் என் மீது ஏற ஆரம்பித்தது. அப்பாவின் அறிவுறுத்தலினால் கேம்பிரிட்ஜில் கார்ட்டர் தொடங்கிய அமைப்பில் இணைந்து கொண்டேன். அந்த அமைப்பில் பல்வேறு மதத்தினர்கள் இருந்தார்கள். அவர்களின் வாழ்க்கை எனக்கு உற்சாகத்தைக் கொடுத்தது. கார்ட்டர் அவ்வமைப்பைத் தொடங்கும் முன் கத்தோலிக்க குருவாக இருந்தவர். பின் துறவறத்தைத் துறந்து இந்த அமைப்பை ஆரம்பித்தார்.”

“இதெல்லாம் முக்கியமா?” கடுமையாக ஜூடிடம் கேட்டார் கார்ட்டர்.

“மிஸ்டர் நீங்கள் ஆன்மீகத்தில் பெரியாளாக இருக்கிறீர்கள். மற்றவர்களிடம் எப்படிப் பேசுவது என்று தெரியாதா? ஆன்மீகத்தில் என்ன கற்றுக் கொண்டீர்கள்?” வெடுக்கெனக் கேட்டாள் கியாரா.

“கியாரா, அவர் என் ஆசான். அவரை எதுவும் சொல்லாதே. கார்ட்டர் இயல்பில் மிக நல்லவர்.”

“ஜூட் உன்னைப் போன்றவர்களால்தான் ஆன்மீகவாதிகள் செழிப்பாக இருக்கிறார்கள். கொஞ்சமாவது அறியாமையிலிருந்து வெளியே வா. இவர் நான் புகைபிடிக்கும் போது கடுமையாக நடந்துகொண்டார்.”

“கார்ட்டருக்குப் புகையும் மதுவும் ஆகவே ஆகாது. கடுமையாகத்தான் நடந்துகொள்வார். உனக்கு முன்பே கார்ட்டரைப் பற்றித் தெரியாதல்லவா? அவர் கடுமையாக நடந்துகொண்டாலும் இயல்பில் குழந்தையைப் போன்றவர். அதுமட்டுமில்லாமல் மனித மனங்களைச் சீரமைக்கும் கார்ட்டரின் இயல்பு இப்படியிருப்பதில் ஆச்சரியமேதும் இல்லை. நல்லதை மட்டும் எடுத்துக்கொண்டு மற்றதை விட்டுவிடுவோமே.”

“போதும். நிறுத்து. என்ன அவளிடம் கொஞ்சிக் கொண்டிருக்கிறாய்? யாரோ ஒருத்தி ஏதோ சொல்கிறாள் என்றால் இந்தக் காதில் வாங்கி அந்தக் காதில் விட்டு விட்டுப் போக வேண்டியதுதானே? நீண்ட லெக்சர் கொடுத்துக் கொண்டிருக்கிறாய்?” அவ்வளவு நேரம் அமைதி காத்த கார்ட்டர் வெடித்துத் தள்ளினார். “அடுத்த வாரம் பாஸ்டன் நுண்கலை அருங்காட்சியகத்தில் சில ஐரோப்பிய ஓவியங்கள் காட்சிப்படுத்தப் போகிறார்கள். எனக்கு இரண்டு டிக்கெட்கள் கிடைத்தன. நீ வருகிறாயா என்று கேட்கத்தான் வந்தேன். வருகிறாயா?”

“அடுத்த வார இறுதியென்றால் என்னால் இயலாது கார்ட்டர். வேலை சம்பந்தமாக வெளியில் செல்கிறேன்.”

“பிரச்சினையில்லை. பிறகு சந்திக்கலாம்.” கைகுலுக்கி நடந்தவர் கியாராவைப் பார்த்து, “ஏய் இங்கே பார். தவறு செய்வதும் பிறகு திருத்திக் கொள்வதும்தான் வாழ்க்கையின் இயல்பு,” என்றார். கியாராவுக்கு அவர் சொன்ன எதுவும் புரியவில்லை. இடது

கையின் நடுவிரலைத் தூக்கி மூக்கு துவாரத்தில் நுழைத்துக் காண்பித்தாள். கார்ட்டர் அங்கிருந்து வேகமாகச் சென்று மறைந்தார்.

ஜூடுக்குத் தனது தந்தையின் ஞாபகமும் தேங்க்ஸ் கிவ்விங் விருந்தில் அவர் சொன்ன கதைகளும் நினைவுக்கு வந்தன. கியாராவிடம் அவற்றைப் பகிர்ந்து கொண்டான்.

தேங்க்ஸ் கிவ்விங் விருந்து மேஜையில் தட்டுகளைத் தாராளமாக வைக்க அவ்வளவு இடமில்லை. உணவு வகைகள் முக்கால்வாசியான இடத்தை அடைத்திருந்தன. ஐந்து பேருக்கு அவ்வளவு உணவு அவசியமில்லை என்றாலும் தேங்க்ஸ் கிவ்விங் கலாச்சார அடையாளம் அதுவும் கீசு குடும்பத்துக்கு அது மிகவும் முக்கியம். அவித்த பீன்ஸ் அதன் மீது தூவிக் கொள்ள வறுத்த வெங்காயம். மசிக்கப்பட்ட உருளைக்கிழங்கு, பொரித்த பெரிய வான்கோழி. வான்கோழியின் இறைச்சியை எப்படிச் சமைத்தாலும் ருசியே வராது. ஏன் வான்கோழிக்குப் பதிலாக வெறும் கோழியைப் பொரிக்கக் கூடாது என்று சிறுவனான ஜூடுக்குத் தோன்றும். பலமுறை இதைப் பற்றி தந்தையிடம் கேட்டிருக்கிறான்

“க்ரன்பெரி சாஸ் தடவி வான்கோழியை ருசியாக்கிக் கொள்ளலாம்” என்பார்.

எனவே விருந்தில் க்ரன்பெரி சாஸ் முக்கியமான இடத்தில் இருக்கும். ஒயின் இல்லாமல் விருந்தா? கண்டிப்பாக ஒயின் இருக்கும். கீசு குடும்பத்தில் மூவர் மட்டுமே. அப்பா தன் நண்பர்கள் இருவரை வருடாவருடம் தேங்க்ஸ் கிவ்விங் விருந்துக்காக அழைத்து வருவார். ஆகவே ஐந்து பேர். இருபத்தொரு வயது வரை ஜூடுக்கு ஒயின் குடிக்க அனுமதியில்லை. எனவே நான்கு பேருக்குக் குறைந்தது மூன்று பாட்டில் ஒயின் இருக்கும். விருந்து சமயத்தில் அம்மா ஏற்கனவே செய்த ஆப்பிள் க்ரிஸ்பை அவனில் சூடுபடுத்திக் கொண்டிருப்பாள். ஆப்பிள் க்ரிஸ்ப் செய்வதற்காகவே அம்மா புளித்த ஆப்பிள்களை வாங்கி வருவாள். பார்த்தவுடன் ஆப்பிள்

புளிப்பாக இருக்கிறது என்பதை எப்படிக் கண்டுபிடிக்கிறாள் என்பதும் ஜூடுக்கு ஆச்சரியமாக இருக்கும். விருந்தின் முடிவில் சூடான ஆப்பிள் க்ரிஸ்புடன் வெனிலா ஐஸ்க்ரீம் கலந்து சாப்பிடுவதுதான் ஜூடின் முக்கியமான நோக்கமாக இருக்கும். இரண்டு முறை ஒயின் அருந்திய பின் அம்மா சைகை காட்ட ஜூட், "அப்பா நாம் எப்படி அமெரிக்கா வந்தோம்?" என்று கேட்க வேண்டும்.

குரலைச் செருமிக் கொண்டு அந்திரேயா கீசு குடும்பத் தலைவருக்குள்ள மிடுக்குடன் பேசத் தொடங்குவார். 'மகனே' என்று விளித்து ஆரம்பமாகும் பேச்சு குறைந்தது பதினைந்து நிமிடங்கள் இடைவெளி இல்லாமல் நீளும். அவர் மகனே என்றழைப்பது ஜூடுக்கு அந்நியமாக இருந்தாலும் தனக்கு ஏதோ கௌரவம் என்கிற ரீதியில் அனைவரையும் பார்த்து அனைத்துப் பற்களும் தெரியச் சிரிப்பான்.

"மகனே! உன் வரலாற்றுப் பாடங்களில் கொலம்பஸ் அமெரிக்காவைக் கண்டுபிடித்ததாகப் படித்திருப்பாய். உன் பாடங்கள் சொல்வதற்காக அவைகளை ஏற்றுக்கொள். ஆனால் அது முற்றிலும் உண்மையல்ல. கொலம்பஸ் இங்கு வருவதற்குப் பல நூறு வருடங்களுக்கு முன்பாக அயர்லாந்திலிருந்து ப்ராண்டன் என்ற துறவி கடல் வழியாகப் புதிய பகுதிகளுக்குச் சென்று நமதாண்டவர் இயேசு கிறிஸ்துவின் நற்செய்திகளை அறிவித்து வந்தார். இன்று ப்ராண்டனின் வரலாறு பலவாறாகச் சொல்லப்படுகிறது. அவரது ஒரு பயணத்தில் கண்டுபிடிக்கப்பட்ட மாபெரும் நிலம்தான் இந்த அமெரிக்கா. அவர் பயணித்த கப்பலில் பணிபுரிந்த பெயரறியாத ஒருவர்தான் நம் குல மூதாதையர். வசதிக்காக நாம் அவரை கமிலஸ் என்று அழைக்கிறோம். ப்ராண்டனுடன் கமிலஸ் பல்வேறு கடல் பயணங்களைச் செய்திருக்கிறார். ஒரு பயணத்தில் அவர்களின் கப்பல் யாரும் இதுவரையில் சென்றிராத பாறைத் தீவில் கரை ஒதுங்கி நின்றது.

★★★

“கமிலஸ், ஏன் கலம் நகரவில்லை?”

“மை லார்ட், கப்பல் கரைதட்டி நிற்கிறது.”

ப்ராண்டனும் அவர் சீடர்களும் ஆச்சரியமாக நோக்குகிறார்கள். தங்கள் வரைபடங்களை வைத்துச் சரிபார்க்கிறார்கள். எல்லாம் சரியாக இருக்க திடீரென எங்கிருந்து வந்தது இத்தீவென்று ஆச்சரியம் அவர்களுக்கு.

“குருவே நாம் இங்கேயே தங்கி உயிர்ப்பின் பெருமகிழ்வுத் திருப்பலியைக் கொண்டாடுவோம். அதற்குள் கமிலஸ் கலத்தைச் சரிசெய்துவிட்டால் நம் பயணத்தைத் தொடரலாம். நிலவைக் கொண்டு கணித்ததின்படி அன்றிரவு ஈஸ்டர் பண்டிகை என்பதால் ப்ராண்டனும் சம்மதித்தார்.

அந்தக் கரும்பாறைத் தீவில் கிடந்த சில கற்களைக் கொண்டு பலிபீடம் அமைத்துக்கொண்டு சூரிய மறைவில் திருப்பலியைக் கொண்டாட ஆரம்பித்தார்கள். பாஸ்கா திருப்பலியின் முக்கிய நிகழ்வான தண்ணீரை மந்திரிக்க எரிந்துகொண்டிருந்த பாஸ்கா திரியை எடுத்து நீரில் நனைத்தார்கள். ஏற்கனவே எரிந்து கொண்டிருந்த மெழுகுத்திரியின் உருகிய மெழுகு தரையில் சிந்தியதும் தீவில் பெரும் நடுக்கம் உண்டாகி அடங்கியது. பின் முழுத் திருப்பலியும் முடிந்ததும் துறவிகள் பாஸ்கா நெருப்பில் அருகிலிருந்த மீன்களைப் பிடித்துச் சுட்டுச் சாப்பிட ஆரம்பித்தார்கள். எரியூட்டப்பட்ட நெருப்பு மீண்டும் தீவில் நடுக்கத்தை உண்டாக்கியது. அதைப் பொருட்படுத்தாமல் மீண்டும் மீண்டும் நெருப்பில் விறகை இட்டபோது தீவின் நடுவில் ‘புஸ்’ என்று நீர் பீச்சியடித்தது. பின் தீவு இங்குமங்குமாக அசைந்தது. கமிலஸ் உட்பட அனைவரும் கப்பலில் ஏறினார்கள். கொஞ்சம் கொஞ்சமாகத் தீவு மூழ்கியது. கப்பலிலிருந்து முழ்கும் தீவைப் பார்த்த போதுதான் தாங்கள் இவ்வளவு நேரமிருந்தது தீவல்ல நீலத் திமிங்கலத்தின் முதுகென்று தெரிந்தது.

பத்திரமாக பாஸ்கா திருப்பலியைக் கொண்டாடச் செய்த இயேசுவுக்கு நன்றி சொல்லிப் பயணத்தைத் தொடர்ந்தனர்.

இன்னொரு பயணத்தில் உணவு முற்றிலும் தீர்ந்துபோய் தவித்த சமயம் கடவுளிடம் முறையிட்டபோது வானத்திலிருந்து கழுகுத் தலையும் குதிரை உடலும் சிங்கக் கால்களும் கொண்ட பறக்கும் க்ரிஃபின்கள் திராட்சைக் குலைகளைச் சுமந்து வந்து கப்பலுக்கு அருகில் பறந்து கப்பலில் விட்டுச் சென்றன. கப்பல் திராட்சைப் பழங்களால் நிறைந்தது. அனைவரும் வயிறார உண்டனர்.

“இப்படிப் பல்வேறான கதைகளை அப்பா சொல்லும்போது ஆர்வமாக இருக்கும். ஆனால் நாள்கள் செல்லச் செல்ல அசூயையாக இருக்க ஆரம்பித்தது. சம்பிரதாயங்களுக்காகக் கேட்டுக் கொண்டிருப்பேன். அப்படியான ப்ராண்டனின் ஒரு கப்பல் பயணத்தில் கமிலஸுக்கு உடல்நிலை சரியில்லாமல் போக அவர் தன்னை அப்போது கண்டுபிடித்த நிலப்பரப்பில் விட்டுச் செல்லும்படியாகக் கேட்டுக் கொண்டார். ப்ராண்டனால் நோயில் பூசுதல் கொடுத்துவிட்டுச் செல்லப்பட்ட கமிலஸை எல்காங்குவன் இனத்தவர்கள் தங்கள் பராமரிப்பால் பிழைக்கச் செய்தார்கள். அவர்களுக்கு மிகவும் நன்றியுடனிருந்த கமிலஸ் தம்முடைய கிறிஸ்துவ நம்பிக்கைகளை அவர்களுடன் பகிர்ந்து கொண்டார். அவர்களும் அதை ஏற்று இயேசுவையும் வணங்கி வந்தார்கள். கமிலஸ் அவர்களில் ஒரு பெண்ணைத் திருமணம் செய்து கொண்டு அவர்களில் ஒருவராக வாழ ஆரம்பித்தார்.

★★★

நோயுற்ற என் தந்தை என்னைக் குறித்த கவலைகளை என்னிடம் பகிர்ந்து கொண்டிருந்தார். நான் மௌனமாக அவர் கரங்களைப் பிடித்துக்கொண்டு அழுது கொண்டிருந்தேன். அவரின் இறப்பில் எனக்கு எந்த வருத்தமுமில்லை. அதன் பிறகு என் மீது ஏறப் போகும் குடும்ப பாரத்தை எண்ணி அழுது கொண்டிருந்தேன். அம்மா என்னைக் காப்பாற்றுவார். ஆனால், அதுவும் எத்தனை காலம்? அம்மாவின் மறைவுக்கு முன் வேலை கிடைத்தாக வேண்டும் என்ற நெருக்கடி என் முன்பாக நின்று கொண்டிருந்தது. சிறை சென்று வந்ததற்கான

விளைவுகள் எனக்கு வேலை கிடைக்க விடாமல் செய்து வந்தன.

“ஜூட், பயப்படாதே. இத்தனை நாள் நம்மைப் பாதுகாத்து வந்த இறைவன் உன்னையும் பாதுகாப்பார்.”

“அப்பா, உங்களை வருத்தத்தில் ஆழ்த்த விருப்பமில்லை. ஆனாலும் சொல்கிறேன். எனக்கு இறைவன் மீதெல்லாம் நம்பிக்கையில்லை.”

“நல்லது. ஏதுமில்லாத இடத்தில்தான் ஏதோவொன்றை நிரப்ப முடியும். கவலைப்படாதே. கேம்பிரிட்ஜில் இருக்கும் கார்ட்டரிடம் போ. அவர் உன்னை வழிநடத்துவார்.”

“இந்தச் சமூகம் இன்னமும் என்னைக் கெட்டவனாகத்தான் பார்க்கிறதப்பா, இந்தச் சமயத்தில் ஆன்மீகத்தின் தேவையென்ன?”

“ஜூட் என்னை நம்பு. உன் மனதை மாற்றுவது என் வேலையல்ல. இருளடைந்த வாழ்க்கையில் ஒரேயொரு துளி வெளிச்சத்தைப் பாய்ச்ச விரும்புகிறேன். ஆன்மீகம் குளவி, பூரான், தேள்களால் மட்டும் நிரம்பியதல்ல, கார்ட்டரிடம் நீ சென்றால் புரிந்துகொள்வாய். நம் மரபை நீ நன்றாகப் புரிந்துகொள்ள கார்ட்டர் உதவி செய்வார்.”

தந்தையின் விருப்பத்துக்கிணங்கவே கார்ட்டரிடம் சென்றேன். சென்ற சிறிது காலத்தில் இந்நாட்டிலுள்ள பல அருங்காட்சியகங்களுக்கு என்னை அழைத்துச் சென்றார். வாய்ப்பிருக்கும் அத்தனை நூலகங்களிலும் என்னை உறுப்பினராக்கினார். நாங்கள் மதத்தைப் பற்றிப் பேசியதை விட ஓவியங்கள் குறித்தும் சிற்பங்கள் குறித்தும் இலக்கியம் குறித்தும் பேசியதுதான் அதிகம்.

14

“பெஞ்சமீன், நீ என்னுடனே வரவேண்டுமென்று நான் என்றுமே நினைத்ததில்லை. உன் செயல்கள் அர்த்தமற்றதாயிருக்கிறது.”

“ரபி, அர்த்தமுள்ள செயல்களென்று எதைச் சொல்கிறோம்? பயனுள்ளவைகளையா? செயல்களின் பயன்களை நிர்ணயிப்பது நாம்தானே? நான் இயேசுவைப் பற்றிக் கேள்விப்பட்டிருக்கிறேன். ஆனால், பார்த்ததில்லை. நீங்கள் இயேசுவுடன் இருந்திருக்கிறீர்கள். உம் வழியாக நான் இயேசுவைப் பார்க்கிறேன். அது உண்மையில்லை என்றால் என் தொழுநோய் குணமாகியிருக்குமா? நீர் விரும்பாவிட்டாலும் நான் உன்னைப் பின்தொடர்வேன்.”

தலைமறைவாக யூதேயாவெங்கும் அவர்கள் பயணிக்க ஆரம்பித்தார்கள். குறைந்த அளவிலான இளைஞர்கள் யூதாஸின் நிலையைப் புரிந்துகொண்டு அவரிடம் திருமுழுக்கு வாங்கி கிறிஸ்துவின் மீது நம்பிக்கை கொண்டார்கள். விருத்தசேதனம் பெறாத சிலர் யூதாஸிடம் இயேசுவைப் பின்பற்றும் விருப்பத்தைத் தெரிவித்தார்கள். பலமுறை யூதாஸ் சொல்லியும் அவர்களின் பிடிவாதத்தால் பின்தொடர்ந்தனர். பேதுருவுக்கு யூதாஸைப் பற்றிய தகவல்கள் அவ்வப்போது சென்றுவந்தன. விருத்தசேதனம் செய்யாதவர்களுக்கு இயேசுவின் பெயரால் திருமுழுக்குக்

கொடுத்தது அவருக்கு முகச்சுளிப்பைக் கொடுத்தது.

“இயேசுவைக் கொன்றது போதாதென்று நம் அனைவரின் மீதும் கடவுளின் சாபத்தைக் கொண்டு வரப் போகிறான் இவ்வேசி மகன்” என்று சீற்றமுற்றார் பேதுரு. சூரியன் மறையத் தொடங்கிய நேரம் யூதாஸுும் பெஞ்சமீனும் எருசலேம் நோக்கிப் பயணப்படத் தொடங்கினார்கள். வழியில் இயேசுவைப் பற்றி உரையாடியவாறு சென்றார்கள். நன்றாக இருட்டியிருந்த நேரம் ஓர் இளைஞன் அவர்களருகில் வந்து, “நீங்கள் யாரைப் பற்றி பேசிக் கொண்டிருந்தீர்கள்?” என்றான். அவனது குரல் வெள்ளி உருளைகள் ஒன்றுக்கொன்று மோதி ஒலித்த மாதிரியிருந்தது. இருட்டியிருந்தாலும் தங்கள் கையிலிருந்த விளக்கின் ஒளியால் அவன் கண்கள் ஒளிர்வதைக் காண முடிந்தது. கிரேக்கச் சிலைகளுக்கு மாதிரியாக இருப்பவன் போன்ற தேகம் அவனுக்கு இருந்தது.

“இந்த நாள்களில் எருசலேம் நகரில் நடந்தது பற்றி உனக்குத் தெரியாதா?” பெஞ்சமீன்.

“நான் என் தந்தையிடம் சென்றிருந்தேன்.”

“எருசலேமில் கொலையுண்ட இயேசுவைப் பற்றி பேசிக் கொண்டிருக்கிறோம்.”

“இயேசுவா?”

“ஆம். நசரதேத் இயேசு. என்னருகிலிருப்பது அவரின் சீடர் யூதாஸ். இயேசு உன்னதமான கடவுளின் மாபெரும் இறைவாக்கினராய் இருந்தார்.”

“ஓ! கேள்விப்பட்டிருக்கிறேன். தன்னை மெசியா என்று சொல்லிக்கொண்டிருந்த இயேசுதானே?”

யூதாஸுுக்குக் கண்கள் கலங்கினது.

“இயேசு தவறாகப் புரிந்துகொள்ளப்பட்டார். நான் அவரை மெசியாவாக உயர்த்தவெண்ணி தலைமை அதிகாரிகளிடம்

ஒப்படைத்தேன். அவர்கள் அவரைச் சிலுவையில் அறைந்து கொன்றார்கள்," யூதாஸ்.

"இறந்த மூன்றாம் நாள் அவர் உயிர்த்துவிட்டதாக அவர்கள் சீடர்களில் சிலர் பேசிக் கொள்கிறார்கள். அவரின் உடலைக் காணாமல் ஆளுநர் பிலாத்துவும் மற்றனைவரும் கலக்கமுற்றிருக்கிறார்கள்," பெஞ்சமீன்.

"நீங்கள் என்ன நினைக்கிறீர்கள்? இறந்த ஒரு மனிதன் உயிர்த்தெழுவது சாத்தியமா?"

"இயேசுவால் இயலாதது ஒன்றுமில்லை. சாத்தியம்தான். யூதாஸ் என் சார்பாக இயேசுவிடம் வேண்டியதன் பயனாக நான் என் தொழுநோயிலிருந்து குணமானேன்!" விளக்கை உயர்த்தி தன் கருந்தழும்புகளை அவ்விளைஞனிடம் காட்ட முற்பட்டான்.

"பெஞ்சமீன், உன் குருவிடமன்றி யாரிடமும் நீ குணமானதை நிரூபிக்க அவசியமில்லை..." கடிந்துகொண்ட யூதாஸ் இளைஞரை நோக்கித் திரும்பி, "நண்பரே, நாங்கள் எருசலேம் நோக்கிச் செல்கிறோம். வழித்துணையாக நீர் வந்தால் இயேசுவைப் பற்றி நிறையப் பேசலாம்." என்று அழைப்பு விடுத்தார். அவ்விளைஞரும் அவர்களின் அழைப்பையேற்று அவர்களுடன் பயணிக்கலானார்.

"யூதாஸ் எனக்கொரு சந்தேகம். இயேசுவின் வருகை அரசியல் சார்ந்ததா அல்லது வேறேதேனும் அதிலிருக்கிறதா?"

"அடிமைப்பட்டிருக்கும் இஸ்ரயேலின் விடுதலை அரசியல் சார்புடையதல்லவா? மெசியாவின் வருகையும் புதிய அரசாட்சியை வாக்களிக்கிறது. எனவே இயேசுவின் வருகை அரசியல் சார்ந்ததே."

"பின்னர் அவரேன் இறைவாக்குகளை நிறைவேற்ற வந்ததாகச் சொல்ல வேண்டும்?"

"தேர்ந்தெடுக்கப்பட்ட இஸ்ரயேல் இனத்தின் மீட்சியை

வழிநடத்திய இறைவாக்கினர்கள் அனைவரும் - சாமுவேல் தொடங்கி யோர்தானில் வசித்த யோவான் வரை அரசியல் பேசவில்லையா? யஹோவா அவர் பெயர் என்றென்றும் மகிமைப்படுத்தப்படட்டும் தன் மக்களை இவ்வுலகில் அல்லவா வழிநடத்தினார்? அரசியல் தவிர்த்து இங்கே வேறென்ன செய்துவிட முடியும்? இறைவாக்குகளுக்கு அரசியல் முக்கியத்துவம் உண்டு."

"எனக்கு இன்னும் சரியாகப் புரியவில்லை. நீங்கள் எனக்கு மேற்கொண்டு விளக்கமளிக்க முடிந்தால் நலமாயிருக்கும். நீங்கள் சொல்லும் அரசியலும் தேர்ந்தெடுக்கப்பட்ட இனம் எனக் கூறுவதும் எனக்கு விளங்கவில்லை."

"நண்பரே நீர் இஸ்ரயேலைச் சார்ந்தவர்தானா? உம்மில்லத்தில் நீர் பாஸ்கா கொண்டாடியதில்லையா? பாஸ்கா விருந்தில் மாசற்ற செம்மறி பலியிடப்பட்டு அதன் இறைச்சியை உண்டார்கள். அதன் இரத்தத்தை வாயில் நிலைகளில் அடையாளமிட்டார்கள். பின்னர் அவ்விரவில் எகிப்தின் தலைப்பேறுகள் கொல்லப்பட்ட போது இஸ்ரயேல் தன் நாற்பது வருட நீண்ட பயணத்தைத் தொடர்ந்தது. நீர் சிறுவனாக இருந்த போது உன் தந்தை இவற்றை உனக்குச் சொன்னதில்லையா? எங்கள் இல்ல பாஸ்கா விருந்தில் விருந்தினிடையில் நான் என் தந்தையிடம் பாஸ்கா பற்றிக் கேட்கும்போது இவற்றை அவர் எங்களுக்குச் சொல்லக் கேட்டிருக்கிறேன்."

"என் தந்தை எதையும் சொன்னதில்லை. கேட்க சுவாரசியமாக இருக்கிறது. ஆனால் ஏன் மாசற்ற செம்மறி கொல்லப்பட வேண்டும்?"

"அது நம் பாவத்தின் கழுவாய். நம் முதல் பெற்றோர் செய்த பாவத்தின் ஈடாக செம்மறி கொல்லப்படுகிறது."

"நீங்கள் உணவைப் பற்றிப் பேசியதால் எனக்கு நல்ல பசியெடுக்கிறது. என்னிடம் புளிக்காத அப்பங்கள் உள்ளன. என்னுடன் உணவருந்த வருகிறீர்களா?"

பெஞ்சமீனும் யூதாஸுும் தயங்கி நின்றார்கள். ஆனால் நீண்ட நேரம் நடந்த களைப்பு அவர்களுக்குப் பசியை ஏற்படுத்தியிருந்தது. அரை நிலவு உச்சியிலிருந்தது. எருசலேம் விடியற்காலையில் செல்லும் தொலைவிருந்தது. எனவே இளைஞனுடன் உணவருந்தச் சென்றார்கள். சற்று தொலைவில் பயணிகள் தங்கும் விடுதியொன்றிருந்தது. மூவருக்கும் அங்கே இடமிருந்தது. சிறிய எண்ணெய் விளக்கொளியில் மூவரும் உணவருந்த அமர்ந்தார்கள். இப்போது இளைஞனின் முகம் தெளிவாகத் தெரிந்தது. உள்ளூர அவன் கொண்டிருந்த ஆர்வம் முகத்தில் தெரிந்தது. தன்னிடமிருந்த அப்பங்களைக் கையிலெடுத்து வானத்தை அண்ணாந்து பார்த்து அமைதியாக இறைவேண்டல் செய்ய ஆரம்பித்தான். யூதாஸுக்கு அச்செயல் இயேசுவை நினைவுபடுத்தியது. பெரிய அப்பத்தை மூன்றாகப் பிய்த்து அவர்களுக்குக் கொடுத்தான். இயேசு இறப்பதற்கு முந்தைய தினம் இவ்வாறு செய்தது யூதாஸுக்கு ஞாபகம் வந்தது. இளைஞனின் முகத்தை நன்கு உற்றுப் பார்த்தான். அதிலொரு மெல்லிய சிரிப்பு தென்பட்டது. உடனடியாக பெஞ்சமீனின் கைகளை இறுகப் பற்றினான் யூதாஸ்.

“ஏதேனும் உங்களுக்கு வேண்டுமா ரபி?” என்றார் பெஞ்சமீன்.

“தாகமாயிருக்கிறது. தண்ணீர் கிடைக்குமா?” என்றான் அந்த இளைஞன்.

“இதோ” என்று அங்கிருந்து நகர்ந்தான் பெஞ்சமீன்.

யூதாஸின் இதயம் வேகமாகத் துடிக்க ஆரம்பித்தது. வழிநெடுக பேசிய உரையாடல்கள் அவன் மனக் கண்முன் வேகமாக ஓடின. அறியாமையிலிருந்த இளைஞனுக்கான போதனையான அவ்வுரையாடல் சிற்றறிவு கொண்ட மாணவனுக்கு ஆசிரியர் தந்த வினாக்களாகப் புரியத்தொடங்கியது.

பாவத்தின் சம்பளமான மனிதனின் மரணத்தைத் தன் மரணத்தால் ஈடுசெய்த இயேசுவின் உருவமும் வெட்டப்படப் போகும் செம்மறியின் உருவமும் மாறி மாறி யூதாஸின்

முன் வந்து போனது. விண்ணரசு இவ்வாழ்வுக்குப் பிறகான வாழ்வென்பது புரிய ஆரம்பித்தது. தன் முன் உணவருந்துவது இயேசு என்பது புரியத் தொடங்கியது.

"ரபி" என்று வாயெடுத்துப் பேசத் தொடங்கும் முன் குரலுடைந்து அழத் தொடங்கினான் யூதாஸ். 'என்னை மன்னித்துவிடுங்கள் என்னை மன்னித்துவிடுங்கள்' என்று ஆயிரமாயிரம் குரல்கள் அவன் தலையில் ஒலித்தன. ஆனால் எதையும் வாயெடுத்துச் சொல்ல முடியாதவனாய் அழுது கொண்டிருந்தான். எதையும் கவனிக்காமல் சாப்பிட்டுக் கொண்டிருந்த இளைஞர், யூதாஸைப் பார்க்காமல், "என்மீது உனக்கு நம்பிக்கையிருக்கிறதா யூதாஸ்?" என்றார். அவரின் கால்களில் விழுந்து யூதாஸ் அழுது கொண்டிருந்தான். யூதாஸைத் தூக்கி கன்னத்தில் முத்தமிட்டு, "எனக்கு சாட்சியாய் நீயிருப்பாய். உன்னுடன் நானிருப்பேன்" என்று சொல்லி மறைந்தார்.

தண்ணீர் எடுத்துக்கொண்டு திரும்பிய பெஞ்சமீன் இளைஞனைக் காணாமல் திகைத்தார். யூதாஸ் இன்னமும் அழுது கொண்டிருந்தான். கொண்டு வந்த தண்ணீரை மேஜையில் வைத்து, "எங்கே அந்த இளைஞன்?" என்றார்.

"பெஞ்சமீன் அவர் யாரோ இளைஞரல்ல. நம் ஆண்டவர் இயேசு." சொல்லி ஆனந்தக் கண்ணீரை அடக்க முடியாமல் தேம்பிக் கொண்டிருந்தான் யூதாஸ். பெஞ்சமீனுக்கு நம்ப முடியவில்லை. தொண்டை வறண்டது. அவசரமாக மேஜையில் தான் கொண்டு வந்த தண்ணீரைக் குடிக்க ஆரம்பித்தான். அது சுவை மிகுந்த திராட்சை ரசமாக மாறியிருந்தது. ஆச்சரியத்தில் உறைந்துபோன பெஞ்சமீன் யூதாஸுக்கு அதைப் பருகக் கொடுத்தார். இறுதிராவுணவில் இயேசு சொன்ன, 'இதை என் நினைவாகச் செய்யுங்கள்' என்ற வார்த்தைகள் யூதாஸுக்குள் ஒலித்துக்கொண்டிருந்தது.

அன்றிரவே கலிலேயாவுக்குச் செல்ல வேண்டுமென்று யூதாஸுக்குத் தோன்றியது. நடந்த யாவற்றையும் பேதுருவிடம் சொன்னால் தன்னையும் அவர்களுடன் இணைத்துக்கொள்வார்

என்று நினைத்தான். பெஞ்மீன், யூதாஸின் எண்ணவோட்டத்தை அறிந்து, பொருட்களை எடுத்து வைக்கத் தொடங்கினார். மறக்காமல் இயேசு விட்டுச் சென்ற அப்பங்களை எடுத்துக் கொண்டார். திராட்சை ரசமாக மாறியிருந்த தண்ணீரைத் தோல்பையில் நிறைத்துக் கொண்டார். வேகமாக அவ்விடுதியை விட்டு கலிலேயா நோக்கி நடக்க ஆரம்பித்தார்கள்.

"அவர் கேட்ட சந்தேகங்கள் ஆழமானவையாக இருந்தன. அப்போதே நம் உள்ளங்கள் பற்றி எரிந்திருக்க வேண்டாமா?" என்றான் பெஞ்சமீன். முன்பு தான் கண்ட அதிசயக் கனவில் தன்னை எருசலேமில் சந்திப்பதாகச் சொன்ன இயேசுவின் வார்த்தைகளை நினைத்து கசிந்துருக ஆரம்பித்தான் யூதாஸ்.

அவர்கள் மற்ற பதினொருவரைச் சந்திக்கச் சென்றபோது நண்பகலாயிருந்தது. பதினொருவரும் ஒலிவ மலையில் இறைவேண்டலுக்குச் சென்றிருப்பது தெரிந்ததும், யூதாஸும் பெஞ்சமீனும் ஒலிவ மலைக்குச் சென்றனர். அங்கே இயேசு பதினொருவரிலிருந்து விலகி நின்று பேசிக் கொண்டிருப்பதை தூரத்திலிருந்து கண்டார்கள். இயேசுவின் தேகம் சூரியனைப் பிரதிபலித்து ஒளிவீசிக் கொண்டிருந்தது. இவ்வுலகின் எந்தச் சலவைக்காரரும் வெளுக்க முடியாத அளவுக்கு அவரின் உடைகள் வெண்மையாக இருந்தன. யூதாஸின் கால்கள் நடுங்க ஆரம்பித்தன. இயேசு அவர்களுடன் பேசிக் கொண்டிருக்கும் போதே மேலே உயர்த்தப்பட்டார். அதைப் பார்த்த யூதாஸ் தடுமாறிக் கீழே சாய்ந்தான். பெஞ்சமீன் அவனைத் தாங்கிப் பிடித்து மலையுச்சியை அடைய முயன்றார். மேலே பேதுருவும் தடுமாற்றமுற்று கீழே சாய்ந்தார். அவரையும் சீடர்கள் தாங்கிப் பிடித்தார்கள்.

இப்போது யூதாஸ் அவர்கள் முன் நின்றிருந்தார். பெஞ்சமீன் யூதாஸின் பக்கவாட்டில் நின்றிருந்தார். பதினொருவரும் வானத்தைப் பார்த்துக் கொண்டிருந்தார்கள். யூதாஸ் அவர்களிடம், "நீங்கள் வானத்தைப் பார்த்துக் கொண்டிருப்பதேன்? அவர் சொன்னதை நீங்கள் கேட்டீர்கள் அல்லவா? உலகெங்கும்

சென்று அவருக்கு சாட்சியாய் இருப்போம் வாருங்கள்” என்றான். யூதாஸ் அவர்முன் நின்றதை விரும்பாமல் சிலர் தலையைத் தொங்கப்போட்டனர். பேதுரு எழுந்து சத்தமாக, “துரோகி” என்றார்.

பேதுரு முன் முழங்காலிட்டு யூதாஸ், “உங்களுக்குத் தோன்றியவர் எனக்கும் தோன்றினார். என்னை இறுகப் பற்றி முத்தமிட்டு அவரின் பணிக்காக என்னையும் அனுப்பினார்” என்றார்.

“உன் கதைகளை வேறு யாரிடமாவது சொல். எங்களிடம் வேண்டாம். நீ அவரைக் காட்டிக் கொடுத்து பெரும் பாவம் புரிந்தாய். உனக்கு மன்னிப்பு என்பதேயில்லை.”

“உங்களை மன்னித்து ஏற்றுக் கொண்டவர் என்னை மட்டும் நிர்கதியாக்கிவிடுவாரா?”

இதைக் கேட்ட அனைவருக்கும் உள்ளுக்குள் ஓர் உறுத்தல் ஏற்பட்டது.

“நீ துரோகி. எங்களிடமிருந்து விலகிச் செல்” பேதுரு கட்டளையிட்டு கல்லையெடுத்து யூதாஸின் மீதெறிந்தார். அதைத் தடுக்க வந்த பெஞ்சமீனின் மீது பட்டு தலையிலிருந்து இரத்தம் வழிந்தது. இதர சீடர்களும் பேதுருவுடன் இணைந்து யூதாஸின் மீதும் பெஞ்சமீன் மீதும் கற்களை எறிந்தார்கள். காயங்களுடன் இருவரும் அங்கிருந்து நகர்ந்தனர்.

15

தன் தந்தையின் மற்ற கதைகளை நினைவுகூர்ந்த ஜூட் தன் மரபினர்களை நினைத்துப் பார்த்து, கியாராவிடம் மீண்டும் சொல்லத் தொடங்கினான், "கமிலஸ் அயர்லாந்திலிருந்து ப்ராண்டனுடன் வந்தாலும், அவர் அயர்லாந்தைப் பூர்வீகமாகக் கொண்டவரல்ல. கியாரா, நான் உனக்குச் சொல்லப்போவது வரலாறல்ல. காரணம் இவற்றை எந்த வரலாற்றுப் புத்தகங்களும் உறுதிசெய்யவில்லை. எனவே இதை வெறும் கட்டுக் கதையாக வகைப்படுத்தி விடுவார்கள். ஆனால், இதுதான் எனக்குச் சொல்லப்பட்டது. எனக்குச் சொல்லப்பட்டதை உனக்குச் சொல்கிறேன். கமிலஸின் சந்ததியினர் நூரஸ்க்வாமிலிருந்து வந்தவர்கள். நூரஸ்க்வாம் இன்று எங்கிருக்கிறது என்று யாருக்கும் தெரியாது. வரைபடங்கள் உருவாகும் முன்னரே நூரஸ்க்வாம் அழிந்துவிட்டது. அதே போல நூரஸ்க்வாம் சொல்லிக் கொள்ளும் அளவுக்குப் பெரிய நகரமில்லை. வழக்கமான மத்திய கால நகரம். மலைகள் சூழ்ந்த பள்ளத்தாக்கில் உலகத்தின் பார்வைக்கு மறைக்கப்பட்ட நகரம். நூரஸ்க்வாமை வயது முதிர்ந்த ஓர் அரசர் ஆண்டு வந்தார். அந்த நகரத்தவர்கள் அவரையே தங்களது கடவுளாக வழிபட்டு வந்தார்கள். திடீரென ஒருநாள் எங்கிருந்தோ தோன்றிய ஒரு மனிதன் அவர்களுக்கு இயேசு என்னும் ஒருவரைப் பற்றி

போதிக்கலானான். அவன் பார்வையில் தெரிந்த கருணையும் அவன் அன்பான வார்த்தைகளும் எளியவர்களை அவன் பக்கம் இழுத்தது. வழக்கம் போல அதிகார வர்க்கத்தினர் அவனை எதிர்த்தார்கள். அவனுடைய சாந்தம் எல்லாவற்றையும் சகித்துக் கொண்டது. நூஸ்க்வாம் நகரத்தின் எல்லையிலிருந்த பைன் மரக் காடுகளில் அவன் குடியிருந்தான். நூற்றாண்டுகளுக்கும் மேலாக இயேசுவைப் போதித்த அவன் உரிய காலம் வந்த போது அமைதியாக மரித்தான். ஓர் இலை மரத்தைவிட்டு உதிர்வதைப் போல எளிமையாக மரித்தான். நூஸ்க்வாம்வாசிகள் அவன் நினைவாக ஒரு தேவாலயம் எழுப்பி இயேசுவை வழிபட்டு வந்தார்கள். பிறகொரு காலத்தில் அந்நியப் படையெடுப்பில் நூஸ்க்வாம் முற்றிலுமாக அழிக்கப்பட்டது. நகரின் மாந்தர்கள் உலகெங்கும் சிதறி வாழ ஆரம்பித்தார்கள். தங்களுக்குப் போதிக்கப்பட்ட இயேசுவின் வழியில் கண்ணியமாக நடக்க ஆரம்பித்தார்கள். அவர்களின் வழி வந்தவன்தான் நான். எங்களுக்கு இயேசுவைப்பற்றி போதித்தது அவரின் சீடரான யூதாஸ்."

வெளிச்சம் மங்கிக்கொண்டிருந்த வேளையில் தன் பாரம்பரியத்தைக் கூறி முடித்தான் ஜூட். ஆர்வமாகக் கதையைக் கேட்டுக் கொண்டிருந்த கியாரா கடைசி வாக்கியத்தில் குழப்பமுற்று அவனிடம், "யூதாஸ்? யூதா ததேயுவைச் சொல்கிறாயா? யூதா ததேயு இயேசுவின் உறவினர்."

"இல்லை. யூதாஸ். யூதாஸ் இஸ்காரியோத்."

"துரோகியாக மாறிய யூதாஸ்? யூதாஸ் தற்கொலை செய்துகொண்டு மரித்ததாக பைபிளில் இருக்கிறதே?"

"ஆம். மத்தேயு வழங்கிய நற்செய்தியில் யூதாஸ் தூக்கிட்டுத் தற்கொலை செய்து கொண்ட குறிப்பு இருக்கிறது. அதற்குப் பிறகு எந்த நற்செய்தியாளர்களும் யூதாஸின் மரணத்தைக் குறித்து எதுவும் சொல்லவில்லை. அதன் பிறகு திருத்தூதர் பணிகள் நூலில் பேதுருவின் உரையில் யூதாஸ் தலைகீழாய் விழுந்து வயிறு வெடித்து, குடலெல்லாம் சிதறிப் போய்

மாண்டதாகக் குறிப்புகள் இருக்கின்றன. ஆனால் அவருக்கு உண்மையில் என்னவானது என்பது குறித்து யாரும் எதுவும் பேசவேயில்லை.”

“நம்பவே முடியவில்லை.”

“நம்ப வேண்டும் என்று எந்தக் கட்டாயமும் இல்லை. காரணம் வாய்மொழிக் கதைகளாக இருந்த நற்செய்தியில் எத்தனை சதவீதம் இயேசு பேசிய வார்த்தைகள் இருக்க முடியும் என்ற ஆய்வு சமீபமாகத்தான் நடந்தேறியது. நற்செய்திகளின் மீதான அறிவியல் பூர்வ ஆய்வுகள் பல்வேறான காலகட்டத்தில் பல்வேறு வாக்கியங்கள் நற்செய்திகளில் சேர்க்கப்பட்டதை உறுதி செய்துள்ளது. நீ சொன்ன யூதா ததேயுவைத் தொடக்க காலக் கிறிஸ்துவர்கள் யூதாஸுடன் குழப்பிக் கொண்டதால் யோவான் நற்செய்தியில் யூதா ததேயு பேசிய பகுதி ஒன்றைக் குறிப்பிட யூதா இஸ்காரியோத்து யூதாஸ் அல்ல என்ற குறிப்பைச் சேர்த்திருக்கிறார்கள். அக்குறிப்பிட்ட பகுதியை யார் சொன்னது யூதாவா யூதாஸா என்று இன்றுவரை யாருக்கும் தெரியாது. யூதா, யூதாஸ் போன்ற பெயர்கள் ஒரே பொருளையே தருகின்றன - புகழ் பெற்றவன்.”

“எனக்கு நம்பிக்கையில்லை. ஆனால் நீ இதை எப்படி நம்புகிறாய் என்று சொல்.”

“இயேசு என்ற நபர் வரலாற்றில் வாழ்ந்தது உறுதி. அவர் தன் சீடர்களிடம் தனது போதனைகளை உலகெங்கும் கொண்டு சேர்க்கச் சொன்னது உறுதி. அவரைச் சிலுவையில் அறைந்து கொன்றதும் உறுதி. அவர் இறப்புக்குப் பின்பாக அவருடைய சீடர்கள் உலகெங்கும் அவருடய போதனைகளைக் கொண்டு சென்றனர். தங்கள் உயிரையும் அதற்கு விலையாகக் கொடுத்தார்கள். சாதாரண ஒரு மனிதனுக்காக இப்படி உயிரைக் கொடுப்பதெல்லாம் அந்தக் காலத்தில் நடக்காத ஒன்று. ஆகவே இயேசு இறந்ததற்குப் பின்னர் அவர் சொன்னபடியே உயிர்த்தெழுந்திருக்க வேண்டும். அதைத்தான் சீடர்கள் உலகம் முழுவதும் சென்று சொன்னார்கள். இதுவரை எந்தப்

பிரச்சினையும் இல்லை. இப்போது பன்னிருவரும் பன்னிரு குணமுடையவர்கள். அவரவர் பார்வையில் இயேசுவுடனான தங்கள் அனுபவங்களைப் பகிர்ந்து கொள்ளும்போது முழுமையான இயேசு மக்களிடம் சென்று சேர்வாரா என்பது கேள்விக்குறி. ஆகவே ஒவ்வொரு சீடர்களின் மறைவுக்குப் பின் அவரவர் போதித்த பகுதியிலிருந்தவர்களை ஒரே தலைமையில் கொண்டு வருவதற்குப் பெரும் பிரயாசை செய்யப்பட்டிருக்க வேண்டும். அது ஒரே நாளில் நடந்திடவில்லை. பேரரசன் கான்ஸ்டண்டைன் கிறிஸ்துவத்தை அங்கீகரிக்கும் வரையில் விசுவாசிகளின் உயிர்த் தியாகத்தில் பிழைத்திருந்தது கிறிஸ்துவம். இயேசுவின் ஆதார போதனைகள் என்றுமே மாறியதில்லை. பகைவனையும் நேசி என்று சொன்னவர் தன்னைக் காட்டிக் கொடுத்த யூதாஸை மன்னிக்காமல் இருப்பாரா?"

"உன் கேள்வி நியாயமானதுதான். ஆனால் சாத்தானாக உருவகிக்கப்பட்ட யூதாஸை உன் பாரம்பரியத்தின் ஆணிவேர் என்று சொன்னால் இந்த உலகம் பெரும் குழப்பங்களைச் சந்திக்காதா?"

"நம்பிக்கையின் வேர்கள் அசையும்போது வலிகள் ஏற்படத்தான் செய்யும். ஆனால் அது என்றுமே அழிவுறுவதில்லை. இயேசுவை நான் நம்புகிறேன். அவர் இறைவன் என்பதையும் ஏற்றுக் கொள்கிறேன். ஆனால் அவரின் பெயரால் பரப்பப்படும் வெறுப்பு யாருக்கும் உகந்ததல்ல. யூதாஸ் சாத்தானாக உருவகிக்கப்பட்டால் பேதுருவையும் இயேசு சாத்தான் என்ற விளித்த சம்பவங்கள் பைபிளில் இருக்கின்றனவே. கியாரா, கார்ட்டர் உன்னிடம் கடைசியாகச் சொன்னது நினைவில் இருக்கிறதா?"

"தவறு செய்வதும் அவற்றைத் திருத்திக் கொள்வதும்தான் வாழ்க்கை."

"யூதாஸ் செய்த தவறென்ன?"

"வெள்ளிக் காசுகளுக்கு இயேசுவைக் காட்டிக் கொடுத்தது."

“செல்வம் என்று வரும்போது யார்தான் தவறிழைக்காமல் இருந்திருக்கிறார்கள்? இன்று தூய்மைவாதம் பேச முயலும் கத்தோலிக்கர்களின் முதல் போப் பேதுரு தவறிழைக்கவில்லையா?”

“இயேசுவை மறுதலித்ததைச் சொல்கிறாயா?”

“ஏன் அவர் இயேசுவை மறுதலிக்க வேண்டும்? ஏனென்றால் அவரால் முடியும் அதனால் மறுதலித்தார். பேதுரு பன்னிருவரில் வயது முதிர்ந்தவர். வானகத்தின் திறவுகோல் அவரிடம் ஒப்படைக்கப்படும் என்று இயேசு கூறியதால் பன்னிருவருள் அவருக்குக் கூடுதல் அதிகாரம் வழங்கப்பட்டது. அவ்வதிகாரம்தான் இயேசுவை மறுதலிக்க வைத்தது. இதை அந்தக் காலத்தில் யாராவது வெளிப்படையாகப் பேசினால் அவர்களின் எலும்புகள் நொறுக்கப்பட்டன. நாக்குகள் அறுக்கப்பட்டன. இயேசு எவையெவற்றைத் தனது போதனைகள் மூலம் தகர்த்தெறிந்தாரோ அவற்றின் மீதே பரிசுத்த கத்தோலிக்க திருச்சபையானது கட்டியமைக்கப்பட்டது. விளைவு உன்னைப் போன்றவர்கள் சீரழிக்கப்பட்டார்கள். சிறுவர்களைக் காமப் பசிக்குப் பயன்படுத்தினார்கள். அவர்களின் எதிர்காலம் குறித்தும் உளவியல் நெருக்கடிகள் குறித்தும் கொஞ்சமும் யோசிக்கப்படவில்லை. அவர்களால் எதுவும் செய்யவியலும். அதனால் செய்தார்கள். அதிகாரம் ஒருபுறம் அரசியல் தலைவர்கள் நற்கருணை வாங்குவதில் இருக்கும் பிரச்சனைகள் பெரியளவில் விவாதிக்கப்பட்டு நற்கருணையை அவர்களுக்கு மறுப்பதன் வழியாக தங்கள் அதிகாரத்தை நிறுவ முயற்சிகள் நடைபெறுகின்றன. மறுபுறம் சிறுவர்கள் மீதான பாலியல் அத்துமீறல்களில் கள்ள மௌனம் சாதிக்கப்படுகிறது. இதையெல்லாம் கேள்விக்கு உட்படுத்தினால் திருச்சபையிலிருந்து ஒதுக்கி வைக்கப்படுவார்கள். அதிகாரத்தின் கொடூரத்தைத் திருச்சபையில் அப்பட்டமாகப் பார்க்க முடியும்.”

“எனக்கு இன்னும் புரியவில்லை ஜூட். முன்பு நான் மத அமைப்புகளின் வன்முறையைச் சுட்டிக் காட்டிய போது நீ

மதத்துக்கு ஆதரவாகப் பேசினாய். இப்போது வேறு மாதிரி சொல்கிறாயே?"

"ஓ கியாரா, என்னைத் தவறாகப் புரிந்துகொண்டாய். சுவரில்லாமல் சித்திரம் வரைய முடியாது. இப்படியான இக்கட்டான சூழலிலும் திருச்சபையோடு சேர்ந்திருப்பது சவாலானது கியாரா. பிரச்சனைகளுக்கான தீர்வும் பிரச்சனையிருக்குமிடத்திலிருந்தே உதிக்கும். இப்போதும் நான் மதத்தை விட்டுக்கொடுக்கவில்லை. அதேசமயம் மதத்தின் பெயரால் நடக்கும் அநியாயங்களுக்கு ஆதரவாகப் பேசவில்லை. நன்றாகப் புரிந்துகொள். மதம் என்ற அமைப்பு இல்லாமல் போனால் அவை போதிக்கும் உன்னதங்கள் இல்லாமல் போய்விடும். அதே சமயம் அமைப்பாகக் கட்டமைக்கப்படும் மதங்களில் தவிர்க்க முடியாதபடி பல்வேறு தீமைகளும் கலந்துவிடுகின்றன. உன்னதங்களை நேசிப்பவர்கள் கட்டமைப்புகளில் ஜாக்கிரதையாகப் பயணித்து உரிய இடத்தை அடைந்திட முடியும். மதத்தை ஒரு கருவியாகப் பயன்படுத்தினால் அசம்பாவிதங்களைத் தடுக்க முடியும். மதங்கள் வரைபடங்கள். ஆனால் பயணம் நம்முடையது. நம் பயணங்களின் மாதிரியை நமக்கு முன்பாக வைத்துக் கொள்ளலாம். அதை முழுவதும் பின்பற்ற வேண்டுமென்ற எந்த நியதியும் இல்லை."

கியாரா அமைதியாக இருந்தாள். ஜூட் அங்கிருந்த திருவுருவப் படத்தின் முன் மெழுகுத் திரியை ஏற்றி வைத்தான். "இதோ இது யூதாஸின் உருவப்படம்." இத்தனை நாளாக தான் இயேசுவின் திருவுருவப் படம் என்று நினைத்திருந்தது யூதாஸின் படம் என்று தெரிய வந்ததும். ஆச்சரியத்தில் அவள் புருவங்கள் உய்ர்ந்தன.

"பலரும் இதை இயேசுவின் படம் என்று நினைப்பார்கள். இல்லை. எங்கள் அமைப்பினர் ஒருவரால் வரையப்பட்ட இது யூதாஸின் படமாகும். அதிகாரத்துக்கு எதிரான ஒரு சின்ன கலகம்தான் இந்தப் படம். ஆனால் கத்தோலிக்கர்கள் கொண்டாடும் டாவின்சியின் தி லாஸ்ட் சப்பரில் நான்

சொன்ன அனைத்தையும் டாவின்சி சொல்லியிருக்கிறார். இறுதி இரவுணவு ஓவியத்துக்குப் பின்னால் எத்தனை எத்தனை கதைகள்?”

“இயேசுவுக்கு மாடலாக இருந்தவரும் யூதாஸுக்கு மாடலாக இருந்தவரும் ஒருவர் தான். இதைத்தானே சொல்கிறாய்?”

“இல்லை!”

“டாவின்சி முதலில் இயேசுவுக்கு மதுக் கிண்ணத்தை வரைந்தார். பிறகு மதுக் கோப்பை மிக அழகாக இருக்கிறது என்று அவர் நண்பர் சொன்னதால் அதை அழித்துவிட்டு ஓவியத்தைப் பார்ப்பவர்கள் இயேசுவை மட்டும் பார்க்கும்படி மதுக் கிண்ணம் இல்லாமல் வரைந்தார். அதுவா?”

“கியாரா உனக்கு ஓவியங்கள் குறித்து நிறையத் தெரிந்திருக்கிறது. நீ சொன்னது போல இயேசுவை மட்டும் பிரதானப்படுத்திய டாவின்சி வேறொரு விஷயத்தையும் மிக நுட்பமாகச் சொல்லி இருக்கிறார். அவ்வோவியத்தில் சீடர்களின் கைகளைப் பார்த்திருக்கிறாயா?”

கியாரா ஓவியத்தை நினைவுகூர முற்பட்டாள்.

“ஒரு நிமிடம் இங்கே எங்கேயோ ஒரு சின்ன ஓவியம் இருந்தது...” தன் துணிக் குவியலில் தேடிச் சிறிய அட்டையிலிருந்த இரவுணவு ஓவியத்தை கியாராவிடம் நீட்டினான். “இதில் இருவர் கையில் மட்டும் இரண்டு பொருட்கள் இருப்பதைப் பார்.”

ஓவியத்தில் சீடர்கள் கைகளை வெவ்வேறு நிலையில் வைத்திருக்க யூதாஸின் கையில் பணப் பையும் அதற்குச் சமீபமாக பேதுருவின் கையில் வாள் இருப்பதையும் கூர்ந்து நோக்கினாள்.

“பணப்பை செல்வத்தின் பற்றின் குறியீடு. வாள் அதிகாரத்தின் குறியீடு. இதை வைத்திருந்த இருவரும் இயேசுவை

மறுதலித்தார்கள். அப்படியானால் அதிகாரத்தைக் கொண்டு செல்வத்தின் மீதான பற்றைக் கீழ்மையானது என்று சொல்வது நியாயமில்லைதானே?”

தான் சொன்ன எதையும் நம்பாத கியாராவிடம் சின்ன கையேடு ஒன்றை ஜூட் தருகிறான். அதில் யூதாஸின் நற்செய்தி என்று அச்சிடப்பட்டிருந்தது. கியாராவின் கண்கள் விரிய, “இது நீ எழுதிய புத்தகமா?” என்றாள். இல்லையென்று தலையாட்டி யூதாஸின் நற்செய்தியின் வரலாற்றைச் சுருக்கமாகச் சொல்ல ஆரம்பித்தான்.

“2001 ஆம் ஆண்டு ஃப்ரீடா நஸ்பர்கர்- சாக்கோஸ், ஸ்விட்சர்லாந்து பெண் தன் தந்தை டிம்ராடோஸ் சாக்கோஸ் நினைவாகத் தான் கண்டுபிடித்த பழைய கையெழுத்துப் பிரதிகளுக்கு, ‘சாக்கோஸ் கோடெக்ஸ்’ என்று பெயரிட்டாள். சாக்கோஸ் கையெழுத்துப் பிரதிகள் கி.பி. 300வது நூற்றாண்டைச் சேர்ந்ததாக இருக்கலாம். 1970ல் எகிப்தின் மின்யா பகுதியில் கண்டெடுக்கப்பட்ட அக்கையெழுத்துப் பிரதிகள் சிதிலமடைந்திருந்தன. 1700 வருடங்கள் யாருக்கும் கிடைக்காமல் இருந்த அவற்றின் மொழிபெயர்ப்பு 2006 ஆம் ஆண்டு வெளியாகின. அதில் முக்கியமாக யூதாஸின் நற்செய்தி இருந்தது வெளியுலகுக்குத் தெரிய ஆரம்பித்தது.”

கியாரா அதன் ஏடுகளைத் திருப்பிக் கொண்டிருந்தாள். சில பக்கங்களே இருந்தன. அரைமணி நேரம் போதும் அதனை முழுவதுமாக வாசித்து முடிக்க. ஜூட் மேலும் சொல்ல ஆரம்பித்தான்.

“ஆனால் இப்போது உன் கையில் இருப்பது என் தந்தை எனக்கு விட்டுச் சென்றது. 1970லிருந்து எங்கள் அமைப்பினரின் கரங்களில் தவழ்ந்த நற்செய்தி என் தந்தைக்கும் கிடைத்தது. இதன் கைப்பிரதியைத் திட்டமிட்டு அழிக்க முயற்சிகள் நடந்திருக்கலாம் என்று சந்தேகிக்கப்படுகிறது. எது எப்படியோ இதோ நமக்கு இப்போது வாசிக்கக் கிடைக்கிறது.”

“ஆச்சரியமாக இருக்கிறது. யூதாஸே எழுதியதா? நம்பும்படியாக இல்லை.”

ஜூட் சிரித்துக் கொண்டே, “கியாரா மற்ற நற்செய்திகளை அதன் பெயரிடப்பட்ட நபர்களே எழுதினார்கள் என்று நினைக்கிறாயா?”

சந்தேகத்துடன் பார்த்த கியாராவுக்கு விளக்கமாகச் சொல்ல ஆரம்பித்தான்.

“ஏற்கனவே சொன்னது போல தொடக்க காலக் கிறிஸ்துவர்கள் இயேசுவின் கதையை அவரது பன்னிரண்டு சீடர்கள் வழியாக வாய்மொழிக் கதைகளாகவே கூறிவந்தார்கள். அந்தச் சீடர்கள் இறக்கும்போது அல்லது கொல்லப்படும்போது அவரின் நண்பர்கள் அல்லது சீடர்கள் தாங்கள் கேட்ட இயேசுவின் வரலாற்றை மற்றவர்களுக்குக் கூறினார்கள். இப்படியாகப் பல்வேறு நூற்றாண்டுகள் அந்தந்தக் குருப் பரம்பரையில் சொல்லப்பட்டு வந்த வரலாறு கையெழுத்துப் பிரதியானது. அதனைத் தங்களிடம் போதித்து மறைந்த இயேசுவின் சீடர்களின் நினைவாகப் பெயரிடப்பட்டன. அதில் அவை போதிக்கப்பட்ட காலம் மற்றும் வெளியின் பண்பாடுகள் கலந்தன. அதேதான் யூதாஸின் நற்செய்திக்கும் நடந்தது. இது யூதாஸே எழுதியது என்று சொல்ல வரவில்லை. ஆனால் யூதாஸ் என்றென்றும் இயேசுவின் சீடர் என்பதற்கான சான்று இது. அவர் மீதான வன்மம் கட்டியமைக்கப்பட்ட ஒன்றாகத்தான் இருக்க வேண்டும். மேலும் யூதாஸை குருவாகக் கொண்ட வழி மரபினர்கள் இருந்திருக்க வேண்டும் என்பதற்கான சான்றுதான் இது. வேறுமாதிரி சொல்வதென்றால் எங்கள் அமைப்பைச் சேர்ந்தவர்கள் யூதாஸின் வாய்மொழியைக் கேட்டு வந்த தலைமுறையினர் என்பதற்கு வலுவான சான்றே இந்தக் கையேடு. இதில் காட்டப்பட்டுள்ள யூதாஸ் தற்கொலை செய்துகொள்ளுமளவுக்கானவர் அல்ல. யூதாஸ் செய்தது பாதகமான செயல் என்றால் பேதுருவின் செயலை எப்படி நியாயப்படுத்த முடியும்? மற்ற சீடர்களில் ஒருவர் இயேசு கைது செய்யப்பட்ட போது தன் உயிரைக் காத்துக் கொள்ள

நிர்வாணமாக ஓடியதாக குறிப்புகள் இருக்கின்றன. மற்றவர்களின் பாவங்கள் புனிதப்படுத்தப்பட்டு வந்திக்கப்படுகிறதென்றால் யூதாஸின் குற்றமும் அப்படி ஆவதில் தவறொன்றும் இருக்க முடியாது."

"நான் புனிதையல்ல, ஆனால் உண்மைக்குப் புறம்பானவைகளுக்கு என்றென்றும் உரிமையில்லை என்பதை நம்புகிறேன்."

"எதை உண்மையென்று நினைக்கிறாய் கியாரா? நீ கடைசியாகச் சொன்னாயல்லவா நம்பிக்கை? அதுதான் முக்கியம். நமக்கு முன் இருப்பவற்றை நாம் உண்மை என்று நம்பிக் கொண்டிருக்கிறோம். ஒரேயொரு அடிப்படை விதியை மட்டும் அனுசரித்தால் போதும்: நம் சுதந்திரம் இங்கே நாம் நம்பும் ஏதோ ஒன்று மற்றவர்களின் சுதந்திரத்துக்கு இடையூறாக இல்லாமல் இருந்தால் போதும். 'ஓ ஆதாமின் பாவமே! கடவுளின் மைந்தனை எங்களிடம் கொண்டு சேர்த்ததால் நீ பேறுபெற்ற பாவம்' என்று ஈஸ்டர் பிரார்த்தனையில் அனைவரும் கூடித் துதிக்கிறார்கள். ஆதாமின் பாவம் பாக்கியம் பெற்ற பாவமெனில் யூதாஸின் பாவமும் பாக்கியமானதே!"

உரையாடலின் ஒவ்வொரு பகுதியிலிருந்தும் கியாராவுக்குச் சந்தேகங்கள் வந்து கொண்டிருந்தன. ஜூட் உண்மையாகவே வேறு மாதிரியானவன்தான் என்று அவளுக்கு இப்போது புரிந்தது. ஆனால் இத்தனை நாள் உண்மையென்று நம்பி, பின் புறந்தள்ளிச் சென்றவைகளின் மீதான மாறுபட்டப் பார்வை அவளை நிலைகொள்ளச் செய்யவில்லை. அவள் விவாதித்துக் கொண்டிருப்பது தனிப்பட்ட நம்பிக்கையல்ல உலகின் பெரும்பகுதியினரின் நம்பிக்கைகளின் மீதான விவாதம் அது.

"இயேசுவின் வாழ்க்கையை மற்ற சீடர்களும் பேசியிருக்கிறார்கள் என்றால் ஏன் சில புத்தகங்களை மட்டும் விவிலியத்தில் சேர்க்க வேண்டும்? போப் பயப்படுகிறாரா?"

"இல்லை. அவற்றில் பல புத்தகங்களை நூலகங்களிலும்

இணையத்திலும் எளிதாக வாசிக்க முடியும். வத்திக்கான் தலைமையகம் நான்கு நற்செய்திகளை மட்டும் புதிய ஏற்பாட்டில் வைத்துக் கொண்டு இயேசுவின் வாழ்க்கையைக் கூறும் மற்ற நூல்களைப் புறக்கணித்ததற்கான முக்கியமான காரணம், மாற்கு, மத்தேயு, லூக்கா, மற்றும் யோவான் நற்செய்திகளைத் தவிர்த்து மற்ற நற்செய்தி நூல்கள் இயேசுவின் வாழ்வை வேறொரு கோணத்தில் கூறியது மட்டுமல்லாமல் பிரிவினைக்கும் வன்முறைக்கும் வித்திடுவனவாக இருந்தன. யூதாஸின் நற்செய்தியும் நாஸ்டிஸிஸம் எனப்படும் தூய்மைவாதப் பிரிவினைக் கருத்துகளை ஆதரிப்பதாக இருக்கிறது. அதுமட்டுமல்லாமல் யூதாஸின் மீதிருந்த ஒவ்வாமை தொடக்க காலக் கிறிஸ்துவர்களை இப்புத்தகத்தின் மீதான வெறுப்பாகச் செயல்பட்டிருக்க வேண்டும். எல்லாம் இங்கே இருக்கிறது." என்று சொல்லி தன் மார்பின் மீது கை வைத்துக் காண்பித்தான். "நான் தூய்மைவாதத்தையும் பிரிவினைவாதத்தையும் வெறுக்கிறேன். எனக்கு அது தேவையில்லை. இயேசு வாழ்ந்து காட்டிய அன்பு எனக்குப் போதும். அதை யார் சொன்னால் என்ன? எங்கள் வழி மரபினருக்கு யூதாஸ் சொல்லியிருக்கிறார். அதுபோக இந்த நூலில் வரும் இயேசு நிறைய இடங்களில் சிரிக்கிறார். சீடர்களின் செயல்களை நக்கலடிக்கிறார். சீடர்களும் இயேசுவை வெறுக்கும் இடங்களும் வருகிறது. எனவே இது எனக்கு மிகவும் பிடிக்கும்."

கியாராவுக்கு என்ன சொல்வதென்று புரியாமல் இருந்தாள். அவன் சொல்லிக்கொண்டிருந்த ஒவ்வொன்றும் மனதின் அடியாழம் வரை சென்றிருந்த வேர்களை ஆட்டுவது போன்றிருந்தது. எதை முன்னிட்டுத் தான் இவனிடம் வந்து சேர்ந்தோம் என்று ஒரு நிமிடம் யோசித்தாள். மனிதர்கள் எப்போதும் நம்பிக்கைகளின் எல்லைகளில் நின்று கொண்டிருக்கிறார்கள். என் கடவுள்தான் சிறந்தவர். அவரை வணங்காதவர்கள் கொல்லப்பட வேண்டும். மத்திய காலத்தில் நடைபெற்ற மதம் சார்ந்த விசாரணைகளில் எத்தனை பேர்களின் தலைகள் கொய்யப்பட்டன? எத்தனை எலும்புகள் முறிவுபட்டன? பழுக்கக் காய்ச்சப்பட்ட இரும்புக் கம்பிகளால்

எத்தனை தசைகள் துளையிடப்பட்டன? கடவுளின் பெயரால் பொசுக்கப்பட்டவர்களின் துர்நாற்றம் உங்கள் நாசிகளில் வீசவில்லையா? எத்தனை நிலங்கள் கொல்லப்பட்டவர்களின் இரத்தத்தினால் சகதியானது? இதற்கு எதிர்முனையில் கடவுளே இல்லை என்ற கதறல்களைத்தானே கேட்டோம்? மதத்தின் இடத்தை அறிவியல் பிடித்துக்கொண்டதேயன்றி நிகழ்ந்த உண்மையான முன்னேற்றம்தான் என்ன? ஆயுதங்களின் செயல் திறன் மேம்பட்டதன்றி வேறென்ன நிகழ்ந்தது? குண்டுவீச்சில் ஆடை பற்றியெரிந்த சிறுமி மரண பயத்தில் ஆடையின்றி ஓடியதைப் பார்த்தோம். மத அடக்குமுறைகளைத் தவிர்க்க வல்லரசுகளை உருவாக்கினோம். அவர்கள் பொருளாதாரம் பெருக்க மற்ற நாடுகளை அடக்க ஆரம்பித்தார்கள். கடவுள் இருந்தால் இதையெல்லாம் நடக்க அனுமதிப்பாரா என்று புலம்புகிறோம். கடவுள் இல்லை என்று வைத்துக்கொண்டாலும் வன்முறைகளில் இருந்து நம்மால் தப்பிக்க முடிவதில்லைதானே? ஏன் நம்பிக்கைகளின் மையத்தில் நம்மால் நிற்க முடிவதில்லை? புத்தர் மையவழி என்று கூறிச் சென்றார். இயேசுவும் முகமது நபி அவர்களும் இதைத்தான் போதித்திருக்க முடியும். ஜூடின் விளக்கங்களை ஒட்டி கியாரா இன்னும் பலவாறு யோசித்துக் கொண்டே சென்றாள்.

"நான் சொல்வதால் நீ எதையும் நம்ப வேண்டுமென்று அர்த்தமல்ல. உன் முன்பாக இதைச் சமர்ப்பிக்க எனக்கு அனுமதி கொடு. நான் சொல்வதாலே இதுமட்டும்தான் உண்மை என்று நினைத்துவிடாதே. பிடிக்கவில்லை என்றால் தூக்கியெறியத் தயங்காதே. இப்போதைக்கு நீ இதை வாசித்துக் கொண்டே இரு. நமக்குத் தேவையான உணவுகளைச் சேகரித்து வருகிறேன்." வெளியில் கிளம்பிச் சென்றான் ஜூட். யூதாஸின் ஓவியத்தின் முன்னிருந்த மெழுகுத் திரியின் வெளிச்சத்தில் யூதாஸின் நற்செய்தியைக் கியாரா விரித்தாள். மெழுகுத் திரியின் மஞ்சள் வெளிச்சமும் கையில் பிடித்திருந்த புத்தகத்தின் தன்மையும் அச்சூழலை அமானுஷ்யமாக்கியது. காலங்களைக் கடந்து நம்பிக்கையற்ற கியாராவின் கரங்களில் தவழ்ந்த அந்தப் புத்தகம் ஒதுக்கப்பட்ட யூதாஸை சாந்த சொரூபியாக்கி அவள்

முன் நிறுத்தியது. சுற்றிலும் நடப்பவற்றை மறந்து கியாரா தலைகவிழ்ந்து புத்தகத்தின் பக்கங்களுக்குள் மூழ்கினாள்.

முன்னுரை

தான் பாஸ்கா கொண்டாடுவதற்கு மூன்று நாள்கள் முன்பாக எட்டு நாள்கள் இயேசு யூதாஸ் இஸ்காரியோத்துக்கு நடுத் தீர்வை குறித்துச் சொன்ன ரகசியங்கள்.

அவர் இவ்வுலத்தில் தோன்றியதிலிருந்து மானுட மீட்சிக்காக அருளடையாளங்களையும் அதிசயங்களையும் நிகழ்த்தி வந்தார். சிலர் நேர்மையான வழியிலும் சிலர் அநீதியான வழிகளிலும் நடந்து வந்ததால் பன்னிருவரை அவர் தம்மிடம் அழைத்துக் கொண்டார். அவர்களுக்கு மறு உலகத்தின் விவரிக்க முடியாத செயல்பாடுகளையும் இவ்வுலக வாழ்வில் இறுதியில் நடக்கவிருப்பதைக் குறித்தும் போதித்து வந்தார். அவர் தாம் யார் என்பதை அவர்களுக்குத் தெரியப்படுத்தாமல் இருந்தார், ஆனால், அவர்கள் நடுவில் அவரை நீங்கள் ஒரு குழந்தையைப் பார்ப்பது போல பார்ப்பீர்கள்.

கியாரா நிமிர்ந்து அமர்ந்து மெழுகுத் திரியை அருகில் வைத்து அடுத்த பக்கத்தைத் திறந்தாள். அவ்விரவில் பாஸ்டன் நகரம் குளிர் காலத்தை நோக்கிய தன் பயணத்தில் அடுத்த அடியை எடுத்து வைத்தது. பாலத்தின் கீழ் இவர்களின் உறைவிடத்தை ஒட்டியோடிய சிற்றோடை அசைவின்றி இருந்தது. குளிர் கண்ணுக்குத் தெரியாத இடத்திலிருந்து பெருக்கெடுத்து நகரை நிறைத்துக் கொண்டிருந்தது. கியாராவுக்கு அக்குளிரைச் சமாளிக்க மெழுகுத் திரியின் வெதுவெதுப்பு போதுமானதாக இருந்தது. வெளியில் சென்ற ஜூட் திரும்பி வந்த சந்தடியைக் கேட்டு கியாரா திரும்பிப் பார்த்தாள்.

“படித்து முடித்துவிட்டாயா?”

“இல்லை. இன்னும் சில பக்கங்கள் இருக்கின்றன.”

பின் எதுவும் பேசாமல் புத்தகத்துக்குள் ஆழ்ந்தாள்.

நடக்கக் கூடாத அசம்பாவிதம் நடந்தாகிவிட்டது. பர்கடோரி கேசம் பகுதிக்கு ஹைக்கிங் சென்ற கியாரா கால்தவறி பெரும் பள்ளத்தில் விழுந்து பெரும் காயங்களுடன் உயிர் பிழைத்துவிட்டாள். மாஸ் ஜெனரல் மருத்துவமனையில் அவளது உறவினர்களுடன் நம் எழுத்தாளனும் அவளைப் பார்க்கச் சென்றான். ஏனென்றால் கதை ஓரளவு நகரத் தொடங்கும் போது கியாரா இல்லாமல் மேற்கொண்டு என்ன செய்வதென்று எழுத்தாளனுக்குப் புரியவில்லை. பாஸ்டன் பற்றிய விவரணைகளை அனுபவித்து எழுதினாலும், சில இடங்கள் குறித்த தரவுகளைக் கொண்டு வர நிச்சயம் கியாரா வேண்டும். அதற்காக இரண்டு மாதங்கள் காத்திருந்தான். இடைப்பட்ட நாட்களில் கியாரா நன்றாகத் தேறியிருந்தாள். அவளால் மேற்கொண்டு படிப்பைத் தொடர முடியவில்லை. தான் ஏற்கனவே கற்ற பியானோ இப்போது அவளுக்குக் கைகொடுத்தது. பள்ளி சிறுவர்களுக்கு பியானோ சொல்லிக் கொடுக்கத் தொடங்கியிருந்தாள். சிறுவர்களின் வீடுகளுக்குச் சென்று கற்றுக்கொடுத்தாள். எவ்வளவு முயற்சித்தும் எழுத்தாளனை அவளால் நினைவுபடுத்திக்கொள்ள முடியவில்லை. கிஞ்சித்தும் மனம் தளராத எழுத்தாளன் தன் கதையின் ஊடாக யூதாஸின் நற்செய்தியைத் தமிழில் மொழிபெயர்த்துப் பயன்படுத்திக்கொள்ள முடிவு செய்தான். இந்தக் கதைக்கும் யூதாஸின் நற்செய்திக்கும் என்ன தொடர்பிருக்கிறது? மார்க் எம். மேஸன் *(Mark M. Matti-son)* ஆங்கிலத்தில் மொழிபெயர்த்த யூதாஸின் நற்செய்தி

இணையத்தில் இலவசமாகக் கிடைப்பதாலும், அவர் அதை எப்படி வேண்டுமானாலும் பயன்படுத்திக்கொள்ள அனுமதி அளித்திருப்பதாலும் மட்டுமே இக்கதையில் இது வருகிறது. ஆங்கில மொழிபெயர்ப்பை வரிக்கு வரி படித்துத் தமிழ் மொழியுடன் ஒப்பிட்டு எழுத்தாளனின் மீது குறைசொல்லும் வாசகர்கள் வரவேற்கப்படுகிறார்கள். உண்மையில் தமிழ் மொழிபெயர்ப்பில் நிறைய குறைகள் இருக்கின்றன.

இயேசு சீடர்களை விமர்சிக்கிறார்

ஒருநாள் யூதேயாவில் அவர் சீடர்களுடன் இருந்தபோது அவர்களின் பக்தி முயற்சியைக் கவனிக்கலானார். ஒன்றாக அமர்ந்து அவர்கள் உணவருந்தும் முன் இறைவேண்டல் செய்ததைக் கண்டு நகைத்தார்.

சீடர்கள் அவரிடம், "ரபி ஏன் நாங்கள் இறைவேண்டல் செய்வதைக் கண்டு சிரிக்கிறீர்கள்? நாங்கள் என்ன தவறிழைத்தோம்? நாங்கள் செய்வது சரியில்லையா?" என்றார்கள்.

அவரின் மறுமொழியாவது, "உங்களைக் கண்டு நான் நகைக்கவில்லை. நீங்கள் இவற்றை இயல்பாகச் செய்யவில்லை. கடவுளுக்காகச் செய்கிறீர்கள்." என்றார்.

அவர்கள், "ரபி எங்களுக்கு என்ன தெரியும்? நீரே கடவுளின் மைந்தன்" என்றார்கள்.

இயேசு, "அது எப்படி உங்களுக்குத் தெரியும்? உண்மையாக உங்களுக்குச் சொல்கிறேன், இத்தலைமுறையினரில் யாருக்கும் என்னை யாரென்று தெரியாது" என்றார்.

இதைக் கேட்ட சீடர்கள் அவர் மீது ஆத்திரமடைந்து தங்கள் மனதிற்குள்ளே அவரைச் சபிக்கத் தொடங்கினர்.

அவர்களின் அறியாமையை அறிந்த அவர், "ஏன் ஆத்திரமடைந்து உங்களை நீங்கள் வருத்திக் கொள்கிறீர்கள்? உங்கள்

ஒவ்வொருவருக்குள்ளும் கடவுள் இல்லையா? உள்ளத்தில்...!

ஆத்திரமடைவதன் வழியாக உங்கள் ஆன்மாவை நீங்கள் காயப்படுத்திக் கொள்வதேன்? உங்களுக்குள் இருக்கும் கறைபடாத மனிதத்தை யாரால் வெளிக்கொணர இயலும்?" என்றார்.

அவர்களனைவரும் துடிப்புடன், "எங்களால் இயலும்" என்றார்கள். ஆனால், அவர்கள் ஆன்மாவோ சோர்வுற்றிருந்தது. யூதாஸ் இஸ்காரியோத்து மட்டும் சோர்வுறாமல் துடிப்புடனிருந்தான். அவன் இயேசுவின் முன் வந்து நின்று அவரின் கண்களை உற்றுநோக்க முடியாதவனாய் வேறெங்கோ பார்த்துக் கொண்டிருந்தான்.

யூதாஸ் அவரிடம், "நீர் எங்கிருந்து வந்தவரென்று எனக்குத் தெரியும். நீர் இறப்பில்லா பார்பெலோவிலிருந்து வந்தவர். உம்மை அனுப்பியவரின் நாமத்தைச் சொல்லும் தகுதி எனக்கில்லை" என்றான்.

உன்னதங்களைச் சிந்திக்கும் யூதாஸிடம் இயேசு, "இவர்களிடமிருந்து விலகி வா, உனக்கு விண்ணரசின் மறைபொருள்களை விளக்கிச் சொல்வேன். நீ அங்கே செல்லவிருப்பதால் உனக்கதைச் சொல்லவில்லை. ஆனால், நீ பெரும் துயருறுவாய், பன்னிருவரில் ஒருவனாக நீ இல்லாமல் வேறொருவனால் இடமாற்றப்படுவாய்," என்றார்.

யூதாஸ் அவரிடம், "ரபி நீர் சொல்வதெல்லாம் நிறைவேறப் போவது எப்போது? மாட்சிமையின் பேரொளியை இத்தலைமுறையினர் காணவிருப்பது எப்போது?" என வினவினார்.

ஆனால், இயேசு அவரை விட்டகன்றார்.

16

"இவன் யூதாஸுடன் இருப்பவன்!"

பெஞ்சமீனை எருசலேம் தேவாலயத்தின் அருகிலிருந்த மக்கள் அடையாளம் கண்டு உரக்கக் கத்தினார்கள்.

எதையும் கண்டுகொள்ளாத பெஞ்சமீன் தன் நண்பர்களுடன் நடந்து கொண்டிருந்தார்.

"எங்கே அந்தத் துரோகி?" கூட்டத்திலிருந்த ஒருவன் பெஞ்சமீனின் அங்கியைப் பிடித்திழுத்து யூதாஸைப் பற்றி விசாரித்தான்.

"நண்பரே, ஏன் இப்படி எரிச்சலடைகிறீர்கள்? அறியாமல் நடந்த தவறை இன்னும் எத்தனை நாட்கள் யூதாஸுக்கு எதிராக நிறுத்தப் போகிறீர்கள்? எல்லாவற்றையும் மறப்போம். வாருங்கள்."

"மாசற்றவரைக் காட்டிக் கொடுத்து எப்படி உங்களால் நிம்மதியாக உலவ முடிகிறது?" கூட்டத்திலிருந்து பெண்ணொருத்தி வெடித்துப் பேசினாள்.

"யூதாஸின் இடத்தில் நீங்களிருந்தாலும் அதையே செய்திருப்பீர்கள் எனபதை மறவாதீர்கள். இயேசு மரித்தபோது நீங்களெல்லாம் செய்ததென்ன? எத்தனை பேர் அவருடன் மரிக்கத் தயாராக இருந்தீர்கள்?"

அனைவரும் அமைதி காத்தார்கள். பெஞ்சமீன் தொடர்ந்து நடக்க முயற்சிக்கையில் கல்லொன்று அவரைப் பலமாகத் தாக்குகிறது. வலி பொறுக்க முடியாமல் கீழே விழுந்த பெஞ்சமீன் மீண்டுமெழுந்து பார்வையால் மன்னிப்பு வழங்கி மீண்டும் நடக்கத் தொடங்கினார்.

“மாசற்றவரின் மரணத்துக்கு ஈடாக துரோகிகளின் இரத்தம் சிந்தப்படட்டும்” என்று உரக்கக் கத்திய கூட்டமானது பெஞ்சமீனை நகரத்துக்கு வெளியில் இழுத்துச் சென்றது. அவரின் அங்கியை இடைவரை இறக்கி அதைக் கொண்டு அவரின் கரங்களைப் பின்னுக்கு இழுத்துக் கட்டியிருந்தார்கள். முரட்டு இளைஞர்கள் சிலர் அவர் மீது காறி உமிழ்ந்தார்கள். ஏதும் சொல்ல முடியாமல் கூட்டத்தினர் முன் மண்டியிட்டிருந்தார் பெஞ்சமீன்.

காறி உமிழ்ந்த இளைஞர்கள் அவரிடம், “இயேசுவின் உடலை எங்கே புதைத்திருக்கிறீர்கள்?” என்று வினவினர்.

“அவர் உயிர்த்தெழுந்து விண்ணகத்துக்குச் சென்றுவிட்டார்”

“பொய்யன். புளுகுகிறான். இவன் மரணிக்க வேண்டியவன்” என்று பற்களைக் கடித்துக்கொண்டு கொக்கரித்தார்கள்.

கூட்டத்தினர் ஒருவர் மாற்றி ஒருவராகக் கற்களை பெஞ்சமீன் மீது வீசியெறிந்தார்கள். அதனால் ஏற்பட்ட காயத்தால் மயக்கமுற்ற பெஞ்சமீன் வானத்தைப் பார்த்துக் கொண்டிருந்தார். வானம் திறந்து அங்கே இயேசு அமர்ந்திருப்பதைப் பார்த்தார். ‘இயேசுவே எனக்கு உதவியாக வாரும்’ என்று கதறினார். பெரும் கல்லொன்று அவரின் முகத்தில் விழுந்தது. கண்கள் பிதுங்கி தன் இறுதிமூச்சை விட்டு மரித்தார் பெஞ்சமீன். அவர் இறந்தது தெரியாமல் மேலும் மேலும் கற்களை வீசி அவரின் உடலைச் சிதைத்துக் கொண்டிருந்தது ஆத்திரமடைந்த அந்தக் கூட்டம். கொத்தப்பட்ட இறைச்சியைப் போன்றிருந்தது பெஞ்சமீனின் உடல். கூட்டம் கலைந்த போது அவ்விறைச்சிக் குவியலில் ஈக்கள் மொய்க்க ஆரம்பித்தன. நகரில் சுற்றியலைந்த நாய்கள்

சில இரத்த ருசிக்காக, பெஞ்சமீன் உடலைச் சுற்றி வந்தன. பெஞ்சமீனின் நண்பர்கள் இவையாவற்றையும் கண்டு தங்கள் மேலாடையைக் கொண்டு உடலை மறைத்து யூதாஸிடம் தகவல் சொல்லக் கிளம்பினார்கள். சூரியன் அஸ்தமித்த நேரம் யூதாஸ் பெஞ்சமீனுக்காக அழுது புலம்பிக் கொண்டிருந்தார். குவித்து வைக்கப்பட்டிருந்த பெஞ்சமீன் உடலைக் கண்டு உடைந்தழுதார். பின்னர் அங்கேயே ஒரு குழிபறித்து அதனுள் பெஞ்சமீனைப் புதைத்து அவருக்காக உண்ணாநோன்பிருக்க ஆரம்பித்தார். யூதாஸ் தன்னையும் தான் பிறந்த நாளையும் சபித்து இறைவனிடம் மன்றாடலானார். பின் கண்ணயர்ந்த நேரம் இயேசு கனவில் தோன்றி, “நேரம் நெருங்கிவிட்டது யூதாஸ்” என்றார். ஏதும் புரியாமல் விழித்த யூதாஸிடம் பேதுருவிடம் செல் என்று ஒரு குரல் ஒலித்தது.

★★★

பேதுரு மற்றவர்களிடம் எழுந்து நின்று பேசத் தொடங்கினார்.

“அவர் நம்முடன் இருந்தபோது பன்னிருவரைத் தேர்ந்தெடுத்தார். பன்னிருவருள் துரோகியாகிய யூதாஸ் (காறி அருகில் உமிழ்ந்துவிட்டு) அவன் பெயர் என்றென்றும் மறக்கப்படுவதாக தவிர்த்து மற்றனைவரும் கலிலேயர்கள். அவர் தன் பணியை என் தலைமையில் விட்டுச் சென்றதால் நான் பனிரெண்டாவதாக ஒருவரை நம்முடன் இணைக்கவிருக்கிறேன்” என்றார்.

அங்கிருந்த அனைவரும் அதை ஆமோதிப்பதைப் போல் தலையசைத்தார்கள். நகரில் விசுவாசிகளின் எண்ணிக்கை அதிகமிருந்ததால் அனைவரும் தங்களுக்குத் தெரிந்த தகுதியான பெயர்களைச் சொல்லத் தொடங்கினார்கள். இறைசித்தத்துக்கு இணங்க பர்சபாவின் பெயரும் மத்தியாவின் பெயரும் சரிபாதியாகத் தேர்ந்தெடுக்கப்பட்டது. இவர்களிருவருள் ஒருவருக்கு யூதாஸின் இடத்தைத் தர வேண்டுமென்பதால் இருவரின் பெயரும் தனித்தனியாக இரு சீட்டுகளில் எழுதப்பட்டு பேதுருவிடம் கொண்டு வரப்பட்டது. பேதுரு நீண்ட இறைவேண்டலுக்குப் பிறகு ஒரு சீட்டைக் கையிலெடுத்தார்.

சீட்டில் மத்தியாவின் பெயர் எழுதப்பட்டிருந்தது. மத்தியா அவர்கள் முன் முழங்கால் படியிட்டார். மத்தியாவுக்குப் பேதுரு அறிவுரைகள் வழங்கத் தொடங்கினார். பின் மீதி பதினொருவரும் அவர் மீது தங்களது கரங்களை வைக்க அவர் பன்னிரண்டாம் திருத்தூதராக யூதாஸுக்குப் பதில் தேர்ந்தெடுக்கப்பட்டார்.

இப்போது மத்தியாவின் வருகைக்காகப் பெரும் விருந்தொன்று அங்கே நடந்து கொண்டிருந்தது. விருந்தினிடையில் கதவு தட்டப்பட்டது. யோவான் கதவைத் திறந்தார். அங்கே யூதாஸ் நின்று கொண்டிருந்தார். வேகமாக உள்ளே நுழைந்த யூதாஸ், "பெஞ்சமீனைக் கொன்று விட்டார்கள்!" என்றார்.

சிறிதும் கலக்கமுறாத பேதுரு, "அதனால் எங்களுக்கென்ன? அவரவருக்கு விதிக்கப்பட்டவாறே நிகழும்" என்றார்.

"பேதுரு, எது உன்னை இப்படிப் பேச வைக்கிறது? சில நாள்களுக்கு முன்னால் கோவிலின் அழகு வாயில் பகுதியில் முடமான ஒருவரை நீ இயேசுவின் பெயரால் நடக்க வைக்கவில்லையா? பெஞ்சமீன் தொழுநோயால் வாடிய போது நானும் அதையே செய்தேன்."

"ஆனால் நீ எங்களில் ஒருவனில்லை. இதோ உனக்குப் பதிலாக நாங்கள் மத்தியாவைத் தேர்ந்தெடுத்து இருக்கிறோம். உனக்கான திருத்தூதர் உரிமைகள் பறிக்கப்பட்டுவிட்டன. இனி நீயும் உன்னோடு இருப்பவர்களும் கொல்லப்பட்டால் எங்களுக்கும் அதற்கும் சம்பந்தமில்லை."

"ஏன் இப்படி நடந்து கொள்கிறாய் பேதுரு?"

"ஏனெனில் என்னால் இயலும்."

"உனக்கு என் பிரார்த்தனைகள். பெஞ்சமீனுக்காகக் கண்ணீர் சிந்தாத உன்னிடம் வந்தது என் பெருந்தவறு."

“கொஞ்சம் பொறு. உன்னாலும் உன்னைப் பின்தொடர்பவர்களாலும் எங்களுக்குப் பிரச்சினைகள் வரலாம். நீ செய்த பெரும் பாவத்துக்கு நீயாக நாண்டுகொண்டு இறந்திருக்க வேண்டும். செய்யவில்லை. உன்னை இங்கேயே கொன்று அப்பாவத்தை நாங்களே சுமந்து தீர்த்துக் கொள்கிறோம்.”

இயேசு கைது செய்யப்பட்டபோது தாம் வைத்திருந்த அதே குறுவாளால் யூதாஸைக் கொல்ல ஓங்கினார். அதற்குள் பேரொளி யூதாஸைச் சூழ்ந்தது. வானதூதர் ஒருவர் பேதுரு ஓங்கிய வாளைத் தடுத்து யூதாஸை மின்னல் வேகத்தில் அவர்கள் கண்களிலிருந்து மறைத்தது.

யூதாஸ் கண்விழித்துப் பார்த்தபோது குன்றுகளின் நடுவில் இருந்தார். பெயர் தெரியாத பறவை இதமாக ஒலியெழுப்பிக் கொண்டிருந்தது. நீரோடை அருகில் பெரும் மீன்கள் தணலில் வாட்டப்பட்டு உண்பதற்குத் தயாராக வைக்கப்பட்டிருந்தது. மெல்லிய காற்று பதமாக யூதாஸைத் தீண்டியது. யூதாஸ் அந்த மீன்களை எடுத்துச் சாப்பிட ஆரம்பித்தார்.

நனைந்த உடலுடன் ஓடையிலிருந்து வெளிவந்த ஆடவன் மீன்களைப் புசித்துக் கொண்டிருந்த யூதாஸைப் பார்த்துக் கொண்டிருந்தான். துணுக்குற்ற யூதாஸ் தான் செய்வதறியாது பசி மிகுதியால்தான் சாப்பிட்டுவிட்டதாக அவனிடம் கூறினார். அவன் ஏதும் புரியாதவனாக யூதாஸைப் பார்த்துக்கொண்டிருந்தான். பின் யூதாஸை அவ்விடத்தைவிட்டுப் போகும்படி சொன்னான். யூதாஸுக்கு அவன் மொழி புரியவில்லை. ஆனால் சைகையிலிருந்து அவன் சொல்ல வருவதை விளங்கிக் கொண்டார். அவர் அங்கிருந்து நகர்ந்த போது மூங்கிலால் செய்யப்பட்ட ஈட்டியைக் கொண்டு மீண்டும் ஓடைக்குள் இறங்கி மீன்களை வேட்டையாட ஆரம்பித்தான். யூதாஸ் இப்படியொருவனை இதுவரையில் பார்த்ததில்லை. அந்தக் கானகமும் இதுவரை அறிந்திராத வகையில் குளிர்ச்சியாக இருந்தது. தன் மேலாடையை இறுக்கமாகச் சுற்றிக் கொண்டு வனத்துக்குள் நுழைந்தார்.

17

வேலையின் நிமித்தம் ஜூட் இங்குமங்கும் சென்று வந்து கொண்டிருந்த சில நாள்களில் பாஸ்டனில் குளிர் அதிகமாகத் தொடங்கியது. பின்னணி விசாரிப்பில் ஜூட் சிறையிலிருந்தது தெரிந்ததும் வேலை கிடைப்பதில் தடுமாற்றம் வந்தது. ஆனால் ப்ளூ ஹில் சிமெட்டரியின் உரிமையாளர் ஜெரி அனைத்தையும் தான் பார்த்துக் கொள்வதாகவும் நகர்மன்ற உறுப்பினரிடம் பேசியிருப்பதாகவும் சொன்னார். அவர் வார்த்தைகளில் இருந்த தெளிவினால் ஜூட் கொஞ்சம் தைரியமாக இருக்க ஆரம்பித்தான். இதற்கிடையில் கார்ட்டர் சொன்ன ஐரோப்பிய ஓவியங்களின் கண்காட்சிக்கு கியாராவையும் அழைத்துப் போகத் திட்டமிட்டான். கியாரா தன் முரட்டுத்தனங்களைக் களைந்து ஜூடுடன் இருந்தால் மட்டும் போதும் என்பது போல அவனையே சுற்றிச் சுற்றி வந்தாள். கார்ட்டருடன் குறிப்பிட்ட நாளில் கண்காட்சிக்குப் போவதென்று முடிவானது. கியாராவுக்கான நுழைவுச் சீட்டை வாயிலில் வாங்கிக் கொள்ளலாம் என்று திட்டம். ஆனால் பதிவு செய்தவர்களைத் தவிர அங்கு சென்றிருந்த மற்றவர்களுக்கு நுழைவுச் சீட்டு கிடைக்கவில்லை. பாதுகாப்பு காரணங்களுக்காகக் குறைந்த பார்வையாளர்களை மட்டுமே அனுமதிப்பதற்காக இந்த ஏற்பாடு. கார்ட்டர் அங்கிருந்தவர்களுடன் போர் தொடுத்துப் பார்த்தார். இயலவில்லை. கியாரா இருவரையும் பார்வையிட்டு

வரச் சொல்லி வாசலில் சென்று அமர்ந்து கொண்டாள். ஆனால் மூவரும் போக முடியாவிட்டால் யாரும் போக வேண்டாம் என்று சொல்லி அருங்காட்சியகத்துக்கு எதிரில் உள்ள உணவகத்துக்குள் நுழைந்தார்கள். மேஜையில் பல்வேறு விஷயங்களைப் பேசி கடைசியாகக் கடவுள் தங்கள் முன் தோன்றினால் என்ன வரம் கேட்பீர்கள் என்ற விளையாட்டான கேள்வியில் வந்து நின்றது.

"நான் எதுவும் கேட்க மாட்டேன். அவரை ஏற இறங்கப் பார்த்துக் கொண்டிருப்பேன். இயலுமானால் அவருக்குக் கைகொடுத்து ஹலோ சொல்வேன்." இது கார்ட்டர்.

ஜூட் சற்று யோசித்து, "எல்லா தவறுகளையும் திருத்திக் கொள்ள ஒரேயொரு வாய்ப்பு. அவ்வளவுதான். அது கிடைத்தால் மீதி வாழ்க்கையை எப்படி வாழ வேண்டுமென்பது எனக்குத் தெரியும்."

இப்போது இருவரின் பார்வையும் கியாராவிடம் திரும்பியது. கியாரா யோசிக்காமல், "அதிகாரம். எனக்கு அதிகாரம் வேண்டுமென்று கேட்பேன். உங்களுடன் பழகியதிலிருந்து அதுதான் பெரிய விஷயம் என்று எனக்குத் தெரிகிறது. அதிகாரம் இருந்தால் எனக்கு எல்லாம் கிடைத்துவிடும்."

கார்ட்டர் வழக்கத்துக்கு மாறாக மேஜையை அடித்துச் சிரித்தார். ஜூட், கியாராவின் நுட்பமான அறிவை வியந்தபடி பார்த்தான். கார்ட்டரின் சிரிப்பு கியாராவைச் சீண்டியது.

"அதிகாரம் கிடைத்தால் கண்டிப்பாக நல்ல முறையில்தான் பயன்படுத்துவேன்."

கார்ட்டரின் சிரிப்பிற்குப் பதில் சொல்வது போல இருந்தது அவளது குரலில் ஒலித்த தொனி. அதைக் கேட்டதும் மீண்டும் பலமாகச் சிரித்தார்.

"பாஸ்டனில் எத்தனை காலமாக இருக்கிறாய்?" என்று கேட்டார் கார்ட்டர்.

“பிறந்ததிலிருந்து.”

ஜூட் தன் எலுமிச்சைச் சாற்றை பருகிக்கொண்டு இருவரின் உரையாடலையும் கவனித்துக் கொண்டிருந்தான்.

“பாஸ்டனின் வரலாறு உனக்கு எவ்வளவு தெரியும்?”

“பள்ளியில் எவ்வளவு சொல்லிக் கொடுக்கப்பட்டதோ அவ்வளவு தெரியும்.”

“என்னென்ன தெரியும்?”

“மே ஃப்ளாரில் திருப்பயணிகள் வந்திறங்கி ப்ளைமத்தில் குடியேறியது. ஆங்கில ஆதிக்கம். பாஸ்டன் டீ பார்ட்டி. ஜூலை 4.”

நக்கலாகச் சிரித்துக் கொண்டார்.

“1845ல் அயர்லாந்தில் பெரும் பஞ்சம் தொடங்கியது. இந்தப் பஞ்சம் ஆங்கிலேயர்களால் உண்டாக்கப்பட்டது என்பதுதான் உண்மையான வரலாறு. அவர்களின் நீர்நிலைகளிலிருந்து மீன்கள் பெருமளவில் பிடிக்கப்பட்டன. அவர்களின் கலாச்சாரத்தை அவர்களுக்கு அந்நியப்படுத்தினார்கள். பணப்பயிர்கள் அதிகளவில் சாகுபடியானதால் அவர்களின் உணவுத் தேவையின் சாகுபடிகள் குறைந்தது. பஞ்சத்தின் உச்சத்தில் களையாக வளர்ந்த பச்சைப் புற்களைத் தின்று பசியாறத் துடித்தார்கள். ஆனால் பசியின் கொடுமையில் பலர் வாயில் பாதி மென்ற புற்களுடன் துடிதுடித்து மாண்டார்கள்.”

“அமெரிக்க வரலாற்றில் ஏன் அயர்லாந்தை நுழைக்கிறீர்கள்?”

“காரணமிருக்கிறது. அயர்லாந்திலிருந்து பஞ்சம் பிழைக்கப் பலரும் தஞ்சமடைந்தது இங்கேதான். உலகின் பல்வேறு இடங்களிலும் அயர்லாந்தவர்கள் இரண்டாம் மற்றும் மூன்றாம் தர மக்களாகவே நடத்தப்பட்டார்கள். பாஸ்டனிலும் அவ்வாறே ஆனது. ஏற்கனவே இங்கு குடிபெயர்ந்திருந்த ஆங்கிலேயர்கள் அயர்லாந்தவர்களை ஒதுக்கி வைத்தார்கள்.

ப்யூரிட்டன்ஸ் எனப்படும் கத்தோலிக்கத்திலிருந்து பிரிந்த இவர்கள் ஏற்கனவே இங்கு குடியேறியிருந்த திருப்பயணிகளை அமெரிக்காவின் வெவ்வேறு இடங்களுக்குத் துரத்தியடித்தார்கள். இந்தத் தூய்மைவாதிகளுக்கு கத்தோலிக்கர்களையும் பிடிக்காது. ப்யூரிட்டர்களுக்கு அடுத்தபடியாக இங்கு குடியேறியவர்கள் க்வேக்கர்கள். இவர்கள் கடவுளைத் தவிர வேறு யாருக்கும் முன்பும் மண்டியிடாதவர்கள். தங்கள் தலையிலிருக்கும் தொப்பியையும் மரியாதையின் நிமித்தம் யாருக்காகவும் கழட்டுவதில்லை.

அயர்லாந்தவர்கள் இங்கு குடியேறிய சமயம் ப்யூரிட்டர்கள் க்வேக்கர்களையும் மற்றவர்களையும் வதைத்துக் கொண்டிருந்தார்கள். வதைகள் என்றால் சாதாரணமாக அல்ல. பழுக்கக் காய்ச்சிய இரும்புக் கம்பியால் சூடு போடுவது நாக்கிலும் மூக்கிலும் அதே கம்பியால் துளையிடுவது. காதுகளை அறுப்பது. நிர்வாணமாக்கி சவுக்கால் அடிப்பது...”

“குறிக்கிடுவதற்கு மன்னிக்கவும். கியாரா என் குடும்பக் கதையை உன்னிடம் சொன்னேன் அல்லவா? எல்காங்குவன் கலாச்சாரத்துடன் கலந்த கிறிஸ்துவம் புதிதாகச் சுமத்தப்பட்ட ப்யூரிட்டனிசத்தால் மங்கத் துவங்கியது. இப்புதிய நம்பிக்கை எங்கள் குடும்பத்தவர்கள் சிலரால் வெறித்தனமாக பின்பற்றப்பட்டது. ப்யூரிட்டர்கள் கத்தோலிக்க குருக்களின் தலைகளுக்கு நல்ல விலையைக் கொடுத்தார்கள். கூலிப் படையாகச் செயல்பட்ட எங்கள் குடும்பம் மெயினிலிருந்து மறை போதகம் செய்ய வந்த சேசுசபைத் துறவிகள் சிலரைக் கொன்று அவர்களின் தலையின் மேற்தோலை வெட்டிச் சமர்ப்பித்தால் போதும் நிறைய பவுண்டுகளைக் கொடுத்தார்கள். அப்படியான ஒரு வேட்டையில் ஒரு ஃபாதர் உயிருடன் தோலுரிக்கப்பட்ட போது சபித்துவிட்டு இறந்து போனார். அதன் காரணமாக எங்கள் குடும்பம் சுருங்கிப் போனது. குடும்பத்தில் ஒரேயொரு ஆண் குழந்தை மட்டும் பிறக்கும். அப்போதைய மருத்துவ வசதியின்மையின் காரணமாகப் பிறந்த குழந்தைகள் உடனே மரித்துப் போகும். பிறகு அவர்களுக்குக் குழந்தைகள் பிறக்காமல்

இறந்து போவார்கள். இப்படியாக எங்கள் தாத்தா அப்பா அதற்குப் பிறகு நான் என்று எஞ்சியிருக்கிறோம். சாபத்தின் தீவிரம் குறைய மீண்டும் கத்தோலிக்கத்தைத் தழுவினோம்."

சுருக்கமாகச் சொல்லி முடித்த ஜூடைப் பார்த்து கார்ட்டர், "நீ சொல்லும் சாபத்துக்கு ஏதும் ஆதாரம் இருக்கிறதா? முட்டாள்தனம்," என்றார். ஜூடுக்கு எப்படி வினையாற்றுவது என்று தெரியாமல் விழித்தான்.

"நீங்கள் கதையைத் தொடருங்கள்" என்றாள் கியாரா. திடீரெனக் கார்ட்டருடன் நெருக்கமாகிவிட்டாள். ஜூட் தனித்து விடப்பட்டதைப் போல உணர்ந்தான்.

"ஆங்... இப்படியாகப் பியூரிட்டர்களின் ஆதிக்கம் தொடர்ந்தது. தங்கள் உடையில் உணவில் பேசும் மொழியில் தங்களை மற்றவர்களை விட உயர்வானவர்கள் என்று காட்டிக் கொண்டார்கள். இதனால் இவர்கள் பாஸ்டன் ப்ராமின்ஸ் என்று அழைக்கப்பட்டார்கள். இந்தியாவில் பிராமணர்கள் (ப்ராமின்ஸ்) என்னும் பிரிவினர் இதேபோல தங்களை உயர்ந்தவர்களாகக் காட்டிக் கொண்டதால் இந்தப் பெயர். அயர்லாந்தவர்களின் அழுக்கான தோற்றம் இவர்களுக்கு அருவருப்பைக் கொடுத்தது. எனவே பாஸ்டனிலிருந்து ஒதுங்கி ப்ரைட்டன் பகுதியில் தங்களுக்கான வசிப்பிடங்களை அமைத்துக் கொண்டார்கள். சுதந்திரத்துக்குப் பிறகும் இந்நிலையே தொடர்ந்தது. இனவெறி மேலோங்கியிருந்த அந்தக் கால கட்டத்தில் லோவலில் வில்லியம் ஹென்றி ஓ'க்கானல் பிறந்தார்."

கதையின் முக்கியமான இடத்துக்கு வந்துவிட்டதை உணர்த்துவதற்காக கார்ட்டர் சற்று பேச்சை நிறுத்திப் பெருமூச்சு வாங்கினார்.

"பாஸ்டனில் வில்லியம் ஓ'க்கானலின் பெயரைச் சொன்னால் அனைவரும் தங்களுக்குச் சிலுவை அடையாளம் வரைந்து கொள்வார்கள். அப்படியென்றால் ஒன்று அவர் சாத்தானாக

இருக்க வேண்டும் அல்லது புனிதராக இருக்க வேண்டும். பாஸ்டனில் சரிபாதி பேருக்கு அவர் புனிதர். மீதி பேருக்கு அவர் சாத்தான். இனவெறிக் கொடுமைகளைப் பார்த்து வளர்ந்த ஒ'க்கானல் கத்தோலிக்க குருவாக வேண்டும் என்ற எண்ணத்தில் பாஸ்டன் மறைமாவட்டத்தில் தன் பெயரைப் பதிவு செய்தார். அப்போது பாஸ்டன் குருக்களின் பயிற்சிக்காக சல்பிஷன் துறவிகள் புனித யோவான் குருமடத்தை நிர்வகித்து வந்தார்கள். சல்பிஷர்களின் குருத்துவப் பயிற்சி கடினமானது. ஒ'க்கானலினால் அவர்களைத் தாக்குப்பிடிக்க முடியவில்லை. சேர்ந்த கொஞ்ச நாட்களில் இறையழைத்தல் இல்லை என்று அவமதிக்கப்பட்டு ஒ'க்கானலை வெளியேற்றிவிட்டனர். ஆனால் ஒ'க்கானல் தளராமல் மேரிலேண்ட் சென்று வேறொரு குருமடப் பயிற்சியின் மூலம் குருவாகத் திருநிலைப்படுத்தப்பட்டு பாஸ்டனுக்கு வந்தார். அயர்லாந்திலிருந்து மக்கள் புதிய உலகமாக உதயமாகியிருந்த அமெரிக்காவுக்கு வந்த வண்ணம் இருந்தார்கள். அதனால் மிகுந்த கெடுபிடிகளுக்கு உள்ளாகி பலர் மீண்டும் அயர்லாந்துக்குத் திரும்பினார்கள். வருடங்கள் உருண்டோடின. ஃபாதர் வில்லியம் ஹென்றி ஒ'க்கானல் ஆயராக உயர்த்தப்பட்டார். அடுத்த கொஞ்ச வருடங்களில் கர்தினாலாக உயர்த்தப்பட்டார். அன்று அவர் கர்தினாலாக உயர்த்தப்பட்டு பாஸ்டன் நகருக்கு கப்பலில் வந்து கொண்டிருந்தார். பாஸ்டன் நகரத்தின் முதல் கர்தினால் என்பதால் நகரம் முழுவதும் அவரை வரவேற்கத் திரண்டது. நகரின் மேயர் அவரை வரவேற்கக் காத்துக் கொண்டிருந்தார். நன்றாகப் புரிந்துகொள். அப்போது பாஸ்டன் நகரம் மேல்வர்க்கம் என்று தங்களைக் கருதிக்கொண்டிருந்தவர்களிடம் இருந்தது...”

கியாராவுக்கு கார்ட்டரின் வார்த்தைகள் மனதில் காட்சியாக விரிந்தது.

பாஸ்டன் துறைமுகம் மலர்களால் அலங்கரிக்கப்பட்டிருந்தது. நகரில் முக்கியமான மனிதர்கள் தங்கள் தலையில் தொப்பியுடனும் கையில் கைத்தடியுடனும் தங்களுக்குள் பேசிக்கொண்டிருந்தார்கள். சிலரது வாயில் சிகரெட் புகைந்து

கொண்டிருந்தது. ஹாட் டாக் வாங்கி வாயில் வைக்கப்போனச் சிறுவனிடமிருந்து அதைக் கொத்தித் தூக்கிச் சென்றது ஒரு கடல் பறவை. சிறுவன் அழுதுகொண்டு தன் தாயிடம் ஓடினான். கப்பல் வரும் சமிக்ஞையாக நீண்ட 'பாஆஆஆம்' ஒலி எழுந்தது. ஆங்காங்கு கூடிநின்றவர்கள் புதிய கர்தினாலைக் காண நெருங்கிக் கப்பலை நோக்கி நெருங்கி வந்தார்கள்.

சிவப்பு வண்ண அங்கியில் எல்லோரையும் பார்த்துக் கையசைத்துக் கொண்டு கர்தினால் வில்லியம் ஓ'க்கானல் வெளியே வருகிறார். அவருக்குப் பக்கவாட்டில் குறைந்தது ஐந்து குருக்கள் கறுப்பு அங்கியில் நின்றுகொண்டிருக்கிறார்கள். கர்தினால் கையசைத்ததும் கூட்டம் ஆர்ப்பரிக்கிறது. இசைக்குழு தங்கள் வாத்தியங்களை முழங்குகிறது. வெள்ளைக் கையுறையின் மேல் கர்தினாலாக உயர்த்தப்பட்டதின் அடையாளமாக இருந்த தங்க மோதிரம் வெயிலில் மின்னியது. கீழே இறங்கும் முன் லத்தீன் மொழியில் கூட்டத்தினருக்கு ஆசீர்வாதம் வழங்குகிறார். கூட்டத்தில் இருந்த பலர் பக்தியுடன் சிலுவையடையாளம் வரைந்து கொள்கிறார்கள்.

இப்போது கர்தினால் படியில் இறங்கும் முன் பாஸ்டன் நகர மேயர் தன் தொப்பியைக் கழட்டிக் கர்தினாலுக்கு முகமன் கூறித் தன்னை அறிமுகப்படுத்திக் கொள்கிறார்.

“வெல்கம், கார்டினல். பாஸ்டன் வெல்கம்ஸ் யூ” தன்னுடைய பாஸ்டன் பிராமண வழக்கில் வரவேற்றுக் கைகுலுக்கக் கைகளை நீட்டினார்.

தன் முகத்தைக் கடுமையாக்கிக் கொண்டு மேயரின் கைகளைப் பார்க்கிறார். பின் எதுவும் சொல்லாமல் தன் வலக்கையில் இருக்கும் தந்தத்தால் செய்யப்பட்ட கைத்தடியை இடக்கைக்கு மாற்றிக்கொண்டு கைகுலுக்குகிறார். மேயர் சிரித்த முகத்துடன் கைகுலுக்கி, படிகளில் இறங்கத் திரும்புகிறார். அவரது பின் பக்கத் தொடையில் சுளீர் என்று யாரோ அடித்தது தெரிந்து கோபத்துடன் பின்னால் திரும்பிப் பார்க்கிறார்.

“நான் ஒரு கர்தினால். என் முன் முழங்காலிட்டு என் மோதிரத்தை முத்தம் செய்யும் வழக்கம் உனக்குத் தெரியாது...!?” கோபமாக கர்தினால் ஓ’க்கானல் தன் மோதிரத்தை மேயர் முன் நீட்டுகிறார்.

அங்கிருந்த யாவருக்கும் ஒரே அதிர்ச்சி. இதுவரையிலும் யாரும் இப்படி நடந்து கொண்டதில்லை. மேயருக்கும் பெரும் அதிர்ச்சி. தான் அடிபட்டதை மக்கள் நோட்டமிட்டிருப்பார்களா என்ற சிந்தை அவருக்கு. அடிபட்ட பின்னங்கால் தொடையில் வலி இன்னும் இருந்தது. குனிந்து கர்தினாலின் மோதிரத்தை முத்தம் செய்யப் போகிறார்.

“முழங்காலிடு” என்ற கட்டளை ஓ’க்கானலிடமிருந்து வருகிறது. இவ்வளவு அமளியிலும் நகரத்தார்கள் உற்சாகமாக கர்தினாலை வரவேற்றுக் கொண்டிருந்தனர். இசை ஒலித்துக் கொண்டிருந்தது.

கர்தினால் வில்லியம் ஓ’க்கானலைப் போல ஒருவரை அதற்கு முன்பு பாஸ்டன் நகரம் சந்தித்ததில்லை. கடவுளின் கிருபை பாஸ்டன் மீது இருக்குமானால் இனிமேலும் ஒருபோதும் காணப்போவதில்லை. தன்னுடைய கர்தினால் அதிகாரத்தைப் பயன்படுத்தி இந்நகரில் குடியேறிய அயர்லாந்தவர்களுக்கு நல்ல வசிப்பிடம் வேலை போன்றவற்றை ஏற்படுத்திக் கொடுத்தார். அயர்லாந்தவர்கள் உதவியென்று இவரிடம் வந்தால் அதன் நிமித்தம் அடுத்த சில நிமிடங்களில் நகர் மன்றச் சபைக்குத் தொலைபேசியில் அழைத்து எல்லாவற்றையும் நிறைவேற்றிவிடுவார். அவருக்கு இசையின் மீது பேரார்வம் இருந்தது. அவரே நன்றாக பியானோ வாசிப்பார். ஒருமுறை பாஸ்டன் சிம்பெனி ஆர்கெஸ்ட்ராவுக்கு கர்தினால் வருகிறார் என்று சொல்லப்பட்டது. மாலை ஆறு மணிக்கு நிகழ்ச்சிகள் ஆரம்பமாகும். அன்று ஆறு மணியாகியும் இசைக் கலைஞர்கள் வாத்தியங்களுடன் அமைதியாக அமர்ந்திருந்தனர். நகரின் முக்கியமான புள்ளிகளும் ஆறு மணி நிகழ்வில் கலந்துகொண்டனர். நிகழ்வுகள் ஆரம்பமாகாமல் அனைவரும் அமைதியாக இருந்தனர். பதினைந்து நிமிடங்கள்

கழித்தும் நிகழ்வுகள் ஆரம்பமாகாததால் சிலர் முணுமுணுத்துக் கொண்டே வெளியில் சென்றார்கள். இருபது நிமிடங்கள் கழித்து கர்தினால் அரங்கத்துக்குள் நுழைந்து தனக்கான இருக்கையில் ஒய்யாரமாக அமர்ந்தார். பின் அவர் கண்ணசைத்ததும் அன்றைய நிகழ்வுகள் ஆரம்பமாகின.

கர்தினாலுக்கு நகரில் இருந்த ஒரே தோழமை இசபெல்லா ஸ்டூவர்ட் கார்டனர். சில சமயம் இருவரும் சார்லஸ் நதியில் படகில் பயணித்துப் பேசிக் கொண்டிருப்பார்கள்.

“யார் இந்த இசபெல்லா ஸ்டூவர்ட் கார்டனர்? ஸ்டூவர்ட் கார்டனர் அருங்காட்சியகத்தின் நிறுவனரையா நீங்கள் சொல்கிறீர்கள்?”

“ஆம். அவரேதான். மேல்தட்டு வர்க்கம் என்று சொன்னேன் அல்லவா? அவர்களில் ஒரு குடும்பம்தான் கார்டனர். ஜான் லோவல் கார்டனரை இசபெல்லா ஸ்டூவர்டுக்கு மணம் முடித்து வைத்தார்கள். மேல்தட்டு வர்க்கம் ஒதுக்கிய அத்தனை பண்புகளும் இசபெல்லாவிடம் இருந்தது. உடலை மறைத்து ஆடையணியும் அவர்கள் நடுவில் குறைந்த உடையுடன் தன்னை ஓவியமாக அவள் தீட்டிக் கொண்டாள். அனைவரும் தங்கள் நாய்களுடன் வாக்கிங் சென்ற போது இவள் மட்டும் சிங்கம் ஒன்றை வாங்கிப் பழக்கி அதை வாக்கிங் அழைத்துச் சென்றாள். அதன் பெயர் ரெக்ஸ். கணவன் இறந்ததும் அந்தத் துயரை மடைமாற்ற உலகெங்குமிருந்து கலைப் பொருள்களைச் சேகரிக்க ஆரம்பித்தாள். தன் 84 வயது வரை வாழ்ந்த கார்டனர் தன் அரண்மனையை அருங்காட்சியகமாக மாற்றினாள். சரி நம் வில்லியம் ஓ'க்கானல் கதைக்கு வருவோம்.”

இப்போது அவர்கள் மூவரும் சாப்பிட்டு முடித்திருந்தார்கள். கார்ட்டர் அவர்கள் உணவுக்குப் பணம் செலுத்திவிட்டு அவர்களைக் காரில் அழைத்துக் கொண்டு ப்ரைட்டன் நோக்கிச் சென்று கொண்டிருந்தார்.

“ப்ரைட்டன், நியூட்டன் பகுதிகளில் மேல்தட்டு வர்க்கம்

குடியேறியது என்று சொன்னேன் அல்லவா? அவர்களைச் சீண்டுவதற்காக ப்ரைட்டனிலிருந்த ஓர் உயர்ந்த குன்றில் தன் வசிப்பிடத்தைக் கர்தினால் கட்டத் தொடங்கினார். வசிப்பிடம் என்று சொல்வதைவிட அதை அரண்மனை என்று சொல்ல வேண்டும்."

அவர்களது கார் மெக்மல்லன் அருங்காட்சியகத்துக்குள் நுழைந்தது. மூவரும் காரை விட்டிறங்கி பிரம்மாண்டமான அதன் கட்டிடத்தைப் பார்த்துக் கொண்டிருந்தார்கள்.

"இதுதான் கர்தினால் வில்லியம் ஓ'க்கானல் கட்டிய அந்த அரண்மனை."

"ஓ, தன் தோழியைப் போல இதையும் அவர் அருங்காட்சியகமாக மாற்றிவிட்டாரா?"

"இல்லை, இல்லை. இது அவருக்குப் பின் வந்த கர்தினால்களின் வசிப்பிடமாக இருந்தது. சிறுவர்கள் பாலியல் சீண்டல்களில் இந்த அரண்மனையை பாஸ்டன் காலேஜுக்கு விற்க வேண்டியதாகிவிட்டது. நஷ்டஈடுக்காகவும் வழக்கு நடத்தவும் சில மில்லியன்களுக்கு விற்க வேண்டியதாகிவிட்டது."

"அப்போது இப்போதிருக்கும் கர்தினால் எங்கிருக்கிறார்?"

"பாஸ்டன் பேராலயத்தின் குருக்கள் தங்குமிடத்தில். மற்ற குருக்களுடன் சேர்ந்து ஓர் அறையில் வசிக்கிறார்."

மூவரும் அமைதியாக அங்கிருந்து நடக்கிறார்கள்.

"இந்த அரண்மனையைக் கட்டிய பிறகு அவர் கவனம் அருகிலிருக்கும் புனித யோவான் குருமடத்தின் பக்கம் திரும்பியது."

★★★

"ஃபாதர் ரெக்டர், உங்களைக் கர்தினால் சந்திக்க விரும்புகிறார்?"

"ஏன் என்ன காரணம்?"

"தெரியவில்லை. மாலையில் அவர் இங்கு வருவார்."

குருமடத்தின் அதிபருக்கு எதுவும் புரியவில்லை. ஆனால் கர்தினாலுடனான சந்திப்பு எதிர்பார்க்கும் அளவுக்கு நன்றாக இருக்கப்போவதில்லை என்று புரிந்தது.

கர்தினால் ஓ'க்கானல் அமைதியாக குரு மடத்தில் நுழைகிறார். குரு மாணவர்கள் அவருக்குக் கதவை திறக்கிறார்கள். குருமடத்தின் அதிபரும் ஏனைய ஆசிரியர்களும் அவருடைய மோதிரத்தை முத்தமிட்டு ஆசி பெறுகின்றனர். பல வருடங்களுக்கு முன் தான் வெளியேற்றப்பட்டது இதே வழியில்தான் என்பது அவருக்கு நினைவில் வந்து சென்றது.

"உன்னால் குருவாக முடியாது ஓ'க்கானல். நீ வேறொரு வாழ்வைத் தேர்ந்தெடுத்துக் கொள்."

கண்ணீருடன் தன் உடைமைகளை எடுத்துக்கொண்டு சிறுவனான ஓ'க்கானல் வெளியேறுகிறார்.

இப்போது சுவரில் தன்னை வெளியேற்றிய அதிபரின் படம் இருந்தது. அதனருகில் சென்று உற்று நோக்குகிறார்.

"இப்போது இவர் எங்கிருக்கிறார்?" சுற்றியிருந்த குருக்களை வினவுகிறார்.

"பெரும் மதிப்புக்குரியவரே, அவர் இறந்து இதோ நம் கல்லறைத் தோட்டத்தில் அடக்கம் செய்யப்பட்டுவிட்டார்." மடத்தின் அதிபர் குருமட சிற்றாலயத்தின் முன்பிருந்த கல்லறைத் தோட்டத்தை காண்பிக்கிறார்.

ஜன்னல் வழியாகத் தெரிந்த கல்லறையின் முன்பு கைகட்டி நின்று, "எனக்கு அவர் அதிபராக இருந்தார்" என்றார் மௌனமாக. சுற்றியிருந்தவர்கள் கர்தினாலின் இரக்கத்தை மனதுக்குள்ளாக மெச்சினார்கள்.

அதிபரும் கர்தினாலும் பேசிக்கொண்டே அலுவலகத்துக்குள் நுழைந்தார்கள்.

“ஃபாதர். சல்பிஷியர்களின் தேவை பாஸ்டனில் தீர்ந்துவிட்டதென்று நான் நினைக்கிறேன்.”

“பேரருள் தந்தையே, எங்களிடம் எதுவும் குற்றம் இருக்கிறதா? பாஸ்டன் மறைமாவட்டத்துக்கு அற்புதமான குருக்களை உருவாக்கித் தந்து கொண்டிருக்கிறோம். பல வருடங்களாக நாங்கள் இங்கேதானே இருக்கிறோம்?”

“பதற்றப்படாதீர்கள் ஃபாதர். உங்களிடம் எந்தக் குற்றமும் இல்லை. ஆனால் குருமடத்தை மறைமாவட்ட குருக்களே நிர்வகிக்க ஏற்பாடு செய்யலாம் என்றிருக்கிறேன்.”

இப்போது அதிபரால் வேறெதுவும் பேச முடியவில்லை. சிறிய அமைதிக்குப் பிறகு “நாங்கள் எங்கே போவோம்?” அதிபரின் குரல் இப்போது உடைந்துவிடுவது போன்றிருந்தது.

“அது என் பிரச்சினையில்லை” கர்தினாலின் குரலில் இரக்கம் துளியும் இல்லை.

“எப்போது கிளம்ப வேண்டும்?”

“இன்றே கிளம்பினாலும் பிரச்சினையில்லை. ஆனால் ஒரு மாதத்துக்குப் பிறகு புதிய நிர்வாகம் அமைக்கப்படும்.”

எழுந்து தன் மோதிரத்தை அதிபரிடம் நீட்ட கட்டுப்படுத்திக் கொண்ட அழுகையுடன் முழந்தாளிட்டு மோதிரத்தை முத்தம் செய்தார்.

ஒரு மாதத்துக்குள்ளாகவே சல்பிஷியர்கள் குருமடத்தை விட்டு கிளம்பினார்கள். அடுத்த கொஞ்ச நாளில் மீண்டுமாக சல்பிஷிய அதிபர் கர்தினாலால் அழைக்கப்பட்டார்.

“புரிந்துகொண்டு வேகமாக நகர்ந்தமைக்கு நன்றி.”

“இருக்கட்டும் தந்தையே. உங்கள் விருப்பம் நிறைவேறியதல்லவா? அது போதும் எங்களுக்கு.”

“ஃபாதர் விருப்பம் முழுவதுமாக நிறைவேறவில்லை.

அதற்காகத்தான் உங்களை அழைத்தேன்."

அதிபர் குழப்பமாக கர்தினாலைப் பார்க்கிறார்.

"உங்களை உங்கள் உடைமைகள் அனைத்தையுமல்லவா எடுத்துச் செல்லச் சொன்னேன்?"

"ஆம்."

"இறந்த உங்கள் சல்பிஷியர்கள் எங்களிடம் விட்டுச் சென்றால் எப்படி?"

கர்தினால் சிற்றாலயத்தின் முன்னிருந்த கல்லறையைக் கைகாட்டிக் கொண்டிருந்தார்.

"ஆனால் தந்தையே அவர்கள் இறந்து அடக்கம் செய்யப்பட்டவர்கள்?"

"அதனாலென்ன. இது இப்போது எங்கள் நிர்வாகம். இறந்தவர்கள் உங்கள் நிர்வாகத்தின் கீழல்லவா வருவார்கள்?"

"இப்போது எங்களை என்ன செய்யச் சொல்கிறீர்கள்?"

"அவர்களைத் தோண்டி எடுத்துச் சென்று உங்கள் இடத்தில் புதைத்துக் கொள்ளுங்கள்."

"இக்கல்லறை சிறிய இடம் தானே? இவர்கள் இங்கேயே அமைதியில் துயிலட்டுமே?"

"ஃபாதர், நான் உங்கள் பேராயர். கத்தோலிக்க மரபின் இளவரசர் நிலையில் இருப்பவர் நான். என்னிடம் எதிர்வாதம் செய்வதை நான் விரும்புவதில்லை. நான் சொன்னால் நீங்கள் செய்ய வேண்டும்."

"மன்னிக்கவும் தந்தையே, ஆனால் இறந்தவர்களை வெளியில் எடுக்கும் அளவுக்கு இவ்விடத்தின் தேவையை முன்னாள் அதிபர் என்கிற முறையில் அறிய விழைகிறேன்." அதிபரின் கண்களில் சீற்றம் தெரிந்தது.

தன் குரலைச் செருமிக்கொண்டு கர்தினால் பேச ஆரம்பித்தார், “ஃபாதர் நானொரு கால்லீ இன நாய் வளர்ப்பது உங்களுக்குத் தெரியுமல்லவா?”

“ஆம், அதன் பெயர் சீசர் என்பதையும் அறிவேன்.”

“நல்லது. சீசர் கோடையில் குளித்து மகிழ இவ்விடத்தில் ஒரு நீச்சல் குளம் அமைக்கப்போகிறேன்” என்றார்

★★★

இருவரும் ஒருவரையொருவர் எதுவும் சொல்லாமல் பார்த்துக் கொள்கிறார்கள்.

மூவரும் கர்தினால் அரண்மனையிலிருந்து கீழிறங்கிச் செல்லும் சாலையின் வழியாக வில்லியம் ஓ'க்கானலைப் பற்றிப் பேசிக் கொண்டு நடந்து வந்தார்கள். அரண்மனையின் முன்பு பரந்து விரிந்திருந்த கால்ஃப் மைதானம் இப்போது அவர்களின் வலப்புறம் இருந்தது. அதே பக்கத்தில் ஒரு சிற்றாலயம் இருந்தது. அதிலிருந்து பாஸ்டன் கல்லூரி மாணவிகள் தங்கள் பாலே நடன உடுப்புடன் வெளியே வந்தார்கள்.

“இந்தக் கட்டிடத்தை நன்றாகப் பார்த்துக் கொள்.” என்று கியாராவிடம் கார்ட்டர் கட்டளையிட்டார். அண்ணாந்து ஜூடும் கியாராவும் கட்டிடத்தைப் பார்க்கிறார்கள். பின் ஒருவரையொருவர் நோக்கி உதட்டைப் பிதுக்கிக் கொள்கிறார்கள். கார்ட்டர் கதையைத் தொடர்ந்தார்.

“பாஸ்டன் இதுவரை சந்தித்த அதிகாரமிக்க கர்தினாலாக வில்லியம் ஓ'க்கானல் இருந்து வந்தார். விமர்சனங்களை இடக்கையால் ஒதுக்கிவிட்டுத் தம் போக்கில் சென்று கொண்டிருந்தார். செல்வந்தர்களின் விருந்துக்கு அழைக்கப்பட்டால் அவர்களிடம் அவர் கேட்கும் முக்கியமான கேள்வி: ‘என்னைத் தவிர வேறு யாரை விருந்துக்கு அழைத்திருக்கிறீர்கள்?’ பெரும்பாலும் நகர மேயர் அழைக்கப்பட்டிருப்பார். அப்போது அவர்களிடம்

அவரிடும் கட்டளை, ‘உங்கள் மேயர் உங்கள் கர்தினால் இவர்களில் ஒருவரைத்தான் நீங்கள் அழைக்க முடியும். மேயர் அழிந்துபோகும் உலகத்தின் அதிகாரத்தை உடையவர். உங்கள் கர்தினாலின் அதிகாரம் கடவுளிடமிருந்து வந்தது. என்னுடைய அதிகாரம் மாறவே மாறாதது’. தடுமாறிப் போகும் செல்வந்தர்கள் பெரும்பாலும் கர்தினால் வரும் விருந்துகளில் மற்ற பெரும்புள்ளிகளைக் கூப்பிடாமல் தவிர்த்தார்கள். இப்படியாக கத்தோலிக்க அதிகாரத்தைப் பாஸ்டனில் நிறுவிய ஓ'க்கானல் தனது பதவிக் காலத்தில் வெளிப்படையாக ‘பியூரிட்டர்கள் இவ்விடத்தை விட்டுச் சென்றனர், கத்தோலிக்கர்கள் தங்களுக்குச் சொந்தமாக்கிக் கொண்டார்கள்’ என்று அறிவித்தார்.”

அவர்கள் முன்பு இப்போது மாபெரும் கட்டிடம் நின்றது. கற்களைக் கொண்டு கட்டப்பட்ட அக்கட்டிடத்தின் பின்புறம் அவர்கள் நடந்துசென்றார்கள். அங்கே வானத்தைப் பார்த்தவாறு கையில் ஒரு சுருளேட்டுடனிருந்த இளைஞனின் சிலை இருந்தது. அவன் காலருகில் கழுகொன்றின் உருவமும் இருந்தது.

“இதுதான் புனித யோவான் குருமடம்.”

அக்கட்டிடத்தின் வழியாக நடக்கும்போதே ஏதோ மத்திய காலத்தில் இருப்பது போன்ற உணர்வேற்பட்டது. உள்ளுக்குள் குருமாணவர்கள் லத்தீன் மொழியில் பாடும் கிரோகோரியப் பாடல் மெலிதாக வெளியில் ஒலித்தது.

“கர்தினாலுக்கு வயதாக ஆரம்பித்தது. அவர் மனக்கண் முன்பாகப் பாதி அழுகிய பிணங்களைத் தோண்டியெடுத்துச் சென்ற சம்பவம் வந்து போனது. எனவே தனது உயிலில் தன் சவத்தை நாற்பதடி ஆழத்தில் புதைத்து அதன் மீது சிற்றாலயம் கட்ட விருப்பம் தெரிவித்திருந்தார். அவர் இறந்தபின் அவ்வாறே நிகழந்தது. வழியில் கண்பித்த சிற்றாலயம் தான் அது.”

ஜூட் இப்போது குரலுயர்த்தி, “அப்படியானால் நாம் உள்ளே சென்று அவரின் நினைவிடத்தைப் பார்த்திருக்கலாமே?” என்றான்.

"அவர் இப்போது அங்கில்லை."

"என்ன சொல்கிறீர்கள் கார்ட்டர்? ஏன்? என்னவானது?" ஆச்சரியத்துடன் கியாரா கேட்டாள்.

"வருடங்கள் உருண்டோடின. சிறுவர்களின் மீதான பாலியல் அத்துமீறல்களில் மறைமாவட்டத்துக்கு இருந்த நெருக்கடியில் பெரும்பாலான இடங்கள் விற்கப்பட்டன. கர்தினால் நினைவிடச் சிற்றாலயமும் விற்கப்பட்டது. அதை வாங்கிய பாஸ்டன் கல்லூரி சிற்றாலயத்தை நடன அரங்கமாக்க முனைந்தது. அதற்காக நாற்பதடியில் புதைக்கப்பட்ட கர்தினாலின் சவம் தோண்டியெடுக்கப்பட்டது. இப்போது இதோ இங்கே மறு அடக்கம் செய்யப்பட்டிருக்கிறார்."

கார்ட்டர் சுட்டிக்காட்டிய மூலையில் ஆரவாரமின்றி இருந்தது கர்தினாலின் கல்லறை. எதிரில் குருமடச் சிற்றாலயம் இருந்தது. கல்லறைக்கும் சிற்றாலயத்துக்கும் இடையில் புல் தரையிருந்தது. அதன் மையத்தில் அன்னை மரியாள் குழந்தை ஏசுவை ஏந்திக் கொண்டிருக்கும் சொரூபமிருந்தது.

"இதில் கவனிக்க வேண்டியது என்னவென்றால், இதே புல் தரையில்தான் சல்பிஷியர்களின் கல்லறை இருந்தது. பின் கர்தினாலின் நாய் நீந்த நீச்சல் குளம் அமைக்கப்பட்டது. பின்னர் அவரது மறைவுக்குப் பின்னர் புல் தரை அமைக்கப்பட்டு மரியாவின் சொரூபம் ஸ்தாபிக்கப்பட்டது. இப்போது அதைக் கர்தினால் என்றென்றும் நோக்கியிருக்கும்படி ஆனது."

மூவரும் கர்தினாலின் கல்லறையைப் பார்த்துக் கொண்டிருந்தார்கள். உள்ளிருந்து கட்டையான ஒரு குருமாணவன் இவர்கள் மூவரையும் நோட்டமிட்டுக் கொண்டிருந்தான். அவனைப் பார்த்ததும் கார்ட்டர் ஒரு கெட்ட வார்த்தையை வாய்க்குள்ளாக முணுமுணுத்துக் கொண்டார். மூவரும் அங்கிருந்து நகர்ந்தார்கள்.

"கியாரா, இப்போது சொல் உனக்குக் கடவுளிடமிருந்து அதிகாரம்தான் வேண்டுமா?"

கியாரா என்ன சொல்வதென்று தெரியாமல் கார்ட்டரை நோக்கிக் கொண்டிருந்தாள்.

“இருபக்கம் வெட்டக் கூடிய எந்த வாளினும் அதிகாரம் மிகக் கூர்மையானது” என்றார் கார்ட்டர்.

வரவிருக்கும் தலைமுறையினர்

மறுநாள் காலை அவர் அவர்களிடம் வந்த போது, "ஆண்டவரே, எங்கு சென்றிருந்தீர்கள்? எங்களை விட்டகன்று என்ன செய்து கொண்டிருந்தீர்கள்" என்றார்கள். இயேசு அவர்களிடம், "நான் வரவிருக்கும் தூய சந்ததியினரிடம் சென்றிருந்தேன்" என்றார்.

அவருடைய சீடர்கள், "ரபி, இப்புவியில் வசிக்காத நீங்கள் சொல்லும் அவர்கள் எங்களைவிட எந்த விதத்தில் சிறந்தவர்கள்?"

இதைக் கேட்ட இயேசு சிரித்துக்கொண்டே, "உங்கள் உள்ளத்துக்குள் வலிமையான அத்தலைமுறையினரைக் குறித்துக் கலங்குவதேன்? உங்களில் யாரும் அவர்களைக் காணப் போவதில்லை, வானகசேனைகளோ நட்சத்திரங்களோ அவர்களை வெற்றி கொள்ளாது, இவ்வுலகைச் சார்ந்த இறப்புக்குரிய எதுவும் அவர்களுடன் இணைந்து கொள்ளாது. ஏனெனில் அவர்களின் அதிகாரம் ஆட்சியாளர்களிடமிருந்து வந்ததல்ல" என்றார்.

இதைக் கேட்ட சீடர்கள் உள்ளம் கலங்கியிருந்தார்கள். எவராலும் எதுவும் பேச இயலவில்லை.

சீடர்களின் காட்சி மற்றுமொரு நாள் இயேசு அவர்களிடம் வந்தபோது, "ரபி, நேற்றிரவு கனவில் உங்களைக் கண்டோம்" என்றார்கள்.

இயேசு அவர்களிடம், "நீங்கள் கண்டதை விவரியுங்கள்" என்றார்.

"நாங்கள் பெரியதொரு அரண்மனையில் இருந்தோம். அங்கொரு பெரிய பலி பீடம் இருந்தது. அதனருகே பன்னிருவர் குருக்களைப் போல நின்றிருந்தார்கள். அவர்களின் பெயர்கள் அங்கே பொறிக்கப்பட்டிருந்தன. அவர்களைச் சூழ்ந்து பெரும் கூட்டமிருந்தது. குருக்கள் தங்கள் காணிக்கைகளைப் பெற்றுக் கொண்டிருந்தார்கள். நாங்களும் மற்றவர்களும் காத்திருந்தோம்."

இயேசு அவர்களிடம் "அவர்கள் பார்ப்பதற்கு எப்படியிருந்தார்கள்?" எனக் கேட்டார்.

"சிலர் வாரக் கணக்கில் உண்ணா நோன்பிருந்தவர்களைப் போலிருந்தனர். சிலர் தங்கள் குழந்தைகளையும் துணைவியரையும் பலியிட்டார்கள். சிலர் ஆண்களைப் புணர்ந்து கொண்டிருந்தார்கள். சிலர் கொலை செய்தார்கள். மற்றும் சிலர் விலக்கப்பட்ட அனைத்துக் குற்றச் செய்களையும் செய்து கொண்டிருந்தார்கள். பலி பீடத்தின் முன் நின்றிருந்தவர்கள் உமதுப் பெயரை ஜபித்துக் கொண்டிருந்தார்கள். பலி பீடம் காணிக்கைகளால் நிறைந்தது." இதைச் சொல்லி முடித்து உள்ளம் கலக்கமுற்று அமைதியாக அவர்கள் நின்று கொண்டிருந்தார்கள்.

இயேசு அவர்களிடம், "நீங்கள் உள்ளம் கலங்குவதேன்? பலி பீடத்தினருகில் நின்றிருந்த குருக்கள்கள் அழைத்தது என் நாமத்தையே. ஆனால், என் பெயரால் அவர்கள் கனி தரா மரங்களை நட்டுவிட்டார்கள்." மேலும் அவர், "காணிக்கைகளைக் கடவுளின் பெயரால் பெற்றுக் கொண்டவர்கள் நீங்களே. நீங்கள் கடவுளுக்குப் பணிபுரிவதால் உங்கள் பெயர்கள் அங்கே பொறிக்கப்பட்டிருந்தன. கடவுளுக்குப் பலி செலுத்த வந்த பெரும் கூட்டத்தினரை வழிதவறச் செய்துவிட்டீர்கள். உங்கள் மரபினர் என் பெயரால் மீண்டெழுவார்கள். அவர்கள் கடவுளுக்கும் அவருடைய மக்களுக்கும் விசுவாசமாய் இருப்பார்கள். அதன்பின் வருபவர்கள் நீங்கள் சொன்ன குற்றச் செயல்களான பெண்களையும் குழந்தைகளையும் தவறான இச்சைகளுக்குப் பயன்படுத்துவது போன்ற மாபாதகச்

செயல்களைப் புரிவார்கள். இவர்கள் போலி குருக்கள்கள்.

தங்களை வானவர்களுக்கு நிகராகக் கருதிக்கொள்ளும் இவர்கள், 'எங்கள் கரத்தினாலன்றி வேறெவராலும் கடவுளுக்கு உண்மையான பலி செலுத்த முடியாது' என்பார்கள். இந்த நேர்மையற்றவர்களைக் குறித்து எச்சரிக்கையாக இருங்கள். இறுதி நாளில் இவர்களின் குற்றங்களுக்கான தீர்ப்பைப் பெறுவார்கள்," என்றார்.

மேலும் அவர் அவர்களிடம் கூறியதாவது, "உங்கள் வேண்டுதல்கள் நிறைவேற விலங்குகளைப் பலியிடாதீர்கள். உங்கள் உள்ளங்களைக் கடவுள் அறிவார். உங்களுடன் இருப்பவையுடன் சேர்ந்து மனத் தெளிவடையுங்கள். இதுதான் இனி செலுத்தப்படும் பலியாக இருக்கட்டும். விலங்குகளைக் கொல்வதைவிட மனத்தெளிவடைதல் கடினமானது."

"ஆண்டவரே வானவர்களை ஏமாற்றி நாங்கள் செய்த பாவங்களை எங்களிடமிருந்து கழுவிவிடும்."

"அது சாத்தியமல்ல. உலகில் பற்றியெரியும் நெருப்பை ஒரே நீரூற்று அணைத்துவிடாது. ஒற்றை விளக்கு உலகனைத்தையும் ஒளிபெறச் செய்துவிடாது. காத்திருங்கள். வரவிருக்கும் தலைமுறையினருக்காகக் காத்திருங்கள்."

இதைக் கேட்ட சீடர்கள், "ஆண்டவரே எங்களைக் காப்பாற்றும்!" என்று கதறினார்கள்.

"என்னை மட்டும் சார்ந்திருப்பதை முதலில் நிறுத்துங்கள். வரவிருக்கும் தலைமுறையினரைப் போல உங்களுக்குக் கொடுக்கப்பட்ட அறிவையும் நல்லிதயத்தையும் உபயோகியுங்கள். நீங்கள் வானத்தின் கோள்களாலும் நட்சத்திரங்களாலும் வழி நடத்தப்படுவதாக நினைக்கிறீர்கள். மறை இவை எதுவும் பாதிக்காது."

18

புதிய சூழல் புதிய மனிதர்கள் யூதாஸுக்கு ஆறுதலைக் கொடுத்தார்கள். இதமான சூரியனுக்கு முகம் கொடுத்து யூதாஸ் அமர்ந்திருந்தார். வனத்தில் கிடைக்கும் விதவிதமான பழங்கள் அவருக்கு உணவாகின. தூரத்தில் மக்கள் வாழிடம் இருப்பதற்கு அடையாளமாகப் புகை வந்துகொண்டிருந்தது. மக்களின் இரைச்சல் காட்டை எட்டும்போது வடிகட்டப்பட்டு முறையாக வந்தது. இப்புதிய மக்கள் தன்னை ஏற்றுக் கொள்வார்களா என்ற சந்தேகம் அவருக்குள் எழுந்த வண்ணமிருந்தது. இறைவேண்டல் செய்யும் போதெல்லாம் கண்ணீர் பெருக்கெடுத்து ஓடியது. யூதாஸின் முகத்தில் இப்போது நிலையான சாந்தம் குடிகொண்டிருந்தது. காடுகளில் வாழும் சிட்டுக் குருவிகளின் கீச்சொலிகள் 'யூதாஸ் யூதாஸ்' என்று தன்னை அழைப்பது போலிருந்ததை உணர்ந்தார். குருவிகளும் அணில்களும்தான் அவனுக்கு ஆறுதலாக இருந்தன. சூரியன் அஸ்தமிக்கும் நேரத்தில் ஓநாய் ஒன்று ஓலமிடத் தொடங்கும். அதைத் தொடர்ந்து அருகிலிருக்கும் நகரத்தை அமைதியானது புகைப் படலமாக மூடிக்கொள்ளும். யாரும் வெளியில் வர பயந்தார்கள். யூதாஸுக்கு வெகுநாள்களாகக் காட்டில் வாழ்ந்தாலும் இன்னும் ஒருமுறை கூட அவர் அந்த ஓநாயைப் பார்த்ததில்லை. அன்றைய ஊளைச் சத்தம் அடங்கியதும் கிராமத்திலிருந்து ஒளிவெள்ளம் ஒன்று காட்டை நோக்கி

வருவது தெரிந்தது. யூதாஸ் எதிர்கொண்டு யாரென்று பார்த்தார். அக்கிராமவாசிகள் நிலைகொள்ளாமல் கையில் ஆயுதங்களுடன் வந்து கொண்டிருந்தார்கள். யூதாஸைப் பார்த்ததும் அவர்கள் என்னென்னவோ சொல்ல ஆரம்பித்தார்கள். அவருக்கு ஒன்றும் புரியவில்லை. அப்போது யூதாஸின் காதுகளில் 'அவர்களில் ஒருவனைத் தொடு' என்ற குரல் ஒலித்தது. அவரும் அவ்வாறே அங்கிருந்த இளைஞர் ஒருவரை கைநீட்டித் தொட்டார். திடீரென யூதாஸின் காதுகளில் 'பட்டென' ஏதோ திறந்த சப்தம் கேட்டது. அவருக்குக் கொஞ்சம் தலைச்சுற்றல் உண்டாகி அடங்கியது.

"உங்களுக்கு ஏதும் பிரச்சனையா?" அங்கிருந்த ஒருவர் யூதாஸைப் பிடித்து உலுக்கிக் கொண்டிருந்தார். யூதாஸுக்கு அவர்கள் பேசும் மொழி புரிவதில் ஆச்சரியம். எப்படி ஒரே நிமிடத்தில் நம் மொழியைக் கிரகித்துக் கொண்டார்கள்? "இல்லை, நான் நலமாக இருக்கிறேன். ஏன் இப்படி ஆயுதங்களுடன் வருகிறீர்கள்?" தனக்குத் தெரிந்த அரமேய மொழியில் பேசினார்.

"அதுதான் சொன்னோமே, எங்கள் சிறுமி ஒருத்தியை அந்தப் பொல்லாத ஓநாய் இன்று தூக்கிச் சென்றுவிட்டது." யூதாஸ் தன் மொழியில் பேசினாலும் அவர்களுக்கு அவரவர் மொழியில் கேட்கிறது என்ற அதிசயம் புரிந்தது. பேசிக்கொண்டிருக்கும் போது ஓநாய் பலமாக ஊளையிட்டது. மக்கள் நடுங்கத் தொடங்கினார்கள்.

யூதாஸும் மற்றவர்களும் காட்டுக்குள் நுழைந்தார்கள். இருளப்பிக் கிடந்த காட்டில் திக்குத் தெரியாமல் தடுமாறினார்கள். ஊளைச் சத்தம் வந்த இடத்தை ஊகித்தறிந்து மெல்ல நடந்தார்கள். யூதாஸ் தீப்பந்தத்துடன் இறைவேண்டல் செய்தவாறே சென்று கொண்டிருந்தார். அவருக்கு எதிரில் சில அடி தூரத்தில் பற்றியெரியும் விழிகளுடன் ஏதோ ஒன்று புதருக்குள் நின்றிருந்தது. யூதாஸ் தீப்பந்தத்தை இங்குமங்குமாக அசைத்தார். சிதறிய ஒளி புதரில் பட்டு அந்தக் கருத்த ஓநாயை அவருக்குக் காட்டியது. அதன் கூரிய முகம் முழுவதும் இரத்தம் சொட்டிக் கொண்டிருந்தது. மெலிந்திருந்த அதன் உருவத்தைக் கொண்டு

சிறுமியை எப்படித் தூக்கி வர முடியும் என்ற சந்தேகம் வந்தது. மேலும் இங்குமங்குமாக தீப்பந்தத்தை ஆட்ட எரிச்சலடைந்த ஓநாய் சீற்றத்துடன் அவர் மேல் பாய்ந்தது. அதன் கூரிய பற்கள் அவர் முகத்தைத் தொடும் முன்பாக அதன் எச்சில் அவர்மீது வடிந்தது. யூதாஸின் கரங்கள் அதன் தாடையை விரித்துப் பிடித்தன. தன் பலம் முழுவதையும் பிரயோகித்து ஓநாய் அவரைக் கடிக்க முனைந்தது. தன் கால்களைப் பக்கவாட்டில் உபயோகித்து ஓநாயை எட்டி உதைத்துத் தூக்கியெறிந்தார். ஈனக்குரலெழுப்பி விழுந்த ஓநாய் இப்போது மேலும் அவரைத் தாக்க முனைந்தது. இப்போது அது நொண்டி வருவதைப் பார்த்த யூதாஸ் அதன் கால்களைக் கவனிக்கலானார். அமைதியாக அமர்ந்து ஓநாயை அழைக்கவே அது பழகிய நாயைப் போல அவரருகில் வந்தமர்ந்து தன் முன்னங்கால் பாதத்தைக் காண்பித்தது. அதில் பெருமுள்ளானதொன்று தைத்துச் சதை அழுகிப் போயிருந்தது. அதனால் ஏற்பட்ட வலி ஓநாயை மூர்க்கமாக்கியிருந்தது. அந்தக் காயம் இயேசுவின் கரங்களில் ஆணிகளால் ஏற்பட்ட காயத்தை நினைவுபடுத்த யூதாஸுக்குப் பீறிட்டுக்கொண்டு அழுகை வந்தது. ஓநாய் ஒன்றும் புரியாமல் அவரை அமைதியாகப் பார்த்துக் கொண்டிருந்தது. பின்னர் கண்ணீரைத் துடைத்து ஓநாயின் பாதங்களைத் தொட்டார். அடர்கண்ணீரின் ஈரம் ஓநாயின் காயத்தைக் குணமாக்கியது. நன்றியுடன் ஓநாய் அவர் கரங்களை நக்கிக் கொடுத்தது. இதனிடையில் சிறுமியைத் தேடிக் கொண்டிருந்த கிராமத்தார் யூதாஸையும் ஓநாயையும் பார்த்துத் திகைத்து நின்றார்கள். சிறுமியைக் கொன்ற ஓநாயைக் கொல்ல ஈட்டிகளை ஓங்கினர்.

“நிறுத்துங்கள். ஓநாயைக் கொல்ல வேண்டாம். சிறுமி அதோ அப்புதரில் இருக்கிறாள்.”

புதரினுள் சென்ற சிலர் வெளியில் வந்து வாந்தியெடுக்க ஆரம்பித்தார்கள். அதிலொருவர் நெஞ்சில் அடித்துக் கொண்டு அழ ஆரம்பித்தார். சிறுமி இறந்துவிட்டாள் என்பதைத் தெரிந்துகொண்ட யூதாஸ் புதருக்கருகில் சென்று அவர்களை நோக்கி, “நம்பிக்கையோடிருங்கள்” என்றார். பின்னர் புதருக்குள்

சென்றபோது வயிறு குதறப்பட்டு சிறுமி குடல் சரிந்து இறந்து கிடப்பதைப் பார்த்தார். அவளின் பிஞ்சு கையொன்று சற்று விலகித் தனியாகக் கிடந்தது. திரும்பி ஓநாயைப் பார்த்தார். “என்ன காரியம் செய்தாய்!” என்று சொல்லிக்கொண்டு புதருக்கருகில் மண்டியிட்டு இறைவேண்டல் செய்ய ஆரம்பித்தார். குற்றவுணர்ச்சியை வெளிப்படுத்தும் விதமாக ஓநாய் அமைதியாகத் தரையில் கண்மூடிக் கிடந்தது. சிறிது நேரத்தில் சிறுமியின் ஒன்றுசேர்க்கப்பட்ட உடலை யூதாஸ் தூக்கி அழுது கொண்டிருந்தவரிடம அழைத்து ஒப்படைத்தார். அவள் உடலில் சின்னக் கீறல் கூட இப்போதில்லை. சிறுமியைப் பெற்றுக்கொண்டவருக்கு ஆச்சரியம் தாங்க முடியவில்லை. அவரிடம் யூதாஸ், “சிறுமி உறங்குகிறாள் விடிந்ததும் விழித்துக் கொள்வாள்” என்றார். வந்திருந்த யாவருக்கும் இதை நம்ப முடியவில்லை. ஏதும் சொல்லாமல் சிறுமியின் உடலைப் பெற்று வீடு திரும்பினர்.

விடிந்ததும் மக்கள் திரள் காட்டுக்குள் ஆரவாரமாக நுழைந்தனர். யூதாஸ் அமைதியாக இறைவேண்டலில் இருந்தார். அவருக்கருகில் கறுப்பு ஓநாய் படுத்திருந்தது. மக்களின் வருகையைத் தலை தூக்கிப் பார்த்த ஓநாய் வேறொருபுறமாகத் திரும்பிப் படுத்துக் கொண்டது. மக்களை வரவேற்ற யூதாஸ் முன்னால் காப்பாற்றப்பட்ட சிறுமி நின்றிருந்தாள். அவளின் தலையைக் கோதிவிட்ட யூதாஸ் மக்களை உற்றுநோக்கினார். அவர்கள் கண்களில் நன்றி தெரிந்தது.

“நீங்கள் யாரென்று எங்களுக்குத் தெரியாது. ஆனால் எல்லாம் வல்ல தாத்தா உங்களை எங்களிடம் அனுப்பியிருக்க வேண்டும். இதுநாள் வரை இதுபோன்றவொன்றை நாங்கள் கண்டதில்லை” என்று சொல்லி ஊரின் பெரியவராக இருந்தவர் அவர் முன் மண்டியிட அனைவரும் யூதாஸ் முன் மண்டியிட்டனர்.

“நிறுத்துங்கள்!” என்று பெருங்குரலெடுத்துக் கத்தினார் யூதாஸ். “நான் கடவுளல்ல. கடவுளால் அனுப்பப்பட்டவனும் அல்ல” என்று சொல்லி அவர்களை எழுந்து கொள்ள உத்தரவிட்டார். அவரைத் தங்களுடன் தங்க வருமாறு மக்கள் வற்புறுத்தியதால்

அவர் அவர்களுடன் சென்றார். தன் ஓநாயுடன் யூதாஸ் அந்தக் கிராமத்தினுள் நுழைந்தார். அரண் சூழ்ந்த அந்தக் கிராமம் முழுவதும் மக்கள் மிக நெருக்கமாக வசித்தார்கள். நகரின் மையத்தில் வாழ்வு மற்றும் சாவை நிர்ணயிக்கும் கடவுளான தாக்தாவுக்கு கோவில் ஒன்றிருந்தது. அதைச் சூழ்ந்து கன்றுக் குட்டிகளின் தலைகள் கிடந்தன. அதன் இறைச்சி அருகில் சுட்டெரிக்கப்பட்டு மக்களுக்கு வழங்கப்பட்டுக் கொண்டிருந்தது. அக்கடவுளின் குருக்கள் என்று அறியப்பட்டவர்கள் தலை மழிக்கப்பட்டவர்களாகப் பலியிட்ட விலங்கின் இரத்தத்தை மேலெங்கும் பூசியிருந்தார்கள். யூதாஸின் வருகையை அவர்கள் சந்தேகத்துடன் நோக்கியிருந்தார்கள்.

அக்கிராமத்தினரின் கண்களில் ஏதோ ஓர் ஏக்கம் தெரிந்தது. ஒவ்வொரு வீட்டிலும் பசுக்களும் செம்மறி ஆடுகளும் இருந்தன. வயதான பெண்கள் சிலர் அவைகளிலிருந்து பால் கறந்து கொண்டிருந்தனர். வேட்டையாடுவதையும் அம்மக்கள் பின்பற்றியதன் பயன் அவர்கள் ஆடைகளில் தெரிந்தது. விலங்குகளின் தோல்களைக் கொண்டு ஆடைகள் அணிந்திருந்தனர். பெண்கள் விலங்குகளின் மேற்தோலிலிருந்த மென்மயிர்களைக் கொண்டு அலங்கரித்த நீண்ட ஆடை உடுத்தியிருந்தனர். யூதாஸ் பார்த்துக் கொண்டிருந்த போது இளைஞன் ஒருவன் தன் காதலியைத் தனிமையில் அழைத்துப் பேரார்வத்தோடு முத்தமிட்டுக் கொண்டிருந்தான். யாரும் அதைக் கவனிக்காதது போல் கடந்து சென்றார்கள். முதியவர் ஒருவர் தோலால் செய்யப்பட்ட மேளத்தை வாசித்துக்கொண்டிருந்தார். அதற்கேற்றாற்போல சிறுவர்கள் விளையாடிக் கொண்டிருந்தனர். யூதாஸ் தன் ஓநாயுடன் ஊர்த் தலைவரின் வீட்டுக்குள் நுழைந்தார். கனல் மூட்டப்பட்ட அடுப்பு வீட்டின் மையத்திலிருந்தது. அதற்கு மேல் விறைத்துப் போன விலங்கொன்று பாதி வெந்த நிலையில் கம்பியில் சொருகப்பட்டுக் கிடந்தது. பெண்கள் யூதாஸை வரவேற்றார்கள். சிறுவர்கள் தயங்கித் தயங்கி ஓநாயைத் தொட முற்பட்டார்கள். ஓநாய் அவர்களின் தொடுகைக்காகக் கழுத்தை நீட்டிக் கொடுத்தது.

“நீங்கள் எங்கிருந்து வருகிறீர்கள்?”

“யூதேயாவிலிருந்து.”

“நாங்கள் கேள்விப்பட்டதில்லை.”

“இது எந்த இடம்?”

“தெரியாமல்தான் இந்த இடத்துக்கு வந்தீர்களா?” சிரித்துக்கொண்டு வினவிய தலைவரைக் கண்டு மற்றனைவரும் சிரிக்கிறார்கள்.

“ஆம், நான் இங்கு எப்படி வந்தேன் என்பது எனக்குத் தெரியாது. இவ்விடத்தின் பெயரென்ன?”

“நூஸ்க்வாம்.”

யூதாஸ் அதன் பெயரைச் சொல்ல முற்பட்டு இயலாமல் விழிக்கிறார்.

“நீங்கள் எப்படி அந்தச் சிறுமிக்கு மறுவாழ்வு கொடுத்தீர்கள்?”

“நானல்ல. என் ஆண்டவர். அவர்தான் அந்தச் சிறுமியை உயிர்ப்பித்தார்.”

“எல்லாம் வல்ல தாக்தாவைச் சொல்கிறீர்களா?”

“இல்லை.”

“மரணத்தின் தேவதை மோரிகனைச் சொல்கிறீர்களா?”

“இல்லை.”

“லாக், க்கூகுளேன், தனு இவர்களில் ஒருவரா?”

“இல்லை.”

“இவர்களன்றி வேறு தெய்வங்களை எங்களுக்குத் தெரியாது. உங்களின் கடவுளர்களைக் குறித்து எங்களுக்குச் சொல்லுங்கள்.”

"எங்களுக்கு இருப்பது ஒரேயொரு இறைவன். அவரின் மகனை இவ்வுலகுக்கு அனுப்பினார். அவரின் வழியாக நாங்கள் வாழும் இறைவனைச் சந்தித்தோம். அவர் எங்களுடன் உண்டு உறங்கி நடந்து பல்வேறு அற்புதங்களைச் செய்து வந்தார்."

"இறைவன் மனிதனாக வர முடியுமா?"

"வந்தார். அதற்கு நாங்களே சாட்சி."

"அவரை எங்களால் பார்க்க முடியுமா?"

"அவரை எங்களவர்கள் சிலுவையில் அறைந்து கொன்றார்கள்." மனமுடைந்து யூதாஸ் அழ ஆரம்பித்தார். காரணமறியா மக்கள் அவரைத் திகைப்புடன் பார்த்தார்கள். இயேசு சிலுவையில் அறையப்பட்ட நிகழ்வையும் அதற்கு முன் அவர் எருசலேமின் சுற்றுப்புறமெங்கும் சென்று அறிவித்த செய்திகளையும் அவரின் மரணத்துக்குப் பிறகு மூன்றாம் நாள் உயிர்பெற்று எழுந்ததையும் அதன்பிறகு தமக்குக் காட்சியளித்ததையும் யூதாஸ் அவர்களுக்கு விளக்கமாக எடுத்துரைத்தார். மக்கள் யாவரும் மெய்மறந்து செவிமடுத்தார்கள். நூஸ்க்வாம் வந்த பிறகு தற்போது அரமேயத்தில் தான் பேசுவதை அவர்கள் தங்கள் மொழியில் கேட்கும் அதிசயத்தையும் விளக்கிக் கூறிய போது அவர்கள் ஆச்சரியத்தின் எல்லைக்கே சென்றார்கள். எல்லாவற்றையும் கேட்ட ஊர்த் தலைவர், "நீங்கள் சொல்வதைக் கேட்க ஆச்சரியமாக இருக்கிறது. ஆனால் எங்கள் தெய்வங்கள் உங்கள் தெய்வங்களுக்குக் குறைந்தவர்கள் அல்ல. எல்லாம் வல்ல தாக்தா தினமும் இரண்டு கன்றுக் குட்டிகளை முழுவதுமாக உண்கிறார். அதுபோக தினமும் நான்கு கோழிகளையும் பதினான்கு கலன் திராட்சை மதுவையும் அருந்துகிறார்" என்றார்.

யூதாஸ் மறுமொழி ஏதும் கூறாமல் எழுந்துகொண்டார்.

"நூஸ்க்வாமில் இருக்கும்வரை நீங்கள் எங்கள் தெய்வத்தை மட்டும் வழிபட வேண்டும்" என்றார் ஊர்த் தலைவர். "நூஸ்க்வாம் தாக்தாவின் பாதுகாப்பில் பல்லாயிரம் வருடங்களாக

இருக்கிறது. மற்ற தெய்வங்களை வழிபடுபவர்களை உள்ளே விடுவதன் வழியாக நாங்கள் தாக்தாவின் கோபத்துக்கு ஆளாக நேரிடும்” என்றார்.

“நண்பரே உங்களின் உபசரிப்புக்கு நன்றி. வாழும் இறைவனை வழிபடும் எனக்கு மற்ற எவரின் ஆதரவும் வேண்டாம். நான் காட்டில் தங்கிக்கொள்கிறேன். ஏதேனும் தேவைப்பட்டால் சொல்லியனுப்புங்கள்” என்று கூறி நடக்க ஆரம்பித்தார். ஓநாய் அவர் முன்பாக ஓடியது. ஊர் மொத்தமும் யூதாஸைப் பார்த்துக்கொண்டு நின்றது.

இயேசுவும் யூதாஸும்

இயேசு இவற்றைப் பேசி முடித்தபோது யூதாஸைக் கூட்டிக்கொண்டு அங்கிருந்து சென்றார். அவர் யூதாஸிடம், "உன்னத மலையிலிருந்து பெருக்கெடுக்கும் நீரூற்று இவ்வுலகின் மரங்களைச் செழிக்க வைக்கவும், அவற்றின் கனிகளைச் செழிக்க வைக்கவும் வரவில்லை. மாறாக அவை கடவுளின் விண்ணகத்தைச் செழிப்பாக்கவும், பொறுமையின் கனிகளைச் செழிப்பாக்கவும் பாய்ந்தோடுகின்றன. ஏனெனில் அவை இத்தலைமுறையினரின் வாழ்வை என்றும் பாதிப்பதில்லை, அவை சதாகாலமும் நிலைத்திருக்கின்றன.

யூதாஸ் அவரிடம், "இத்தலைமுறையினர் தரும் கனிகளைப் பற்றி எனக்குச் சொல்லுங்கள்" என்றார்.

"இவ்வுலகில் பிறந்த அனைவரும் மரணத்தைத் தழுவியாக வேண்டும். இவர்களின் இவ்வுலக ஆட்சி முடிவுக்கு வரும்போது இவர்கள் உயிர் இவர்களை விட்டுப்பிரியும். அவர்களின் உடல்கள் மட்டும் மரணிக்கிறது. ஆன்மாவோ உயிர்ப்புடன் மேலெடுத்துக் கொள்ளப்படுகிறது."

மேலும் யூதாஸ் அவரிடம், "இதர மனிதகுலத்துக்குச் சம்பவிக்கப்போவதென்ன?" என்றார்.

"பாறையின் மீது பயிர் செய்து அறுவடைக்குக் காத்திருப்பார்

இல்லை. அதுபோல பயனற்ற மனதில் ஞானத்தை விதைத்து அவை விண்ணகம் செல்லும் என்று காத்திருக்க முடியாது. இவ்வுலகின் ஆட்சியாளர்களோ, வானதூதர்களோ, எவ்வகை அதிகாரமோ நானுரைக்கும் புனிதத் தலைமுறையினரைப் பார்க்க முடியாது என்று நான் உனக்குச் சொல்கிறேன்."

இதைச் சொன்ன பிறகு இயேசு அவரை விட்டகன்றார். யூதாஸ் அவரிடம், "ரபி, நீங்கள் மற்ற சீடர்கள் சொன்னதைக் கவனித்ததைப் போல நான் சொல்வதையும் கேளுங்கள். ஏனெனில் நானும் ஒரு காட்சி கண்டேன்" என்றார்.

இதைக் கேட்டபோது இயேசு சிரிக்கலானார். அவர் யூதாஸிடம் தோழமையுடன், "ஓ பதின்மூன்றாவது இம்சையே, உன் உள்ளம் கலங்குவதேன்? சொல் நான் கேட்கிறேன்" என்றார்.

"எனது காட்சியில் என்னை நான் கண்டேன். மற்ற சீடர்களனைவரும் என்னைக் கல்லால் தாக்குகிறார்கள். என்னைத் துரத்தியடிக்கின்றனர். நான் உம்மைப் பின்பற்றி உம்மிடம் தஞ்சமடைகிறேன். என் கண்களால் அவ்விடத்தை அளவிட முடியாதபடி மிக பிரம்மாண்டமாக இருக்கிறது. பெருந்தனக்காரர்கள் அவ்விடத்தைச் சூழ்ந்திருந்தனர். அவ்விடத்தின் மேற்கூரை பசுமையாக இருந்தது. ஆண்டவரே என்னை அங்கிருப்போர்களுடன் சேர்த்துக்கொள்ளும்!"

"நீ இப்போது அங்கு வர முடியாது. நீ மட்டுமல்ல, இவ்வுலகில் பிறந்த யாரும் இப்போது அங்கு வர இயலாது. அவை புனித மக்களுக்காக ஒதுக்கப்பட்டவை. சூரியனும் சந்திரனும் அவ்விடத்தை ஒன்றும் செய்திட முடியாது. புனிதர்கள் அங்கே வானதூதர்களோடு கடவுளின் முன் வீற்றிருப்பார்கள். நான் உனக்குச் சொன்ன விண்ணரசின் மறைபொருள்களையும் கொடும்பாதகம் செய்வோரையும் கடந்து வா. பின் நீ பார்த்த இடத்தினுள் பிரவேசிக்க இயலும்."

"எனக்கு எதுவும் புரியவில்லை!" என்று சொன்ன யூதாஸிடம் இயேசு, "உனக்கு நான் வரவிருக்கும் புனிதத் தலைமுறையினர்

குறித்துச் சொல்கிறேன். என்னோடு வா" என்றழைத்தார். "நீ அவர்களைக் காணும்போது வருந்திப் புலம்புவதை விட, இப்போது அங்கே செல்ல முடியவில்லை எனப் புலம்புவது அதிகமாக இருக்கிறது."

"உம்மை என் ஆயனாகக் கொண்டது என் பாக்கியம்." என்றான் யூதாஸ்.

இயேசு மனவாட்டமுடையவராய், "நீ அவர்களுக்குப் பதின்மூன்றாமவனாவாய், நீ மற்றவர்களால் சபிக்கப்பட்டவனாவாய், உம்மீது அவர்கள் தங்கள் ஆட்சியதிகாரத்தைச் செலுத்துவார்கள். இறுதி நாளில் நான் அவர்களுடன் உன்னையும் என்னுடன் அழைத்துக் கொள்வேன்" என்றார்.

19

காரட்டர் இருவரையும் கென்மோர் சதுக்கத்தில் விட்டுவிட்டுச் சென்றார். கியாராவுக்குக் கார்ட்டரின் மீதான கோபம் விலகியிருந்தது. இருவரும் தங்களின் இருப்பிடம் நோக்கி நடக்க ஆரம்பித்தனர்.

“அப்போது கடவுள் இருப்பது நிஜமா?” கியாரா அப்பாவித்தனமாகக் கேட்டாள்.

“கடவுளை நிரூபிக்க முடியாது.”

“நீ அவரை நம்புவதற்கு அதுதான் காரணமா?”

“எதுதான் காரணமா?”

“அதுதான் கர்தினால் ஓ’க்கானல் மாற்றிப் புதைக்கப்பட்டது...”

“அப்படியெல்லாம் இல்லை. வாழும்வரை யாருக்கும் எந்தத் தொந்தரவும் இல்லாமல் வாழ வேண்டும். அதற்குக் கடவுள் எனக்குத் துணைபுரிகிறார் என்று நம்புகிறேன். அவ்வளவுதான்.”

“நான் கடவுளை நம்பலாமா? வேண்டாமா? என்று நீ சொல்.”

“உனக்காக நான் எப்படி முடிவெடுக்க முடியும்? கடவுள் பற்றிய நம்பிக்கைகள் மிகவும் அந்தரங்கமானவை.”

“கடவுள் என்று ஒருவர் இருந்திருந்தால் என் வாழ்வில் இப்படிப்பட்ட அவலங்கள் நடந்திருக்குமா?”

“கியாரா, யார் வாழ்க்கையில்தான் அவலங்கள் நடைபெறவில்லை? நான் உனக்காக வருத்தப்படுகிறேன். ஆனால் அதனால் உன்னால் ஒரு முழத்தைக் கூடக் கூட்டவோ குறைக்கவோ முடியாது. நடந்துவிட்டதை நினைத்து நினைத்து உருகப் போகிறாயா? அல்லது வாழ்வின் அடுத்த கட்டத்துக்கு நகரப் போகிறாயா?”

கியாராவின் கண்களில் நீர் துளிர்த்தது.

“இங்கே பார். ஏன் அழுகிறாய்?”

“தெரியவில்லை. எல்லாவற்றையும் ஒருசேரத் திரும்பிப் பார்த்தால் வெறுமையாக இருக்கிறது. நான் வாழ்க்கையில் எதையும் சாதிக்கவில்லை. இதுவரை எத்தனை பேரோடு இன்பம் சுகித்திருப்பேன் என்ற கணக்கேயில்லை. எல்லாம் தீர்ந்துபோன பிறகு வெறுமையாக இருக்கிறது. எதை நோக்கி ஓடிக்கொண்டிருக்கிறேன் என்றே புரியவில்லை. இப்போது நீயும் வேறு வேலை தேடிக்கொண்டு சென்று விடுவாய். அதன் பிறகு வருவோர் போவோருக்குக் கால்களை விரித்துச் சம்பாதிக்க வேண்டும். வாழ்க்கை இரக்கமற்றது ஜூட்.”

கியாராவை ஆறுதலாகத் தடவிக் கொடுத்தான்.

“கியாரா, உன்னிடம் ஒன்று சொல்ல வேண்டும்.”

கியாரா ஆச்சரியமாகப் பார்த்தாள்.

“எப்படி ஆரம்பிப்பது என்று தெரியவில்லை...”

‘சொல்’ என்று சொல்வது போல் கியாராவின் கண்கள் விரிந்தன.

“உன்னிடம் என் குடும்பக் கதையைச் சொன்னேன் அல்லவா?”

“ஆம்.”

“எங்கள் குடும்பத்தின் மீதான சாபத்தைப் பற்றி நினைவிருக்கிறதா?”

“ஆம். சேசுசபைத் துறவி ஒருவரைக் கொன்றதால்... ஆம் நினைவிருக்கிறது.”

“எங்கள் குடும்பத்தில் ஒரேயொரு ஆண் குழந்தை மட்டுமே பிறக்கும். உரிய வயதில் அவர்களுக்கான துணை அவர்களைத் தேடி வருவார்கள். எங்கள் தாத்தாவின் தகப்பனாருக்கு ஜமைக்காவிலிருந்து ஒரு பெண் கிடைத்தாள். அவர்களுக்கு எங்கள் தாத்தா பிறந்தார். எங்கள் தாத்தாவுக்கு இத்தாலியிலிருந்து ஒரு பெண் தேடி வந்தாள். இருவருக்கும் எங்கள் அப்பா பிறந்தார். என் அம்மா கிழக்கு ஐரோப்பாவில் உள்ள ரூமேனியாவிலிருந்து வந்தவர். இருவருக்கும் நான் பிறந்தேன். நீ தோம்னிக்கன் ரிபப்ளிக்கிலிருந்து வந்தவள்...”

கடைசியாகத் தான் பேச நினைத்ததை அவன் பேசியதில் கியாராவுக்குப் பெரும் மகிழ்ச்சி. உள்ளுக்குள் அவளுக்குப் பட்டாம்பூச்சி பறந்தது. ஜூடை அப்படியே அணைத்துக் கொள்ள வேண்டும் போலிருந்தது. ஆனால், அதை ஜூடுக்கு விட்டுக் கொடுத்து அமைதியாகக் காத்திருந்தாள்.

“என்னோடு வாழ்நாள் எல்லாம் வர உனக்குச் சம்மதமா?”

கியாரா ஏதும் சொல்லவில்லை.

“உனக்கு விருப்பமில்லையென்றால் விட்டுவிடு.”

“நான்தான் உனக்கானவள் என்பதை எப்படிக் கண்டுகொண்டாய்?”

“என் உள்ளுணர்வு சொல்லியது. சொல்கிறது. ஆனால் என்னால் எப்படி இதுபோன்ற விஷயங்களைப் பகிர்ந்துகொள்வது என்பதில் நிறைய சந்தேகங்கள் உள்ளன. ஆனால் ஒன்று மட்டும் நிச்சயம், இத்தனை வருடங்களில் நீ என்னோடு தங்கிய இந்தச் சில நாள்கள்தான் எனக்கு மிகுந்த நிறைவைக் கொடுத்தது. உன்னிடம் எப்படிக் கேட்பது என்று தெரியாமலிருந்தேன்.

அதுபோக இந்த நாள்களின் வெகு சில சமயங்கள் மட்டுமே நாம் குடிக்காமல் நிதானத்திலிருந்தது" என்று கூறியதும்,

இருவரும் விழுந்து விழுந்து சிரித்தனர். கியாராவின் பதிலுக்கு எதிர்பார்த்து அவன் காத்திருந்தான். 'என்னை ஒரேயொருமுறை இறுக்கி அணைத்துக்கொள்' என்று உள்ளூர அவள் ஏங்கிக்கொண்டிருந்தாள். ஜூட் அவளை நெருங்கி வர உள்ளுக்குள் படபடத்தாள். கியாராவின் அனுமதிக்குக் காத்திராமல் அவளை நோக்கிக் கைகளை விரித்தான். மந்திரம் நிகழ்ந்தது போல் கியாரா அவனது அரவணைப்புக்குள் சென்றாள். அவள் காதுகளின் ஓரம் சென்று மெல்லிய முத்தமிட்டு, "கியாரா, என் உயிருக்குயிரானவளே!" என்றான்.

"ஜூட்..." என்று சொல்லி அவன் தோளில் சாய்ந்து கண்ணீர் வடித்தாள். பின் அவன் கண்களை நெருங்கிப் பார்த்து, "உண்மையாகத்தான் சொல்கிறாயா? என்னை உனக்கு நன்றாகத் தெரியும். பின்னர் நமக்குள் ஏதும் பிரச்சனை வருவதற்கு முன் இப்போதே பிரிந்து விடலாம்," என்றாள்.

"சேர்ந்த அன்றே பிரிவை ஏன் பேசுகிறாய்? உன்னோடு என் மீதி வாழ்நாளை வாழ ஆசைப்படுகிறேன்."

"அதற்காக அல்ல, நான் ஒரு மோசமான பெண்..." அவளைப் பேசவிடாமல் வாய்களில் விரல் வைத்து "இந்த உலகில் சரியான ஒரு மனிதரும் இல்லை. எல்லோருக்குள்ளும் மோசமான பகுதியொன்றிருக்கிறது. நீ சொன்ன வெறுமையை நிறைக்கவே அவ்வாறு நீ நடந்து கொண்டாய். இனி அதை என் காதலைக் கொண்டு நிறைக்கிறேன். எனக்கு நீ உனக்கு நான் அவ்வளவுதான். இன்று நாம் புதிதாய்ப் பிறந்தோம்" என்றான்.

"இன்று நாம் புதிதாய்ப் பிறந்தோம்!"

"Happy Birthday"

"Happy Birthday to you too"

இருவரும் முத்தமிட்டுக்கொள்கிறார்கள். இருவரின் உடல் சூட்டிலும் சுற்றியிருந்த குளிர் அகன்றது. கியாராவின் உதட்டை மெதுவாகச் சுவைத்துக் கொண்டிருந்தான். கியாரா மெய்மறந்து தன்னை அவனுக்கு ஒப்புக் கொடுத்துக் கொண்டிருந்தாள். மூச்சு விட மறந்து அந்த முத்தம் சில நிமிடங்கள் நீடித்தது. மூச்சு வாங்க அவர்கள் பிரிந்த போது, “ஜூட், நீ என்ன வேண்டுமானாலும் செய்து கொள். உன் உதடுகளை மட்டும் என்னிடமிருந்து பிரிக்காதே” என்று மூச்சிரைக்கச் சொன்னாள். மீண்டும் முத்தம் தொடர்ந்தது. நின்றுகொண்டு முத்தம் கொடுத்த அவன் இடையைப் பிடித்து இங்குமங்கும் அசைய ஆரம்பித்தாள் கியாரா. கியாராவின் மற்றொரு கையைப் பிடித்துக்கொண்டு ஜூட் அந்தச் சின்ன இடத்தில் நடனம் பழகிக் கொண்டிருந்தான். தூரத்தில் கேரல் ராபர்சனின் *One pair of Hands* ஒலித்துக் கொண்டிருந்தது.

அடுத்த முறை மூச்சு வாங்க அவர்கள் பிரிந்த போது, “கியாரா நாம் இப்படியே இருந்துவிட வேண்டும்” என்றான். அவனுடைய நெஞ்சில் தலை வைத்து அழுத்திக் கொண்டாள். அவன் கைகளைத் தனது பின்புறம் வைத்து அழுத்தத் தொடங்கினாள். தன்னுள் கனன்ற தாபத் தீயை மேலும் அடக்குவதில் அவளுக்கு உடன்பாடில்லை. அவன் அழுக்கு ஜீன்ஸின் ஜிப்பைக் கழட்ட முற்பட்ட போது, “இப்போது வேண்டாம், நமக்கென்று ஒரு வீடு கிடைத்ததும் வைத்துக் கொள்ளலாம்” என்றான். அவளுக்கு வெட்கத்தில் கன்னங்கள் சிவந்தன. ஒருபுறம் கடும் எரிச்சலடைந்தாள். ஆனால் அவன் சொல்வதிலிருக்கும் நியாயத்தைப் புரிந்துகொண்டு அமைதியானாள். இரவு முழுவதும் அவனைக் கட்டியணைத்துக் கொண்டு உறங்கினாள்.

காலையில் ஜூட், டாக்கைப் பார்த்துவரக் கிளம்பினான். கியாராவும் அவனுடன் ஒட்டிக்கொண்டாள். இருவரும் கைகோத்து நடந்தார்கள். டாக் அவனுக்கான கடிதத்தைக் கையில் வைத்துக் கொண்டு அவனை வரவேற்றார். அக்கடிதம் கல்லறை உரிமையாளர் ஜெரியிடமிருந்து வந்திருந்தது. அவர் ஏற்கனவே வாக்களித்தது போல் அவனுடைய நன்னடத்தைச் சான்றிதழ்

நகர் மன்றத்தின் வழியாக சீக்கிரம் நகர்த்தப்பட்டு வேலை உறுதியானதற்கான கடிதமேயது. மகிழ்ச்சியில் குரலெடுத்துக் கத்தத் தொடங்கினான் ஜூட். அமைதிகாக்கும்படி டாக் சைகை காண்பித்தார். ஜூட் கியாராவை அள்ளியணைத்துத் தூக்கி முத்தமிட்டான்.

"என்ன வேலை உறுதியானதும் உனக்கான இணையைக் கண்டுபிடித்துவிட்டாயா?" என்றார் டாக்.

கியாராவும் ஜூடும் வெட்கத்துடன் சிரித்துக் கொண்டார்கள். அன்று டாக் கொடுத்த பணத்தில் பெரிய பாட்டில் ஜேமிஸனுடன் பாலத்தினடிக்கு வந்தார்கள். வழக்கம் போல் குடி சூரிய அஸ்தமனத்தில் ஆரம்பமானது.

"ஜூட் வேலை கிடைத்ததும் நமக்கு வீடு கிடைத்துவிடும் அல்லவா?"

"ஆம்."

"எங்கே என்று தெரியாது, ஆனால் கண்டிப்பாக ஒரு வீடு கிடைத்துவிடும். நீயும் நானும் சேர்ந்து வாழப் போதுமானதாக இருக்கும்."

"அதற்குப் பிறகு..."

"பிறகு கார் ஒன்று வாங்க வேண்டும்."

"பிறகு..."

"உனக்கும் எனக்கும் திருமணம்."

"பிறகு..."

"நமக்கொரு இளவரசன் பிறப்பான்."

"எனக்கு ஒரு இளவரசியும் வேண்டும்."

"ஓ!"

“என்ன? எனக்கு சாபங்களில் நம்பிக்கையில்லை.”

ஜூட் அமைதியாக இருக்கிறான்.

“கருவுற்றால் குடிக்காமல் இருக்க வேண்டும். அதுதான் எனக்குப் பெரும் பிரச்சனையாக இருக்கப் போகிறது” சொல்லிக் கொண்டே தீர்ந்திருந்த தன் க்ளாஸை விஸ்கியால் நிறைக்கிறாள்.

“கருவுற்றிருக்கும் போது புகைபிடிக்கலாமா?” சிகரெட் ஒன்றைப் பற்ற வைத்து ஆழ்ந்து உள்ளுழுத்துப் புகையை வெளியிடுகிறாள்.

“எனக்குத் தெரியாது.”

“சரி அதை அப்போது பார்த்துக் கொள்ளலாம்.”

அவனைக் கட்டியணைத்து முத்தமிடுகிறாள்.

“கியாரா உன் அன்புக்கு ஈடாக எதை நான் தருவேன்? தேனினும் இனிமையானதது. உன்னோடு சேர்ந்து இவ்வுலகம் முழுவதையும் சுற்றி வர வேண்டும். உன் அன்பொன்றே என் ஆறுதல் கியாரா. ஒருபோதும் என்னைவிட்டுச் சென்றுவிடாதே. காதலின் அத்தனை பரிமாணங்களையும் நாம் சுகிப்போம். இப்பிரபஞ்சம் முழுவதும் உன் பெயரை எதிரொலிக்கிறது. கோள்கள் அனைத்தும் நம் அன்பின் பிணைப்பால் சுழலுகிறது. நீ என் வாழ்வின் இசை. ஆம் இசை. இசை அரூபமாக இருப்பது போல உன் மீதான என் அன்பு இன்னதென்று சொல்ல முடியாதபடி இருக்கிறது. ஓ கியாரா என் காதலைச் சொல்ல முடியாமல் தடுமாறுகிறேன். உன் மீதான என் பேரன்பை எப்படி நான் மொழிபெயர்ப்பேன்? கியாரா என் தேவதையே! எங்கிருந்து வந்தாய் நீ? மெல்ல வேர் பிடித்து என் அகம் முழுவதும் கிளைபரப்பியிருக்கிறாய். உன்னை எனக்குக் கொடுத்த கடவுள் வாழ்த்தப் பெறுவாராக! நம் காதலை வானவர்கள் ஆசீர்வதிக்கட்டும். நம் குல முதல்வரான யூதாஸ் நம்மை ஆசீர்வதிப்பாராக. அவர் மீதான சாபங்களை நம் காதல் கழுவுவதாக. விலகிச் செல்லாதே. கியாரா நெருங்கி வா! என்னாளும் நம்மிடம் இன்பம் மட்டும் நிலவட்டும். என்

எல்லா நினைவுகளும் உன் இதழடியிலிருந்து தொடங்கட்டும். என் ஆதியும் அந்தமுமாய் நீயே இருப்பதாகுக. புது வீட்டில் நாம் புகும் வேளையில் நீ என்னுள்ளா நான் உன்னுள்ளா என்று நீ முடிவெடு. இப்போது என்னைத் தள்ளிப் போகாதே அருகில் வா...” கட்டியணைத்துக் கொள்கிறான் கியாராவை.

பாட்டில் முடியும் நேரத்தில் இருவரும் நிதானத்தில் இல்லை. தடுமாறி ஒருவரையொருவர் அணைத்துப் படுத்துக் கொண்டார்கள். அடுத்த நாள் காலை கியாரா அருகில் இல்லை என்பதை உணர்ந்தவாறே எழுந்தான் ஜூட். கியாரா சற்றுத் தள்ளித் தனது துணிக் குவியல்களிலிருந்த அத்தனை கம்பளியாடைகளையும் அணிந்து குறுக்கி அமர்ந்திருந்தாள். ஜூடுக்கு ஏதும் புரியவில்லை. தடுமாறி கியாராவின் அருகில் சென்றான்.

“கியாரா, நீ நலம்தானே? ஏன் ஏதோ மாதிரி இருக்கிறாய்?”

“எனக்கு உடல்நிலை சரியில்லை.”

பதறிப்போன ஜூட், கியாராவைத் தொட்டுப் பார்க்கிறான். உடல் நெருப்பாகத் தகித்தது.

“ஒன்றுமில்லை. தண்ணீர் ஊற்றாமல் நிறைய குடித்துவிட்டேன். நீ எதுவும் கவலைப்படாதே. நீ சென்று உன் வேலைகளைப் பார்த்து வா” என்றாள்

அரைமனதாகக் கிளம்பிய ஜூடைப் பிடித்திழுத்து, “ஏய் நீ போதையில் கவிஞனைப் போலப் பேசினாய். என்னை உனக்கு அவ்வளவு பிடிக்குமா?” என்றாள்.

“ரொம்ப...” கியாராவின் நெற்றியில் முத்தமிட்டு ப்ளூ ஹில் கல்லறைக்குச் சென்றான். நாள் முழுவதும் அவனுக்குக் கல்லறையைச் சுற்றிக் காட்டுவதிலும் இதர சில்லறை வேலைகளிலும் கழிந்தன. வேலையில் கவனம் செல்லவேயில்லை. நாள் முழுவதும் கியாராவின் நினைப்பிலிருந்தான். ‘சாப்பிட்டிருப்பாளா? காய்ச்சல்

குறைந்திருக்குமா? உறங்கியிருப்பாளா?' போன்ற நினைவுகள் வாட்டி வதைத்தன. கல்லறையில் வேலைக்கான நியமனக் கடிதத்தைப் பெற்றுக் கொண்டு வீட்டு வசதி வாரியத்தில் சென்று பதிந்து வரச் சென்றான். குளிர் காலத்துக்குள் வீடு கிடைத்திட வேண்டுமென்று மனதில் பிரார்த்தனை செய்து கொண்டான். எல்லாம் முடித்து பாலத்துக்கு வர மாலை ஆறு மணியாகியிருந்தது.

கியாரா இன்னும் எழுந்திருக்கவில்லை. அருகில் சென்று தொட்டுப் பார்த்தான். அனல் குறையவேயில்லை. மெல்லமாகக் கண்களைத் திறந்து பார்த்த கியாராவை அன்பாக வருடிக் கொடுத்தான். அவள் வாய் திறந்து பேச முயற்சிக்க இருமல் வந்தது.

"எப்போது வந்தாய்?" கியாராவின் குரல் அடர்த்தியடைந்து கனமாக இருந்தது.

"இப்போதுதான். உனக்கு இன்னும் காய்ச்சல் சரியாகவில்லை."

"சரியாகிவிடும் கவலைப்படாதே."

"அருகில் சென்று மாத்திரை வாங்கி வருகிறேன்."

அவன் கிளம்பும் முன் அவன் கையைப் பற்றிக்கொண்டு, "நான் உன்னை விட்டுப் போய்விட்டாலும் என்னை நீ காதலிப்பாயா?" என்றாள்.

"ஏய் என்னாகிவிட்டது? ஏன் இப்படி பேசுகிறாய்?" ஜூடுக்குக் கண்களில் தானாக நீர் வடிந்தது.

"எனக்கு மிகவும் குளிர்கிறது."

"இரு நான் மாத்திரை வாங்கி வந்தபின் சூடாக சூப் வைத்துத் தருகிறேன். எல்லாம் சரியாகிவிடும்."

"எனக்காக நீ யூதாஸிடம் வேண்டிக் கொள்" என்றாள்.

மாத்திரை வாங்கச் சென்றபோது மனதில் யூதாஸிடம் வேண்டிக்கொண்டே சென்றான்.

யூதாஸுக்கு இயேசு யாவற்றையும் வெளிப்படுத்தினார்

இயேசு, "என்னோடு வா, மனித அறிவுக்குப் புலப்படாமல் மறைந்திருக்கும் ஞானத்தை உனக்கு வெளிப்படுத்துகிறேன். வானவர்களின் பார்வைக்கும் இது மறைக்கப்பட்டது. யாராலும் இதுவரை கற்பனை செய்திட முடியாதது இது. இன்னும் பெயரிடப்படாதது," என்றார்.

ஒளிரும் மேகமொன்று அங்கே தோன்றியது. அதிலிருந்து குரலொன்று, 'வானவர்கள் உருவாக்கப்படட்டும், அவர்கள் எனக்குப் பணிபுரிவார்களாக' என்றது. அதன்படியே மாபெரும் வானவர்களும், ஒளியின் தெய்வமும் தோன்றியது. இவர்களிருவருக்கும் முறையே கோடானு கோடி வானவர்கள் வந்து பணி செய்தார்கள். அதன் பிறகு ஆதாம் படைக்கப்பட்டார். ஆதாம் 'கடவுள்' என்றழைக்கப்பட்ட வானவரைப் போலிருந்தார். ஆதாமுக்குச் சேத் பிறந்தார். அவர்கள் கறைபடியா தலைமுறையினரை இவ்வுலகில் ஈன்றனர். அவர்கள் பன்னிருவராய் ஆண் பெண் பேதமின்றியிருந்தனர். மண்ணுலகின் ஆட்சியதிகாரம் அவர்களுக்கு அளிக்கப்பட்டிருந்தது.

அழிவுக்கிட்டுச் செல்லும் தன்மை கொண்ட வேறொரு தலைமுறையினரும் அங்கே தோன்றினார்கள். அவர்கள் தீய சக்தி கொண்ட மனிதர்கள்.

சுயநினைவுக்கு வந்த யூதாஸிடம் இயேசு கடவுளர்களுக்குள்

நடந்த அதிகார மோதல்களை விவரித்துக் கொண்டிருந்தார்.

“ஆண்டவரே, இதெல்லாம் எப்போது நிறைவடையும்?” என்றார்.

“அது உனக்கு அவசியமில்லாதது.”

“மனித ஆன்மா மரணிக்குமா?”

“கடவுள் மிக்கேல் எனும் வானதூதரைக் கடவுளின் சார்பாகப் போரிட மனித ஆன்மாக்களைத் திரட்டச் சொன்னார். எல்லாம் வல்லவர் கப்ரியேல் தூதரிடம் அரச அதிகாரத்துக்கு உட்படாதோரிடம் கடவுளின் ஞானத்தை விதைக்கச் சொன்னார். இதர ஆன்மாக்கள் தங்களுக்குள் ஒளியைத் தேடி தடுமாறிக்கொண்டிருந்தன. இவ்வாறாக ஆதாமின் மரபினர் அறிவுத் தெளிவுடன் தோன்ற ஆரம்பித்தார்கள். அவர்களுக்கு ஆன்மா மரணிப்பதில்லை என்பது நன்றாகத் தெரியும்.”

“ஆதாமின் மரபற்றவர்களுக்கு என்ன நிகழும்?”

“அவரவர் விதியின்படி உலகத்தில் குழப்பத்தை விளைவிப்பார்கள். மனைவி மக்களைக் கொலை செய்வார்கள். சிறுவர்களின் காலைப் பிடித்துப் பாறையில் மோதிச் சிதறடிப்பார்கள். இறுதியில் சுட்டெரிக்கும் நரகத்தில் என்றென்றும் வதைக்கப்படுவார்கள். நீ அவர்களுள் ஒருவனாகக் கருதப்படுவாய்” என்று சொல்லிச் சிரித்தார் இயேசு.

“ஆண்டவரே ஏன் என்னைக் கண்டு நகைக்கிறீர்?”

“உன்னைக் கண்டல்ல, உன் விதியைக் கண்டு சிரிக்கிறேன் யூதாஸ். படைப்பின் தொடக்கத்தில் ஆரம்பித்த போர் உலகின் அழிவில்தான் நிறைவடையும். அதில் நீயும் ஒரு பாத்திரம் ஏற்றிருப்பதைக் கண்டு சிரிக்கிறேன்” என்றார்.

ஒளிரும் மேகமொன்று யூதாஸிடமிருந்து இயேசுவைப் பிரித்துச் சென்றது. அதன்பிறகு யூதாஸ், இயேசுவைச் சந்திக்கவேயில்லை. இயேசுவைக் கைது செய்யத் தலைமை குருக்களும் பரிசேயர்களும் சதுசேயர்களும் திட்டமிட்டிருந்தனர். அவர்கள் மக்கள் முன்பாக

இயேசுவைக் கைது செய்ய முடியவில்லை என்பதால் இயேசு இறைவேண்டல் செய்யும் நேரத்தை அறிந்து அவரைக் காண வந்திருந்தனர். அங்கே இயேசுவைக் காணவியலாமல் யூதாஸிடம் விசாரித்தார்கள். அவர்களுக்குப் பதிலளித்த யூதாஸுக்குத் தக்க சன்மானமளித்து அவர்கள் திரும்பினார்கள்.

20

முழுநிலவு நாளொன்றில் யூதாஸைக் கொலை செய்ய ஊர்த்தலைவர் ஆட்களை அனுப்பி வைத்தார். ஆனால் யூதாஸின் ஓநாய் அவர்களைச் சிதறடித்து ஓடச் செய்தது. அதனால் நேரடியாக யூதாஸை ஊர்த் தலைவர் தாக்தாவின் குருக்களின் முன்னிலையில் போட்டிக்கு அழைத்தார்.

"எங்கள் தாக்தாவைவிட உம்முடைய இறைவன் உயர்ந்தவர் என்பதை நிரூபித்துக் காட்டினால் நாங்கள் உம்மை பின்பற்றுகிறோம்" என்றுரைத்தார்.

"நண்பரே, ஏன் இந்த வேண்டாத வேலை? உமது நம்பிக்கைகளை நான் கேள்வி கேட்கவில்லை. என் நம்பிக்கைகளை உம்மீதும் சுமத்தவில்லை. அப்படியிருக்க நமக்குள் மனஸ்தாபங்கள் எதற்கு?"

"தாக்தாவின் கோபத்துக்கு நாங்கள் பலியாகத் தயாராக இல்லை. இதோ எங்கள் குருக்கள் தாக்தா வாழும் தெய்வம் என்பதற்கு சாட்சிகள். அவர்களிடம் நீர் போட்டியிடத் தயாரா?"

யூதாஸ் அவர்களிடம், "குருக்களே, உங்கள் தாக்தாவுக்குப் படையலிட்ட பிறகு என்னை உங்கள் கோவிலுக்குள் அழைத்துச் செல்லுங்கள்" என்றார்.

மாலையில் இரண்டு கன்றுக் குட்டிகளையும் நான்கு கோழிகளையும் பதினான்கு கலன் திராட்சை மதுவையும் படைத்த பிறகு யூதாஸ் தாக்தாவின் கோவிலுக்குள் சென்றார். பெருத்த வயிறும் பெரிய விழிகளும் கொண்ட தாக்தாவின் உருவச் சிலை மிரட்சியை ஏற்படுத்தியது. கையில் மரத்தால் செய்த தடியைக் கையில் பிடித்திருந்த அவ்வுருவத்தின் முன்பாக படையல் தயாராக இருந்தது. யூதாஸ் வெளியில் வந்து கோவிலைப் பூட்ட உத்தரவிட்டார். அதன் பின்னர் ஊர்த் தலைவரிடம், "நாளைக் காலை அப்படையல்கள் அங்கேயேயிருந்தால் தாக்தா உண்மையான இறைவன் இல்லை என்பதை ஒத்துக்கொள்ள வேண்டும்" என்று சொல்லிவிட்டுத் தனது குடிலுக்குச் சென்றார். விடியலில் கோவில் திறக்கப்பட்ட போது ஒட்டுமொத்த நூஸ்க்வாம் வாசிகளும் வாயிலில் காத்திருந்தார்கள். படையல் அனைத்தும் முடிக்கப்பட்டிருந்ததைக் கண்டு மக்கள் அச்சத்தில் மண்டியிட்டுத் தொழ ஆரம்பித்தார்கள்.

யூதாஸ் மௌனமாகக் கோவிலின் முன் வந்தார். ஊர்த் தலைவர் பெருமையுடன் "இப்போதென்ன சொல்கிறீர்?" என்றார்.

"யாரும் கோவிலுக்குள் நுழையவில்லையே?" என வினவினார் யூதாஸ்.

"யாரும் போகவில்லை."

"நல்லது. வாருங்கள் நாம் முதலில் உள்ளே செல்வோம்" என்றார்.

அவர்கள் உள்ளே நுழைந்ததும் யூதாஸ் தரையைச் சுட்டிக்காட்டி, "இங்குள்ள காலடித் தடங்களைக் கவனியுங்கள். இவை யாருடையவை?" என்றார்.

ஊர்த் தலைவருக்கு ஒன்றும் புரியவில்லை.

"நேற்று நான் கோவிலினுள் வந்தது இதற்காகவே. என்னுடன் கொண்டுவந்த சாம்பலை நான் தூவி வைத்தேன். இப்போது சொல்லுங்கள், கோவில் பூட்டியதிலிருந்து யாரும் உள்ளே

வரவில்லை என்றால் இவையெல்லாம் யாருடைய காலடித் தடங்கள்?"

மேலும் அவர்கள் உள் நடந்து சென்ற போது காலடித் தடங்கள் தாக்தாவின் சிலைக்கருகில் சென்று மறைந்திருப்பது தெரிந்தது. யூதாஸ் அங்கே மறைந்திருந்த ரகசிய வழிக்கான மறைப்பை விளக்கினார். அதனுள் சென்ற ஊர்த் தலைவர் பெரிய சுரங்கமொன்று கோவிலையும் குருக்கள் பலரது வீட்டையும் இணைப்பதைக் கண்டுபிடித்தார்.

யூதாஸ் ஏதும் சொல்லாமல் தன்னுடைய குடிலுக்கு நடந்து சென்றார். குருக்கள் அனைவரையும் அவர்கள் கழுவிலேற்றிக் கொன்றார்கள்.

அடுத்த சில நாள்களுக்கு யூதாஸிடம் முகம் கொடுத்துப் பேசாத ஊர்த் தலைவர், கம்பளி ஆடைகள் சிலவற்றை யூதாஸிடம் கொடுத்துவரப் புறப்பட்டார்.

"உங்களுக்கு இது தேவைப்படலாம். குளிர் காலம் வெகுதூரத்திலில்லை."

"நன்றி."

"உங்களிடம் நடந்தவற்றுக்காக மன்னிப்பு கேட்டுக் கொள்கிறேன்."

"அதையெல்லாம் மறந்தாகிவிட்டது. விடுங்கள்."

"எங்கள் மக்கள் உங்கள் கடவுளைத் தொழ ஆசிக்கிறார்கள்."

"இது உண்மையில் உங்கள் மக்கள் விருப்பமா? அல்லது உங்கள் விருப்பமா?"

"மக்கள்தான் விரும்புகிறார்கள்."

"மக்கள் விரும்பினால் என் ஆண்டவரைப் பற்றி உங்களுக்குத் தெளிவாக எடுத்துரைப்பேன். அவர்கள் செய்ய வேண்டியதெல்லாம் தந்தை மகன் தூய ஆவியின் பெயரால் திருமுழுக்குப் பெற வேண்டும்"

"தடையேதுமில்லை."

அடுத்தடுத்த நாள்களில் தாக்தாவுக்கான கோவில் தகர்க்கப்பட்டு மரத்தாலான சிலுவைப் பொருத்தப்பட்ட தேவாலயம் உருவானது. நாள்தோறும் யூதாஸ் அவர்களுக்கு இயேசுவின் போதனைகளைக் கற்பித்து வந்தார். மாலையில் அவர்கள் ஒன்றாக தேவாலயத்தில் உணவருந்தினார்கள். காலப்போக்கில் ஊர்த் தலைவர் மரச் சிலுவையின் மீது தங்கத் தகடுகளைப் பதித்துக் கொடுத்தார். யூதாஸ் நெடுநேரம் சிலுவையின் முன்பாக கண்ணீருடன் ஜபித்துக் கொண்டிருப்பார். அவரது முகத்தில் வழிந்தோடும் கண்ணீரை மக்கள் கொஞ்சம் கொஞ்சமாக சேகரித்து வந்தனர். சேமிக்கப்பட்ட கண்ணீர் அனைத்தும் ஒரு வெள்ளி சீசாவில் பாதுகாக்கப்பட்டு வந்தது.

யூதாஸ் முதுமையடையத் தொடங்கினார். இயேசுவைக் காட்டிக் கொடுத்த குற்றவுணர்ச்சி மட்டும் அவரைவிட்டு நீங்கவேயில்லை.

"ரபி எப்போது என் சிலுவையை நான் இறக்கி வைக்கப் போகிறேன்?" என்று அழுதவாறு புலம்பிக் கொண்டேயிருந்தார். யூதாஸின் ஓநாய்க்கும் வயதாகிக்கொண்டே போனது. சில நாள்களில் அந்த ஓநாய் அமைதியில் துயில்கொள்ள ஆரம்பித்தது. ஓநாயை அடக்கம் செய்துவிட்டு வந்தபோது யூதாஸ் யாரிடமும் எதுவும் பேசாமல் அமைதியாக இருந்தார். அந்த மௌனம் மாதக் கணக்கில் நீடித்தது. சமயத்தில் கனவுகளில் தனது நண்பர்களான இயேசுவின் சீடர்கள் மரணிப்பதைக் கண்டு பதற்றமுற்று அவர்களுக்காக நெடுநேரம் இறைவேண்டல் செய்வார். ஒவ்வொருவரது ஆத்மாவும் சொர்க்கத்தின் வாசல் வரை செல்வதைக் கண்ட பின்னரே தன் குடிலுக்குச் செல்வார். இவ்வாறாக அந்திரேயா *X* வடிவச் சிலுவையில் அறையப்பட்டு இறந்ததையும்; திதிம் ஈட்டியால் குத்தப்பட்டு இறந்ததையும்; பிலிப்பு நெருப்பிலிடப்பட்டு மரித்ததையும்; லேவி கல்லடிபட்டு இறந்ததையும்; பர்த்லமேயு உயிருடன் தோலுரிக்கப்பட்டு இறந்ததையும்; யாக்கோபு தடியால் அடிக்கப்பட்டு மரித்ததையும்;

சீமோன் தலை வெட்டப்பட்டு மரித்ததையும் தன் ஒவ்வொரு காட்சியில் யூதாஸ் பார்த்தார். யோவான் சிறையிலடைக்கப்பட்டு மரணத்துக்காகக் காத்திருப்பதைப் பார்த்தார். அனைத்துக்கும் மேலாக பேதுரு சிலுவையில் அறைய உத்தரவிடப்பட்ட போது வீரத்துடன் தன்னைத் தலைகீழாக அறையும்படி வேண்டிக் கேட்டுக்கொண்டதைப் பார்த்தார். பேதுரு உடலின் இரத்தம் முழுவதும் தலைக்கு இறங்கி கண் காது மூக்கு வழியாக இரத்தம் வழியத் தொடங்கியது. இன்னும் மரிக்காத அவரது இரு கால்களும் முழங்காலுக்குக் கீழ் வெட்டப்பட்டது. இவ்வாறாகப் பேதுருவும் மரித்தார். அனைவருக்காகவும் கண்ணீருடன் தங்கச் சிலுவையின் முன் ஜபம் செய்து கொண்டிருந்தார். யூதாஸ் நூற்றியைம்பது வருடங்களுக்கும் மேலாக நூஸ்க்வாம் பகுதியில் வசித்தார். பல தலைமுறைகள் அவரிடம் ஆசிபெற்றன. அவரைப் பின்பற்றும் சீடர்களின் எண்ணிக்கையும் வளர்ந்திருந்தது. பின் தேவாலயத்தில் அமைதியில் “இதோ இப்போதாவது உன் அடியேனை அமைதியுடன் போகவிடும்” என்று வேண்டிக்கொண்டிருந்தார். காட்டிலிருந்த மரங்கள் யாவும் ஒரே சமயத்தில் சலசலத்து மெல்லிய காற்று அந்தக் கோவில் முழுவதையும் சூழ்ந்தது. காற்றின் ஊடாக அங்கிருந்த சிலர் வெண்ணிற ஆடையணிந்த சில வான் தூதர்களைக் கண்டார்கள். யூதாஸ் அவர்களுக்கு இறுதியாசீர் அளித்துக் கொண்டிருக்கும் போதே வானவர்கள் அவரை அம்மக்களின் பார்வையிலிருந்து மறைத்தார்கள். நூற்றியைம்பது வருடங்களுக்குப் பிறகு அம்மக்கள் இனம் புரியாத வெறுமையை உணர்ந்தார்கள். சிலர் யூதாஸுக்காகக் கண்ணீர் சிந்தினார்கள். யூதாஸின் கண்ணீரைச் சுமந்திருந்த வெள்ளி சீசா கோவிலில் மற்றவர்களின் பார்வைக்கு வைக்கப்பட்டது. யூதாஸின் நினைவு நாளை அம்மக்கள் விழாவாகக் கொண்டாட ஆரம்பித்தார்கள்.

அதன் பிறகு பலநூறு வருடங்கள் கழித்து அந்நியர்களின் படையெடுப்பில் யூதாஸின் நினைவாக இருந்த அந்த ஆலயம் கொள்ளையடிக்கப்பட்டது. நூஸ்க்வாம் எரியூட்டப்பட்டு அழிந்தது. அங்கிருந்த மக்கள் சிலர் உலகம் முழுவதும் பரவி

வாழ ஆரம்பித்தார்கள். நூஸ்க்வாம் அவர்களின் நினைவுகளில் மட்டும் எஞ்சியிருந்தது. நூஸ்க்வாம் பகுதியைத் தவிர மற்றெங்கும் யூதாஸைத் துரோகி என்று சொன்னார்கள். அதை மறுத்த நூஸ்க்வாம்வாசிகள் சிலர் பிறரால் துன்புறுத்தப்பட்டனர். எனவே யூதாஸ் காண்பித்த இயேசுவை வழிபடுபவர்களாகவும் யூதாஸின் மீதான கரிசனையை ரகசியமாகப் பின்பற்றுபவர்களாகவும் மாறினார்கள்.

செப்டெம்பருக்கு முன்பாக நாவலை முடித்துவிட திட்டமிட்டிருந்த எழுத்தாளன் மும்மரமாகத் தட்டச்சு செய்து கொண்டிருந்தான். சென்ற வாரம் முழுவதும் புதிதாக அறிமுகமான இத்தாலியத் தோழியிடம் செலவிட்டிருந்ததால், இப்போது நேரமின்றி நாள் முழுவதும் தட்டச்சு செய்து கொண்டிருந்தான்.

இத்தாலியத் தோழியின் பெயர் லுத்விகா. லூடோ என்று அழைப்பார்கள். இவன் அடிக்கடி செல்லும் பாரில் போன வார இறுதியில் அவளைச் சந்தித்தான். போதையில் கால்வினோவையும் உம்பர்த்தோ எக்கோவைப் பற்றியும் பேசிக் கொண்டிருந்ததில் இருவரும் நட்பாகிவிட்டார்கள். அதுவும் அவள் உம்பர்த்தோ எக்கோவின் சொந்த ஊரைச் சேர்ந்தவள்.

“எக்கோவின் எந்த நாவல் உங்களுக்குப் பிடிக்கும்?”

“பௌதலீனோ”

“வாவ்... எல்லோரும் நேம் ஆஃப் த ரோஸ் என்பார்கள். நீங்கள் வித்தியாசமானவர்தான்.”

மனதுக்குள்ளாக ‘என் ஆள் எனக்கு பௌதலீனோ மட்டும்தான் வாங்கிக் கொடுத்தாள். அதை மட்டும்தான் நானும் படித்திருக்கிறேன். வித்தியாசமானவனாம் வித்தியாசமானவன்...’ என்று நினைத்துக் கொண்டான்.

போதையில் வெகுநேரம் லூடோவின் இத்தாலிய ஆங்கில

உச்சரிப்பைப் புகழந்து கொண்டிருந்தான். அவ்வளவுதான். அடுத்தடுத்த நாள்களில் முத்தம் வரை சென்றுவிட்டது.

இப்போது அவளைத் தனியாக விட்டுவிட்டு நாவலை முடித்துவிடும் நோக்கத்தில் வேகவேகமாகத் தட்டச்சு செய்து கொண்டிருந்தான். பெரிய கோப்பையில் காப்பச்சீனோ எடுத்துக் கொண்டு வந்து அவன் மடியில் அமர்ந்து கொண்டு வேறெங்கோ பார்த்துக் கொண்டு குடித்துக் கொண்டிருந்தாள். அவள் குட்டைப் பாவாடையும் மேலொரு டி-ஷர்ட்டும் அணிந்திருந்தாள்.

“ஹனி ஏன் இப்படி என் மீது உட்கார்ந்து கொண்டிருக்கிறாய்? நான் எழுதி முடித்தாக வேண்டும்.”

“இன்னும் ஒருவாரத்தில் நான் சென்றுவிடுவேன். அதன்பிறகு இப்படி உன்மீது உட்கார முடியாதல்லவா அதனால்தான்...”

“அதான் இன்றிரவு டின்னர் போகிறோமே, நேற்றிரவு பப். வேறென்ன வேண்டும்?”

“நீ வேண்டும். இப்போதே.”

“கொஞ்சம் நேரம் கொடு. முடித்து விடுகிறேன்”

அவள் அமைதியாக அவன் தட்டச்சு செய்வதைக் கவனிக்கிறாள். பிசாசைப் போல அவன் கைகள் கணிப்பொறியில் விளையாடின.

“இதுதான் உன் தாய்மொழியா?”

“ம்...”

“எனக்கு ஒன்றும் புரியவில்லை.”

“நல்லது.”

“ஏய் எனக்கு நீ எழுதும் கதையை மொழிபெயர்த்துச் சொல்லக் கூடாதா?”

“பிறகு சொல்கிறேன்.”

“இப்போது நீ எதைப் பற்றித் தட்டச்சு செய்து கொண்டிருக்கிறாய்?”

“காதல்.”

“ப்ளீஸ் எனக்கு இதை மட்டுமாவது சொல்!”

அவளின் இம்சையைப் பொறுக்க முடியாமல், ஜூட், கியாராவிடம் சொல்லிய பகுதியை மொழிபெயர்த்துச் சொல்கிறான்.

“ஏய், இது நேற்று என்னிடம் சொன்னது. உனக்கு நினைவிருக்கிறதா?”

“ஓ அப்படியா?”

“என்ன அப்படியா? நேற்று போதையில் என்னைக் கட்டிப்பிடித்துக் கொண்டு உளறிக் கொண்டிருந்தாயே, இதே வார்த்தைகளைச் சொல்லி.”

“தெரியவில்லை. ஆனால் எழுதும்போது மிகவும் அந்தரங்கமாக உணர்ந்தேன்.”

“அப்போது நீ என்னிடம் பேசிய எத்தனை உரையாடல்களை இதில் சேர்த்திருக்கிறாய்?”

“லூடோ நீ அமெரிக்கா வரும் முன்பாகவே இந்நாவலை எழுத ஆரம்பித்துவிட்டேன், எனவே இதுமட்டும்தான் உன்னுடன் பேசிய பகுதியாக இருக்கலாம்.”

“அப்படியென்றால் இதற்குமுன் யாரிடம் பேசியதை எழுதினாய்?”

“கியாரா தன் காதலனிடம் பேசியவற்றை என்னிடம் பகிர்ந்து கொண்டாள் அவற்றைச் சேர்த்திருக்கிறேன்.”

பின் சுருக்கமாக யார் கியாரா என்பதையும் அவளுக்கு நடந்த விபத்தையும் கூறி முடித்தான்.

“உண்மையில் க்ரேட் இல்லையா? கியாரா இப்போது ஜூடுக்கு ஒரு குழந்தை மாதிரியல்லவா?”

“இல்லை இல்லை. கியாராவும் ஜூடும் இப்போது ஒன்றாக இல்லை. ஜூட் விவாகரத்து வாங்கிக் கொண்டு தனியாக வாழ்கிறான். தலையில் அடிபட்ட கியாராவின் இயல்புகள் முற்றிலுமாக மாறிவிட்டன. எதற்கெடுத்தாலும் கட்டுக்கடங்காத கோபம். வாயைத் திறந்தால் கெட்ட வார்த்தைகள். அது மட்டுமல்லாமல் அவள் நினைவுகள் சுத்தமாகத் துடைக்கப்பட்டு விட்டதால் ஒருவரும் அவளுக்கு உதவ முடியவில்லை. ஜூட் பெரும் மனநெருக்கடிக்கு உள்ளாகி இறுதியில் விவாகரத்துப் பெற்று வேறொரு பெண்ணுடன் இருக்கிறான்.”

“அடப் பாவமே!”

“எனக்குக் காதலில் நம்பிக்கையில்லை லூடோ. ஒருவரையொருவர் அடக்கியாளத்தான் பார்ப்பார்கள். இருக்கும் வரை சந்தோஷமாக இருந்துவிட்டுப் போவோமே. எதற்கு இந்த வாழ்நாள் தண்டனை?”

“அப்படியில்லை, திருமண உறவில்தான் ஒரு நிச்சயத் தன்மையிருக்கிறது. அதில்தான் ஒரு நம்பிக்கையிருக்கும்.”

“நீயும் நானும் இப்போது பழகவில்லையா? என் மீது உனக்கு நம்பிக்கையில்லையா?”

“ச்சீ… இது வேறு அது வேறு. நீ அடுத்து என்னுடைய பண்புகளை வேறொரு பெண்ணிடம் தேடினால் கிடைக்காது. அதுவே ஒரு நிறைவின்மையை உனக்குத் தந்துவிடும். அதன் பிறகான எதுவும் ருசிக்காது. எனக்கும் அப்படித்தான். என் பாய் ஃப்ரண்ட்ஸ் உன்னைப் போல் இலக்கியம் பேச மாட்டார்கள். நீ என்னை அனுமதிப்பது போல மதுவருந்த அனுமதிக்க மாட்டார்கள்.”

“அப்போது எங்குதான் கிடைக்கும் அந்த நிறைவு?”

லூடோ உதட்டைப் பிதுக்குகிறாள். அதை அப்படியே சுவைக்க ஆரம்பிக்கிறான்.

“சரி கதையில் நீ இவர்களை என்ன செய்யப் போகிறாய்?”

“கியாராவுக்குக் காய்ச்சல் வந்து இறக்கப்போகிறாள்.”

“ஓ நோ!”

“ஏன்?”

“உன் கதையிலாவது அவர்கள் ஒன்றிணையட்டுமே?”

“வாசகர்களின் கண்களில் கண்ணீர் வர வைக்க யாரையாவது கொன்றால் மட்டுமே சரியாக இருக்கும்.”

“அதுமட்டுந்தான் காரணமா?”

“நான் இந்தக் கதையைப் புனைந்துகொண்டிருப்பவன் என்ற வகையில் எதையும் செய்ய எனக்கு உரிமை உண்டு.”

“I hate you.”

திரும்பிக்கொண்டு கண்களைக் கசக்கிக் கொண்டிருந்தாள் லூடோ. பெண்களின் கண்ணீருக்குத்தான் எவ்வளவு வலிமை? நொடிப் பொழுதில் உருகிய எழுத்தாளன் லூடோவை அணைத்துக் கொள்ள முயன்றான். அவள் அவனது பிடியிலிருந்து விலகிச் சென்றாள்.

“எனக்காக அவர்களை உன் கதையில் ஒன்றிணைய வைக்கக் கூடாதா?” லூடோவின் கண்கள் பூனைக் குட்டியின் கண்களுக்கொப்ப இருந்தன. எழுத்தாளனின் கண்களில் பரிதாபம் தெரிந்தாலும் மனம் கொழுந்துவிட்டு எரிந்து கொண்டிருந்தது. லூடோவை மனதுக்குள்ளாகச் சபித்த அதே நேரத்தில் ஒரு வாரத்தில் பிரியப் போவதும் நினைவுக்கு வந்தது. அவன் மனம் புலம்ப ஆரம்பித்தது.

‘ஓ மை காட், இந்த நாவலை முடிப்பதற்குள் எத்தனை கெட்ட

பெயரைச் சம்பாதிக்கப் போகிறேனோ தெரியவில்லை. யூதாஸைப் போலவே அனைவராலும் கைவிடப்பட்ட நிலையை நானும் உணர்கிறேன். நாவலில் வரும் ஒரு கதாபாத்திரத்தைக் கூடக் கொல்வதற்கு எனக்கு உரிமை இல்லையா? ஏன் இந்தக் கதையை இவளுக்குச் சொன்னேன்? என் புத்தியைச் செருப்பால் அடித்துக்கொள்ள வேண்டும். ஒருவாரத்தில் எப்படியும் இங்கிருந்து போய்விடுவாள். அதனால் இப்போதே ஆத்திரப்பட்டு கத்தி வெளியில் அனுப்பிவிடவா? ஆனால் இப்படி அருகில் அமர்ந்துகொண்டு நிமிடத்துக்கு நிமிடம் யார் முத்தம் கொடுப்பது? ஒரு வாரத்துக்குப் பிறகு சத்தியமாக இவளை மனம் தேடும். அதனால் இவள் ஒருபோதும் என் கதையைப் பாதிக்க அனுமதிக்க மாட்டேன். அழுதாலும் எவ்வளவு அழகாக இருக்கிறாள். இப்படியான முத்தங்களும் அரவணைப்புகளும் இனிமேல் கிடைக்குமா? ஒருத்தி இருந்தாள். இப்போது இல்லை. நான் கற்றுக்கொடுத்த கலைகளை வேறொருவனிடம் பிரயோகித்துக் கொண்டிருப்பாள். அவளிடமிருந்து ஒரு முத்தம் வாங்குவதற்குள் எவ்வளவு கஷ்டப்பட்டேன்! எத்தனை எத்தனை பொய்களுக்குப் பிறகு அது கிடைத்தது! அதன்பிறகு ஒவ்வொரு முத்தத்துக்குப் பின் அவளுக்கு எவ்வளவு குற்றவுணர்ச்சிகள்?! எல்லாம் சுமுகமாக நடந்து கொண்டிருந்த போது என் வெளிநாட்டுப் பயணம். அதற்குள்ளாகவே அவளுக்குத் திருமணம். இந்நேரம் பொறுப்பான குடும்பப் பெண்ணாக வயிற்றைத் தள்ளிக் கொண்டிருக்கலாம். ச்சீ... ஏன் திடீரென்று அவள் நினைவுகள்?

ஓ லூடோவின் முத்தங்களுக்கு இணையாக எதுவும் இருக்க முடியுமா? எவ்வளவு வேட்கை?

வானத்திலிருந்து இறங்கி வந்தவள் போலல்லவா இருக்கிறாள்? ஆனால் எல்லாம் ஒரு வாரம்தான். பழகும்போதே வகுத்துக் கொண்ட திட்டம்தானே? இப்போது இவளைத் திட்டி கெட்ட பெயர் வாங்கப் போகிறேனா? அல்லது பொய் சொல்லி ஒரு வாரத்தைக் கொண்டாடப் போகிறேனா? அதுசரி பொய் சொல்ல நமக்கு யாராவது கற்றுத் தர வேண்டுமா என்ன? நான்

சொல்லாத பொய்களா? என் இருப்பே பொய்தான் என்கிற போது பொய் சொல்வதில் என்ன வந்துவிடப் போகிறது? எல்லாம் வல்ல இறைவன் யூதாஸ் வழியாக என்னைக் காப்பாராக! யூதாஸ் தீர்மானிக்கட்டும் இந்த நாவலின் கதையை.'

"டார்லிங் ஏன் இப்போது அழுகிறாய்? அவையெல்லாம் வெறும் கதாபாத்திரங்கள்தானே?"

"அதற்காக அவையுடன் எப்படி வேண்டுமானாலும் நீ விளையாடுவாயா?"

"அதையெல்லாம் நான் தீர்மானிக்க முடியாது. கதையின் போக்கு தீர்மானிக்கும்."

"நாவல் எழுதுவது எவ்வளவு கடினமானதென்று எனக்குத் தெரியும். ஒரு இசைக் கலைஞன் இசையால் மட்டும் உலகத்துடன் உறவாடுவது போல எழுத்தாளர்கள் எழுத்தினால் மட்டுமே உலகத்தோடு உரையாட முடியும்."

"நீ என்ன சொல்ல வருகிறாய்?"

"பெரிய பெரிய கலைஞர்கள் தங்கள் கலைகளின் வழியாகத் தங்கள் காதலுக்கு வந்தனம் செய்து இருக்கிறார்கள். நம் காதலை நீ இந்த நாவலில் பதிவு செய்ய வேண்டும்."

அவன் நெருங்கி லூடோவின் உதட்டை முத்தமிட முயன்றான், காரணம் லூடோவின் அந்த உரையாடல் அவனுக்கு எரிச்சலை வரவழைத்தது.

"நான் கேட்டதைச் செய்தால்தான் உன்னை முத்தமிட அனுமதிப்பேன்."

"நான் என்ன செய்ய வேண்டும்?"

"நாவலின் கடைசி அத்தியாயம் நான் சொன்னது போல இருக்க வேண்டும்."

இப்போதே அவளை விட்டுச் சென்றுவிடலாம் என்றிருந்தது

அவனுக்கு. எப்படியெல்லாம் வரலாற்றில் இடம் பிடிக்கிறார்கள் பார்த்தீர்களா? லூடோ தன் டீ-ஷர்ட்டை மெல்ல களையத் தொடங்கினாள். வெண்மேனியில் முடிச்சுப் போட்டது போன்றிருந்த தொப்புளின் ரம்மியம் எழுத்தாளனைச் சுண்டியிழுத்தது. இவளென்ன படித்தா பார்க்கப் போகிறாள் என்று சொல்லிக் கொண்டு லூடோவை நெருங்கினான். மனம் முழுவதும் கதையில் இருந்தாலும் களியாட்டம் வெகுநேரம் நீடித்தது. காதலியின் முகமும் கியாராவின் முகமும் மாறி மாறி அவன் கண்முன் வந்து போனது. கியாரா, ஜூடுக்குத் தெரியாமல் தன் மேல் கொண்டிருந்த ரகசிய தாபத்தின் மிச்சத்தை லூடோ தன் மீது காட்டுகிறாளோ என்றிருந்தது. விபத்துக்குப் பின் கியாரா அதிகம் பயன்படுத்திய 'ஃபக்' வார்த்தை நினைவுக்கு வர லூடோ அதற்கிணையான ஏதோவொன்றை முனகிக் கொண்டிருந்தாள். கெத்சமனித் தோட்டத்தில் யூதாஸ் கொடுத்த முத்தத்தின் 'இச்' ஒலி அந்த அறையெங்கும் எதிரொலித்துக் கொண்டிருந்தது. யூதாஸின் பயந்த விழிகள் ஜன்னல் வழியாகத் தன்னைப் பார்த்துக் கொண்டிருப்பதாக அவன் உணர்ந்தான். நூஸ்க்வாமில் யூதாஸ் மரத்தினடியில் அமர்ந்து கிராம மக்களுக்குப் போதித்துக் கொண்டிருந்தார். அவர்கள் சம்போகித்துக் கொண்டிருந்த அறையில் ஜூட் உணவளித்து வந்த வாத்துகள் கழுத்தை உயர்த்தி இவர்களின் கூடலைப் பார்த்துக் கொண்டிருப்பதாகத் தோன்றியது. அவை ஒன்றையொன்று நோக்கி 'க்வாக் க்வாக்' மொழியில், "அதிகாரம் அதிகாரம் என்று கத்திவிட்டு இத்துனூண்டு இருக்கும் யோனியில் வழுக்கி விழுந்துட்டான் பார்த்தியா?" என்று பேசிக்கொண்டன. உண்மையில் லூடோவுடன் செலவிட்ட நேரம் எழுத்தாளனைப் புத்துணர்ச்சியாக்கியிருந்தது.

லூடோ களைத்து உறங்கிக்கொண்டிருக்கையில் நாவலின் கடைசி அத்தியாயத்தை அவன் எழுத ஆரம்பித்தான்.

21

ஜூட் மாத்திரைகளை வாங்கிக் கொண்டு வந்துப் பார்த்த போது கியாராவின் நிலை மோசமாகியிருந்தது.

“கியாரா இந்த மாத்திரையை விழுங்கு.”

“ஜூட் எனக்கு இன்னும் நம்பிக்கை வரவில்லை. என்னைவிட்டுப் போய்விடுவாயா?”

“என்ன பேசுகிறாய் நீ? முதலில் நீ மாத்திரையை விழுங்கு.”

“யூதாஸின் நற்செய்தியில் எனக்கு எதுவும் புரியவில்லை.”

“அதைப் பிறகு பார்த்துக் கொள்ளலாம்.”

கியாராவின் கண்கள் மேல்நோக்கிச் செருகின. உடல் சில்லிடத் துவங்கியது. ஜூட் கியாராவின் கரங்களை அழுத்தமாகத் தேய்த்துக்கொடுக்கிறான்.

“எனக்காக யூதாஸிடம் வேண்டினாயா? எனக்கு இப்போது என்ன நடக்கப் போகிறது?”

“கியாரா உனக்காக வேண்டிக் கொண்டேன். இப்போது இந்த மாத்திரையை எடுத்துக்கொள்.”

"யூதாஸிடம் நீ வேண்டிக் கொண்டாயென்றால் எதற்கு இந்த மாத்திரை? உனக்கு நம்பிக்கை இல்லையா?"

ஜூடின் கண்கள் சிவந்தன. கியாரா ஆழ்ந்த உறக்கத்துக்குச் சென்றாள்.

அவள் கண் விழித்த போது டாக்கும் ஜூடும் அருகில் நின்று கொண்டிருந்தனர். அவ்விடம் பிரகாசமாக இருந்தது. சற்று நேரம் தனக்கு என்ன நடந்தது என்றெண்ணிக் குழம்பிப் போனாள். கையில் ஊசி குத்தப்பட்டு அதன் வழியாகக் குழாய் ஒன்று இணைக்கப்பட்டு அதன் மறுமுனையில் பாக்கெட் ஒன்றிலிருந்து சொட்டுச் சொட்டாக மருந்து உடலுக்குள் இறங்கிக் கொண்டிருந்தது. வெகு நாட்களுக்குப் பின் சொகுசான கட்டிலில் படுத்திருந்ததால் கியாராவுக்கு மீண்டும் கண்கள் சொக்கித் தூக்கம் வந்தது.

"கியாரா இப்போது எப்படியிருக்கிறாய்?" டாக்கின் கனிவான குரலும் அவனது வெதுவெதுப்பான கரங்களும் அவளுக்கு ஆறுதலாக இருந்தன. எதுவும் பேசவில்லை. ஒரு சின்ன சிரிப்பை உதிர்த்தாள். ஜூட் மென்மையாக அவளை வருடிக் கொடுத்தான். சின்ன பூனையைப் போல அவனுக்குத் தலைகொடுத்தாள். கியாராவை அழைத்துக் கொண்டு டாக் தனது வீட்டுக்குச் சென்றார். குருக்கள் மட்டும் தங்கும் இல்லத்தில் ஒரு பெண்ணைத் தங்க வைக்க அனுமதியில்லை என்றாலும், டாக்கின் அனுபவ மூப்பின் காரணமாக மற்ற குருக்கள் ஒத்துக்கொண்டார்கள். கியாரா ஒரு வாரம் அவர்களோடு தங்கினாள். இதற்கிடையில் ஜூட் பணியில் சேர்ந்தான். மூன்று நாள்களுக்குள் அவனுக்கு டார்ச்செஸ்டர் பகுதியில் அரசாங்கத்தால் வீடு ஒதுக்கப்பட்டது. கியாராவை அழைத்துக் கொண்டு புது வீட்டுக்குள் நுழைந்தான். இனம் புரியாத மகிழ்ச்சியில் கியாரா அப்படியே உட்கார்ந்து அழ ஆரம்பித்தாள். அவளை அணைத்துக்கொண்ட ஜூடுக்கும் கண்ணீர் வந்தது. புதுவீட்டில் ஒன்றாகச் சேர்ந்து வாழ ஆரம்பித்த சில வாரங்களுக்குப் பிறகு அன்று அருகிலிருந்த கடற்கரையில் நடந்து வருவதற்காகச் சென்றார்கள்.

“கியாரா, அன்று நான் ரொம்பவும் பயந்துவிட்டேன்.”

“என்றைக்கு?”

“உனக்குக் காய்ச்சல் அடிக்க ஆரம்பித்த அன்று.”

“ஏன்?”

“Because I love you.”

“காதலித்தால் பயம் வருமா?”

“வரும். எனக்கு எல்லாமே நீதான் என்று நம்ப ஆரம்பித்த போது என்னைவிட்டுப் போவது போல நீ பேசினால் பயம் வராதா?”

“என்ன பேசினேன்? எனக்கு நினைவில் இல்லை.”

“மதத்தில் நம்பிக்கையில்லை என்றாய்; யூதாஸிடம் உனக்காக வேண்டிக் கொள்ளச் சொன்னாய்; மாத்திரை விழுங்க மறுத்தாய்; யூதாஸின் நற்செய்தி புரியவில்லை என்றாய்...”

அமைதியாக கியாரா சிரித்தாள். அவள் அருகில் நின்றுகொண்டிருந்த கடல் பறவை தன்னைப் பார்த்துத்தான் அவள் சிரிப்பதாக நினைத்து நாணிப் பறந்து சென்றது.

“ஜூட் உண்மைதான், எனக்கு இன்னமும் மதங்களின் மேல் நம்பிக்கை வரவில்லை. ஆனால், நீ சொன்ன யூதாஸின் கதை மிகப் பிடித்திருந்தது. உன் நம்பிக்கைகளுக்கு நான் இடையூறாக இருக்கப்போவதில்லை. எனக்கு கார்ட்டரைப் பிடிக்கும். டாக்கையும் பிடிக்கும். உன்னை எல்லாவற்றையும் விட அதிகமாகப் பிடிக்கும். ஆனால் மதத்தின் மீது எனக்கு நம்பிக்கை வரவில்லை. உன் மதம் சார்ந்த பேச்சுக்களில் நீ தீவிரவாதியைப் போலவே பேசினாய். என்னை மதத்தின் பக்கம் ஈர்ப்பதாக இருந்தது உன் பேச்சு. ஆனால் உண்மையில் எனக்கு அதிலேதும் அர்த்தம் இருப்பதாகத் தெரியவில்லை.”

“கியாரா உன்னை என் பக்கம் இழுக்கும் எண்ணமெல்லாம்

எனக்குத் துளியும் இல்லை. அப்படி உனக்குத் தோன்றியிருந்தால் என்னை மன்னித்துக் கொள்."

"மன்னிப்பெல்லாம் கேட்காதே. ஒருவேளை நான் அறியாமையில் இருக்கலாம். ஆனால், அப்படியிருக்க என்னை அனுமதி. எனக்கு இயேசுவைப் பிடிக்கும். நீ அறிமுகப்படுத்திய யூதாஸையும் பிடிக்கும். ஆனால் இவர்களை மதப் பின்னணியில் வைத்துப் பார்க்கப் பிடிக்கவில்லை. ஆனால் அவர்களுடைய போதனைகள் சந்தேகத்துக்கு இடமின்றி அற்புதமானவை."

ஜூட் தலையை ஆட்டிக்கொண்டே அமைதியாக நடந்து வருகிறான். கியாரா அவன் கையைப் பிடித்து நிறுத்துகிறாள்.

"இப்போது நான் கிறிஸ்துவளாக இல்லாமல் போனால் நரகத்துக்குப் போய்விடுவேனா?"

"ச்சீ... ஏன் இப்படிப் பேசுகிறாய்?" கியாராவை இழுத்தணைத்து அவளுக்கு முத்தமிடுகிறான்.

"கியாரா, உன்னுடைய சுதந்திரத்தை நான் பெரிதும் மதிக்கிறேன். நான் ஏற்கனவே சொன்னது போல மதம் வாழ்க்கைக்கு ஒரு வரைபடத்தை ஏற்படுத்தித் தருகிறது. அதையெல்லாம் விட இயேசுவைப் போல வாழ்வதுதான் முக்கியம். நீ அதைத்தான் தேர்ந்தெடுத்திருக்கிறாய். எனக்கு அது கடினம். அதனால்தான் மதத்தின் துணையை நாடுகிறேன். ஆனால், அதில்தான் எத்தனையெத்தனை சிக்கல்கள்? அன்பையும் கருணையையும் போதித்தவர் பெயரால் எத்தனை வெறுப்புகள் பரப்பப்படுகின்றன! யூதாஸ் இந்த அவலங்களின் குறியீடு அவ்வளவுதான். மதஸ்தாபனங்களின் ஆணவத்தையும் அகங்காரத்தையும் என்னைப் போன்ற எளியவர்கள் சகிப்புத் தன்மையால் தகர்த்தெறிந்துவிட முயல்கிறோம். என்னால் இயலாமலும் போகலாம். உன்னை இதற்கு உட்படுத்த மாட்டேன். *Love you so much my dear*. உன்னை என்னாளும் எதற்காகவும் விட்டுக் கொடுத்து விட முடியாது. என்னோடு இரு அது போதும். நீ என் வாழ்வில் வந்த பிறகுதான் எல்லாம் சரியாக நடைபெறுகின்றன."

ஜூட் ஒரு பெருமூச்சுவிட்டான். அதற்குள் வீடில்லாமல் இருந்த அந்தச் சில வருடங்களின் அத்தனை சோகங்களும் தெரிந்தன. கியாரா அவனை அன்பாக முத்தமிடத் தொடங்கினாள். கடலுக்குள்ளிருந்து வேறு இரண்டு பறவைகள் கரையை நோக்கிப் பறந்து வந்து கொண்டிருந்தன.

புதிய சூழல் கியாராவை மேலும் அழகாகக் காட்டியது. கல்லறையில் வேலை செய்த நேரம் போக மீதி நேரம் முழுவதும் கியாராவுக்காகக் கொடுத்தான். ஜூடின் இதமான அன்பில் கியாரா என்றும் மகிழ்ந்திருந்தாள். பழைய வாழ்க்கை ஒரு கெட்ட கனவைப் போல மறந்து போக ஆரம்பித்தது. அருகிலிருந்த கடையொன்றில் பகுதி நேரமாக அவள் பணி புரியத் தொடங்கினாள். என்றாவது டாக்கிடம் இருவரும் சென்று நெடுநேரம் பேசிக்கொண்டிருப்பார்கள். கார்ட்டரை வீட்டுக்கு வந்த முதல் தேங்க்ஸ்கிவ்விங் பண்டிகைக்கு வரவேற்றிருந்தார்கள். ஜூடும் கியாராவும் இன்னும் திருமணம் மட்டும் செய்திருக்கவில்லை. மற்றபடி வீட்டின் கடமைகளைப் புரிந்து இருவரும் சரிவர நடந்துகொண்டார்கள். வீட்டின் வரவேற்பறையின் சுவரில் யூதாஸின் படம் தொங்கிக் கொண்டிருந்தது. அவ்வீட்டையும் அவர்களையும் ஆசீர்வதிப்பது போல அவர் பார்த்துக் கொண்டிருந்தார். என்றாவது கியாரா அவர் முன்னால் மெழுகுத் திரிகளை ஏற்றி வைப்பாள். ஜூட் அடிக்கடி அந்தப் படத்தின் முன் மௌனமாக நின்று கொண்டிருப்பான். அப்படி நின்றிருந்த ஒருநாள் அவன் தோள்களைப் பற்றி “பன்னிருவருள் யூதாஸ் மட்டும்தான் மிகவும் பரிதாபத்துக்குரியவர்” என்றாள் கியாரா. அவளது பதிலைக் கேட்டுப் புருவத்தை உயர்த்தியவனிடம், “இயேசுவுக்காக மற்ற அனைவரும் தங்கள் உயிரைக் கொடுத்தார்கள். ஆனால் யூதாஸ் வாழ்நாளெல்லாம் புறக்கணிப்புக்கு உள்ளானார். அவரது மறைவுக்குப் பிறகும் கூட. அவரின் சாட்சியாய் நீ இருப்பது பெரிய விஷயம். உன்னுடன் நானிருப்பது எனக்குப் பெரிய மகிழ்ச்சி” என்று சொல்லி முத்தமிட்டாள்.

ஜூட் இப்போது வேலைக்குப் போக ஆரம்பித்துவிட்டாலும்

தன் மதச் சடங்குகளைக் கடைப்பிடிப்பதில் கருத்தாயிருந்தான். கேம்பிரிட்ஜில் அவன் சந்தித்து வந்த நண்பர்களைத் தொடர்ந்து சந்தித்தும் வந்தான். கியாராவுடன் வீட்டில் மதுவும் புகையும் விளையாடியது. மற்றவர்கள் இவர்கள் மீது பொறாமைப்படுமளவுக்கு வாழ்வைச் சுகித்து வாழ்ந்தார்கள். ஜூடும் கியாராவும் இவ்வுலகின் அத்தனை இன்பங்களையும் ஒருவருக்கொருவர் பரிமாறிக் கொண்டார்கள்.

அன்றிரவு பெரிய ஜேமிஸன் விஸ்கி பாட்டிலுடன் வீட்டுக்குள் வந்தான் ஜூட். கல்லறையில் அன்று நடந்த நிகழ்ச்சிகளைப் பேசிக்கொண்டே கியாராவுக்கு விஸ்கியை ஊற்றிக் கொடுத்தான். ஐந்தாவது சுற்றின் முடிவில் மெல்லிய போதை தலைக்கேறிய நேரம் ஜூட் கியாரா மது அருந்தாமல் இருந்ததைக் கவனித்தான்.

“ஹனி, நீ நலம்தானே? இப்போதுதான் கவனிக்கிறேன், நீ உன் முதல் சுற்று விஸ்கியை இன்னும் அருந்தாமலே இருக்கிறாயே?”

கியாரா எதுவும் பதில் சொல்லவில்லை.

“ஜேமிஸன் உனக்குப் பிடிக்கும்தானே? இல்லை வேறு எதுவும் குடிக்க வேண்டுமா?”

“அதெல்லாம் இல்லை.”

அவள் சொல்வதைக் கேட்டுக்கொண்டே அவளுக்குப் பிடித்த டாடி யாங்கி பாடல்களைத் தன் கைபேசியில் தேடி ஒலிக்கச் செய்ய ஆரம்பித்தான். அவள் ரகசியமாகச் சிரித்துக் கொண்டிருப்பதைப் பார்த்தான்.

“உனக்கு டாடி யாங்கி பிடிக்கும்தானே பிறகேன் சிரிக்கிறாய்?”

“ஏன் சிரிக்கக் கூடாதா?”

“ஓ சிரிக்கலாமே, சிரிப்பு மட்டுமல்ல வா, நடனமும் ஆடலாம்”

கையில் கோப்பையுடன் நடனமாட ஆரம்பித்தான். அவன்

அசைவுகளும் டாடி யாங்கியின் கணீர் குரலும் சரியாகப் பொருந்தாததால் அவளுக்கு மேலும் சிரிப்பு வந்தது. எழுந்து அவளும் நளினமாக ஆடிக் கொண்டிருந்தாள். வெளியில் சென்று ஜூட் புகைபிடிக்க ஆரம்பித்தான். அது குளிருக்கு இதமாக இருந்தது. கியாராவும் அவனருகில் நின்று அவனைப் பார்த்துக் கொண்டிருந்தாள். அவளுக்கொரு சிகரெட்டை நீட்டினான். அவள் வேண்டாம் என்று தலையசைத்தாள். ஜூடுக்குக் குழப்பமாக இருந்தது.

“என்னாயிற்று உனக்கு? குடிக்கவும் இல்லை சிகரெட்டும் வேண்டாம் என்கிறாய்?”

“நேற்றிரவு மிகவும் சோர்வாக இருந்தது. சந்தேகித்து சோதித்துப் பார்த்தேன். பாஸிட்டிவ் என்று வந்தது.”

“எது?”

“சொல்வதைக் கேள். அதனால் இன்று வேலை முடிந்தவுடன் மருத்தவமனைக்குச் சென்று சோதித்துப் பார்த்தேன். உறுதியாகிவிட்டது.”

“எது?”

“நீ அப்பா ஆகப் போகிறாய்!”

ஜூடுக்கு என்ன சொல்வதென்று தெரியவில்லை. அவளை அள்ளித் தூக்கிக் கொஞ்சி மகிழ்ந்தான். அவளுக்கு வெட்கம் எங்கிருந்தோ திடீரென்று மலர்ந்தது. அவன் கண்கள் முன்பாகவே அவள் கொஞ்சம் கொஞ்சமாகத் தாய்மையடையத் தொடங்கினாள். அவள் மேனி இப்போது இழுத்துக் கட்டியது போல இறுக்கமாக இருந்தது. வேலைக்குச் செல்வதுடன் இப்போது கியாராவை மருத்துவமனைக்கு முறையாக அழைத்துச் செல்வதும் அவன் கடமைகளில் ஒன்றானது. மூன்றாம் மாதம் பரிசோதனையில் அவர்களுக்கொரு இன்ப அதிர்ச்சியானது காத்திருந்தது. கருவில் இருப்பது இரட்டைக் குழந்தைகள் எனவும்; அதுவும் ஆணொன்று பெண்ணொன்று என்று

தெரிந்த பின்னர் அவர்களின் மகிழ்ச்சியும் இரட்டிப்பானது.

“பார்த்தாயா... உங்கள் குடும்பத்தின் சாபம் விலகிவிட்டது, இயேசு நம்மை யூதாஸின் வழியாக நிறைவாக ஆசீர்வதித்திருக்கிறார்!” என்று கியாரா சொன்ன போது அவள் முகத்தில் அவ்வளவு சந்தோஷம் நிறைந்திருந்தது. அவன் மெல்லமாக கியாராவின் வயிற்றில் முத்தமிட்டான். கியாராவுக்கு உடலெல்லாம் சிலிர்த்தது. தன் உதட்டை வயிற்றில் உரசியபடி வெளிச்சம் ஊடுருவ முடியாத இடத்திலிருந்த மாசற்ற குழந்தைகளிடம் பேச ஆரம்பித்தான்.

“என் உயிருக்குயிரானவளின் உள்ளிருக்கும் என் செல்லங்களே! நான்தான் உங்கள் அப்பா. நான் பேசுவதை நீங்கள் கவனிப்பீர்களா என்று எனக்குத் தெரியாது. ஆனால் உங்களிடம் பேச வேண்டும் போல இருக்கிறது. உங்கள் மீதான என் பிரியங்களை எப்படி வார்த்தையில் சொல்வதென்று தடுமாறுகிறேன். இங்கே புதிரான ஓர் உலகம் உங்களுக்காகக் காத்திருக்கிறது. எத்தனையோ கோடி வருடங்களாக இவ்வுலகம் இங்கேயே இருக்கிறது. அதில் மனிதர்களாகிய நாம் சில இலட்சம் வருடங்களாக வாழ்ந்து வருகிறோம். அதனால் உங்கள் வருகையை இவ்வுலகம் கண்டுகொள்ளப் போவதில்லை. ஆனால், எனக்கும் உங்கள் அம்மாவுக்கும் நீங்கள் அப்படியல்ல. நாங்கள் பகிர்ந்துகொண்ட அன்பின் கனிகள் நீங்கள். எனவே மிகுந்த அன்புடன் உங்கள் வருகைக்காகக் காத்திருக்கிறேன். நீங்கள் வெளிவருவதற்கு முன்பே சில விஷயங்களை உங்களுடன் பகிர்ந்து கொள்ள விரும்புகிறேன். இப்போது நீங்கள் இருக்கும் இடம் எவ்வளவு வசதியானது என்பதை நீங்கள் அறிய ஆரம்பிக்கும் போது, இவ்வுலகில் கணிசமான ஆண்டுகள் வாழ்ந்திருப்பீர்கள். ஒன்றே ஒன்றை மட்டும் நீங்கள் நினைவில் வைத்துக் கொள்ளுங்கள். நல்லதென்றும் கெட்டதென்றும் சிலவற்றை நீங்கள் அறிய நேர்ந்தால் அதைக் கடந்தும் ஏதோ இருக்கிறதென்று கண்டறிந்து கொள்ளுங்கள். அதை யாரும் உங்களுக்கு அறிமுகப்படுத்தப் போவதில்லை. எவ்வளவு முடியுமோ அவ்வளவு சுமையை இவ்வுலகம் உங்கள் மீது சுமத்தும். தளர்ந்து விடாதீர்கள்.

வாழ்க்கை என்பது வாழுதல் என்ற உண்மையை எல்லோரும் மறந்துவிட்டார்கள். வாழ்கிறோம் என்ற பெயரில் எதனெதன் பின்னோ இவர்கள் சென்று கொண்டிருக்கிறார்கள். எவ்வளவு முடியுமோ அவ்வளவு சந்தோஷமாக இருங்கள். உங்கள் சந்தோஷம் யாரையும் இடையுறவிடாதவாறு பார்த்துக் கொள்ளுங்கள். நம் குல முதல்வரான யூதாஸின் அருள் உங்களுடன் இருப்பதாக. புறக்கணிப்புகளுக்குள்ளான அவரின் பெயரின் களங்கம் உங்கள் தலைமுறையிலாவது மறைவதாக. உங்களின் எதிரியாக யாராவது அடையாளப்படுத்தப்பட்டால், பதற்றமடையாதீர்கள். உங்கள் எதிரிகள் வானத்திலிருந்து குதித்தவர்கள் அல்ல. எல்லாம் நம் சக மனிதர்கள்தாம். கொஞ்சம் எச்சரிக்கையாய் இருங்கள். ஒருவர் மற்றவர் மீதான நம்பிக்கைகள் உங்கள் வாழ்நாளில் பெருகுவதாக. அமைதியும் அன்பும் கருணையும் உங்கள் காலத்தில் செழித்தோங்குவதாக. இதையெல்லாம் நினைத்து இப்போதே கவலைப்படாதீர்கள். உங்களுக்காக அம்மாவும் அப்பாவும் இருக்கிறோம். உரிய நேரத்தில் பத்திரமாக வெளியே வாருங்கள்.”

ஜூடின் வார்த்தைகளுக்குப் பதிலளிப்பது போல சிசுக்கள் உள்ளிருந்து உதைத்தன. கியாரா துணுக்குற்றுச் சிரிக்கலானாள். ஜூட் அவளை அன்பாக அணைத்துக் கொண்டான். அவர்களின் எளிய சந்தோஷங்களைக் கண்டுகொள்ளாத பாஸ்டன் நகரம் பரபரப்பாக இயங்கிக்கொண்டிருந்தது.

வளன்

திருச்சி மாவட்டம் லால்குடிக்கு அருகிலிருக்கும் கொன்னைக்குடி கிராமத்தைப் பூர்வீகமாகக் கொண்ட வளன், தற்போது படிப்பு மற்றும் பணியின் நிமித்தம் அமெரிக்காவில் உள்ள பாஸ்டன் நகரத்தில் வசித்து வருகிறார். பயணம், இசை, தத்துவம் போன்றவைகளில் ஆர்வமுடைய இவர் தன்னைத் தேர்ந்த இலக்கிய வாசகனாகவே அடையாளப்படுத்திக் கொள்ள விரும்புகிறார். எழுத்துலகத்துக்கு புதியவரான வளன் இதுவரை 'ஓ க்ரேஸ் இந்த இரவில் என்னை இறுக்கி அணைத்துக்கொள்' என்ற கட்டுரைத் தொகுப்பையும் (உயிர்மை வெளியீடு) மற்றும் 'காஃபி சூனியக்காரி' என்ற சிறுகதைத் தொகுப்பையும் (வாசகசாலை வெளியீடு) படைத்தளித்திருக்கிறார்.

www.ingramcontent.com/pod-product-compliance
Ingram Content Group UK Ltd.
Pitfield, Milton Keynes, MK11 3LW, UK
UKHW042133021026
15589UKWH00003B/807

9 789391 748586